ஜல்லிக்கட்டு போராட்டம்

ஜல்லிக்கட்டு போராட்டம்

கிழக்கு

ஜல்லிக்கட்டு போராட்டம்
Jallikattu Porattam
Kizhakku Pathippagam ©

First Edition: February 2017
160 Pages

ISBN 978-81-8493-716-9
Kizhakku - 972

Kizhakku Pathippagam
177/103, First Floor,
Ambal's Building, Lloyds Road,
Royapettah, Chennai 600 014.
Ph: +91-44-4200-9603

Email : support@nhm.in
Website : www.nhm.in

kizhakkupathippagam
kizhakku_nhm

Cover Image : Wikimedia Commons\Djoemanoj

Kizhakku Pathippagam is an imprint of New Horizon Media Private Limited.

ஏன் இந்தப் புத்தகம்?

ஜனவரி 2017ல் சென்னை மெரினா கடற்கரையிலும் தமிழகத்தின் இதர பகுதிகளிலும் நடைபெற்ற ஜல்லிக்கட்டுப் போராட்டம் இந்தியாவைக் கடந்து உலகின் பல பகுதிகளில் தாக்கத்தையும் விவாதத்தையும் ஏற்படுத்தியிருப்பதைக் காண முடிகிறது. தைப்புரட்சி, மெரினா புரட்சி என்னும் பெயர்களால் இந்தப் போராட்டத்தை ஒரு மாபெரும் மக்கள் எழுச்சியாக ஒரு தரப்பினர் உயர்த்திப் பிடிக்கின்றனர். ஜல்லிக்கட்டுக்கு ஆதரவான தமிழர்களின் மாபெரும் எழுச்சி என்று இதனை அவர்கள் அழைக்கின்றனர். ஜல்லிக்கட்டு மீதான நீதிமன்றத் தடை, அவசரச் சட்டத்தின்மூலம் தகர்த்தெறியப்பட்டதற்குக் காரணம் இந்த மக்கள் திரட்சிதான் என்பது அவர்கள் வாதம். அந்த வகையில், ஜல்லிக்கட்டுப் போராட்டம், அவர் களைப் பொருத்தவரை ஒரு மாபெரும் வெற்றிப் போராட்டம்.

இன்னொரு தரப்பினரோ மக்களின் இந்தப் போராட்ட வடிவத்தை மட்டுமல்ல, ஜல்லிக்கட்டு விளையாட்டையும் சேர்த்தே எதிர்த்து வருகின்றனர். ஜல்லிக்கட்டு என்பது இவர்களைப் பொருத்தவரை தேவையற்ற ஒரு சாகசம். இதனால் விலங்குகள் மட்டுமல்ல, மனிதர்களும் சேர்த்தே பாதிக்கப்படுகின்றனர்.

இன்றைய நவீன அறிவியல், தொழில்நுட்ப உலகில் ஜல்லிக்கட்டு போன்ற பிற்போக்குத்தனமான விளையாட்டு அவசியம்தானா? ஒருகாலத்தில் இருந்தது என்பதற்காக இப்போதும் ஜல்லிக்கட்டை ஆதரிக்கத்தான் வேண்டுமா? வலுவான காரணங்களால் நீதிமன்றம் தடை செய்திருக்கும் ஒரு விளையாட்டை ஆதரித்து எதற்காக ஒரு போராட்டம் நடத்தப்படவேண்டும்?

இந்தக் கேள்விகளுக்கு ஜல்லிக்கட்டு ஆதரவாளர்கள் விரிவாகப் பதிலளித்திருக்கிறார்கள். அவர்களில் சிலர் தமிழ் கலாசார அடையாளத்தை முன்னிறுத்தி ஜல்லிக்கட்டை நியாயப்படுத்து கிறார்கள். இன்னும் சிலர் உயிர் வதை என்னும் வாதத்திலுள்ள ஓட்டைகளைச் சுட்டிக்காட்டி ஜல்லிக்கட்டை ஆதரிக்கிறார்கள். வேறு சிலரோ, மெரினா போராட்டம் என்பது ஜல்லிக்கட்டையும் கடந்தது; அது ஆட்சியாளர்கள்மீதான மக்களின் கோபத்தின் வெளிப்பாடு என்று வாதிடுகிறார்கள். இந்த வாதங்கள் கூர்மையான எதிர்வாதங்களையும் விவாதங்களையும் கிளப்பியிருக்கின்றன.

•

காளைகளும் மனிதர்களும் மோதிக்கொள்ளும் இடத்திலிருந்து நகர்ந்து, சிந்தனைகள் மோதிக்கொள்ளும் இடத்துக்கு இப்போது நாம் வந்துசேர்ந்திருக்கிறோம். முந்தையதைவிட இது பல வழிகளில் முக்கியமானது. சுவாரஸ்யமானதும்கூட.

இந்தப் புத்தகத்தின் நோக்கம் ஜல்லிக்கட்டை முன்வைத்து மேற் கொள்ளப்படும் எல்லாவிதமான விவாதங்களையும் ஓரிடத்தில் சேகரிப்பதுதான். ஜல்லிக்கட்டு விளையாட்டை ஆதரிப்பவர்கள், எதிர்ப்பவர்கள் இருவருடைய குரல்களும் இதில் பதிவாகியிருக் கின்றன. ஜல்லிக்கட்டுப் போராட்டம் என்பது மாபெரும் மக்கள் புரட்சி என்று வாதிடுபவர்களின் நியாயங்கள்; எவ்வளவோ முக்கியமான பிரச்சினைகள் இருக்க, இதற்கேன் அநாவசியப் போராட்டம் என்று வருந்துபவர்களின் நியாயங்கள் இரண்டும் இதில் பதிவாகியிருக்கின்றன. மக்களின் போராட்ட வடிவம் போற்றப் பட்டிருக்கிறது, விமரிசிக்கப்பட்டிருக்கிறது. பத்திரிகையாளர்கள், இடதுசாரிகள், வலதுசாரிகள், தமிழ்த் தேசியவாதிகள் என்று முடிந்தவரை எல்லாவிதமான குரல்களுக்கும் இங்கே இடம் கொடுக்கப்பட்டிருக்கிறது.

ஜனநாயகம் என்பது எல்லாவற்றையும் பரிசீலிப்பது, எல்லாவிதமான மாற்றுக் கருத்துகளையும் அனுமதிப்பது. ஒரு தரப்பு நியாயத்தை மட்டும் கேட்டு ஒரு விஷயத்தை ஆதரிப்பதும் எதிர்ப்பதும் சரியான அணுகுமுறை அல்ல. அதேபோல், விவாதிக்கப்படும் விஷயத்தைப்

பற்றிய விரிவான புரிதலின்றி கண்மூடித்தனமான ஆதரவு, எதிர்ப்பு நிலைப்பாடு எடுப்பதும் சரியானதல்ல. ஜல்லிக்கட்டுப் போராட்டத்தில் இந்த இரு தவறுகளும் நிகழ்ந்துள்ளன. இந்தப் புத்தகத்தின் நோக்கம், இந்தப் புரிதல் குறைபாட்டை முடிந்தவரை சரிசெய்வதும்தான்.

•

மொத்தம் 16 கட்டுரைகள் இந்நூலில் இடம்பெற்றுள்ளன. ஜல்லிக்கட்டுப் போராட்டம் ஒவ்வொரு கட்டமாக எப்படி முன் நகர்ந்தது என்பதை எஸ்.எஸ். சிவசங்கரின் கட்டுரை விவரிக்கிறது. இந்த முன்னேற்றங்கள் நிகழும்போதே எழுதப்பட்டவை சமஸின் கட்டுரைகள். தமிழ்த் தேசிய அரசியல் பார்வையில் ஜல்லிக்கட்டையும் அதற்கான போராட்டத்தையும் நலங்கிள்ளி, பெ. மணியரசன் இருவரும் அணுகியிருக்கிறார்கள். மார்க்சியம், பெண்ணியம் இரண்டையும் கொண்டு இந்தப் பிரச்னையை அணுகியிருக்கிறார் கவிதா முரளிதரன். போராட்ட வடிவத்தின் தன்மை, அரசியல் இரண்டையும் ஆராய்கிறது ஆர். முத்துக்குமாரின் கட்டுரை.

எது மெய்யான வீரம் என்னும் கேள்வியை எழுப்புகிறது ஞாநியின் கட்டுரை. கா. அய்யநாதன் ஜல்லிக்கட்டைக் கடந்து விவாதத்தை வேறொரு தளத்துக்குக் கொண்டுசெல்கிறார். கலாசாரம், பண்பாடு ஆகியவற்றை முன்னிறுத்தி ஜல்லிக்கட்டை ஆதரிக்கிறார் தங்கர் பச்சான். இந்த அடையாளங்களைக் கோட்பாட்டுரீதியில் கேள்விக்கு உட்படுத்துகிறார் டி. தருமராஜ். ஜல்லிக்கட்டையும் அதற்கான போராட்டத்தையும் நவீன, அறிவியல் பார்வை கொண்டு கறாரான விமரிசனத்துக்கு உட்படுத்துகிறார் அரவிந்தன் கண்ணையன். அதே அறிவியல் பார்வையைக் கொண்டு ஜல்லிக்கட்டுக்கான நியாயத்தைக் கண்டடைகிறார் ஷிவ் விஸ்வநாதன். ஜல்லிக்கட்டுப் போராட்டத்தில் முஸ்லிம்களின் பங்கேற்பைப் பேசுகிறது கோம்பை எஸ். அன்வரின் கட்டுரை. ஹரன் பிரசன்னாவின் கட்டுரை இந்துத்துவப் பார்வையை வெளிப்படுத்துகிறது. ஜல்லிக்கட்டில் உள்ள சட்டச் சிக்கலை விவாதிக்கிறது இரா. ஜவஹரின் கட்டுரை.

ஜல்லிக்கட்டு என்று குறிப்பிடுவது தவறு, சல்லிக்கட்டு அல்லது ஏறுதழுவதல் என்பதே சரி என்று குறிப்பிட்டு அதற்கான காரணத்தையும் விளக்கியிருக்கிறார் நலங்கிள்ளி. பெ. மணியரசனும் சல்லிக்கட்டு என்னும் பதத்தையே பயன்படுத்தியிருக்கிறார். அவற்றை மாற்றமின்றி அப்படியே பயன்படுத்தியிருக்கிறோம். அதேசமயம், பொது உபயோகத்தில் ஜல்லிக்கட்டு என்னும் சொல்லே அதிகம் பிரயோகிக்கப்படுவதால் ஏனைய கட்டுரைகளில் மாற்றம் செய்யப்பட

வில்லை. புத்தகத்தின் தலைப்பிலும் ஜல்லிக்கட்டு என்றே இடம் பெற்றிருக்கிறது. People for the Ethical Treatment of Animals என்னும் அமைப்பின் பெயர் தமிழில் பீட்டா என்றே சுருக்கமாகக் குறிப்பிடப் பட்டுள்ளது.

‘தி இந்து’வில் வெளிவந்த கட்டுரைகளைப் பயன்படுத்திக்கொள்ள அனுமதியளித்த சமஸ், கோம்பை எஸ். அன்வர், இரா. ஜவஹர் மூவருக்கும் நன்றி. இரா. ஜவஹர் இந்தப் புத்தகத்துக்காகத் தன்னுடைய கட்டுரையைச் செழுமைப்படுத்தியிருக்கிறார். தன்னுடைய ஆங்கிலக் கட்டுரையைத் தமிழாக்கம் செய்து வெளியிட அனுமதியளித்த ஷிவ் விஸ்வநாதனுக்கும், அவருடைய கட்டுரையை விரைவாகவும் நேர்த்தியாகவும் மொழிபெயர்த்திருக்கும் பூ.கொ. சரவணனுக்கும் நன்றி. புத்தகத்தில் இணைத்துக்கொள்ள தன்னுடைய வலைப்பதிவு கட்டுரையை அனுப்பிவைத்த மார்கண்டேய கட்ஜுவுக்கும் நன்றி. உயிர்மை இதழில் வெளிவந்த தனது கட்டுரையைப் பகிர்ந்துகொண்ட ஆர். முத்துக்குமாருக்கு நன்றி. மற்ற கட்டுரைகள் அனைத்தும் இந்தப் புத்தகத்துக்காகவே பிரத்தியேகமாக எழுதப்பட்டவை. குறுகிய காலத்துக்குள் ஆர்வத்துடன் எழுதிக்கொடுத்த எஸ்.எஸ். சிவசங்கர், தங்கர் பச்சான், டி.தருமராஜ், கவிதா முரளிதரன், பெ.மணியரசன், கா. அய்யநாதன், நலங்கிள்ளி, ஹரன் பிரசன்னா ஆகியோருக்கு நன்றி. ஒவ்வொரு கட்டுரையின் முடிவிலும் கட்டுரையாசிரியர் பற்றிய சிறு அறிமுகக் குறிப்பு இடம்பெற்றிருக்கிறது.

ஆரோக்கியமான, அறிவுபூர்வமான விவாதங்களை இந்தப் புத்தகம் உருவாக்கும் என்று நம்புகிறோம்.

பதிப்பாசிரியர்
23 பிப்ரவரி 2017

உள்ளே

புதிய தலைமுறையின் போராட்டம்

எஸ்.எஸ். சிவசங்கர்

ஜல்லிக்கட்டுக்கான போராட்டமே மிகப் பெரிய ஜல்லிக்கட்டாக உருமாறிவிட்டது. இதை ஒருவரும் எதிர்பார்த்திருக்க வாய்ப்பில்லை. தஞ்சை மாவட்ட எல்லை தொடங்கி, தென் மாவட்டம் முழுவதும் ஜல்லிக்கட்டுப் போராட்டம் தகித்தது. அலங்காநல்லூர் ஜல்லிக்கட்டு என்பது பத்திரிகை வாயிலாகப் பிரபலமாகி, வட தமிழ்நாட்டில் பாமர மக்களிடையே அறிமுகமானது. திரைப்படமும் இதற்கு முக்கியப் பங்காற்றியது. வரலாற்று காலப் படங்கள் தொடங்கி கமலின் விருமாண்டி வரை ஜல்லிக்கட்டைப் பிரதானப்படுத்தும் காட்சிகள் இடம்பெற்றன. இவை தமிழ் மக்கள் மனத்தில் ஆழமாகப் பதிந்துபோயின. சங்கத் தமிழ் நூல்களில் ஆர்வம் கொண்டோருக்கு ஏறுதழுவுதல் ஏற்கெனவே அறிமுகமாகியிருக்கும்.

சிந்து சமவெளி நாகரிக ஆதாரங்களிலேயே ஜல்லிக்கட்டுக்கான அடையாளம் இருக்கிறது. பிற்காலங்களில் ஆண்களின் வீரத்தை நிரூபிப்பதற்கான வழியாக கிராமத்து இளைஞர்களிடையே அறிமுக மானது ஜல்லிக்கட்டு. தொடர்ந்து ஓர் உற்சாகமான விளையாட்டாக அது உருவெடுத்தது. பொங்கல் திருவிழாவின்போது இயற்கையை வணங்கும் தமிழர் வழிபாட்டின் ஒரு பகுதியாகக் கால்நடைகளுக்கு அதிக முக்கியத்துவம் அளிக்கப்பட்டது. குறிப்பாக, காளைகளையும் பசுவையும் சிறப்பாக வழிபடும் வழக்கம் காலம்காலமாக ஒரு மரபாகத் தொடரப்பட்டது. காளைகளை நன்கு அலங்கரித்து,

வண்டியில் பூட்டி கொண்டாட்டங்கள் நடத்தப்பட்டன. அதன் தொடர்ச்சியாக, மாட்டுப் பொங்கலுக்கு மறுநாள் காணும் பொங்கலன்று காளை மாட்டை விரட்டி விளையாடினார்கள். அதுவே ஜல்லிக்கட்டாக உருவெடுத்தது.

தமிழகத்தின் சில பகுதிகளில் மட்டுமே ஜல்லிக்கட்டு தொடர்ந்து நடைபெற்றுவந்தது. அவற்றையும் தடைசெய்ய விலங்குகள் நல அமைப்புகள் திடீரென்று அவதாரமெடுத்தன. காளைகள் சித்திரவதை செய்யப்படுவதாக அவர்கள் வானத்துக்கும் பூமிக்கும் குதித்தனர். 2008ம் ஆண்டு மேனகா காந்தி நீதிமன்றம் சென்று தடை வாங்கினார். 2009ம் ஆண்டு இதற்குத் தீர்வு காண 'தமிழ்நாடு ஜல்லிக்கட்டு ஒழுங்குமுறை சட்டம் 2009' கொண்டு வரப்பட்டது. நீதிமன்ற வழிகாட்டுதலின்படி பாதுகாப்போடு ஜல்லிக்கட்டு நடத்தப்பட்டது.

பிறகு 2011ல் தடை வந்தது. 2012ல் மீண்டும் கடும் நிபந்தனைகளுக்கு இடையில் ஜல்லிக்கட்டு நடந்தது. தொடர்ந்து பீட்டா அமைப்பு இதற்கு எதிரான வேலைகள் செய்தது. இதன் தலைவராக வெளிநாட்டுக்காரர் ஒருவர் அமர்ந்திருந்தது பல சந்தேகங்களுக்கு இடமளித்தது. உள்நாட்டு மாட்டினங்களை அழிக்கும் முயற்சியாக இது பார்க்கப்பட்டது. பீட்டா அமைப்பை நிர்வகிப்பவரே மத்திய அரசின் கொள்கை வகுக்கும் குழுவிலும் இருந்தார்.

ஏற்கெனவே டிராக்டர் பெருக்கத்தாலும், செயற்கை கருத்தரிப்பாலும் தமிழக அடையாளமான காளை இனங்களின் வளர்ப்பு குறைந்துவிட்டது. ஜல்லிக்கட்டு தடையும் நீடித்தால், காங்கேயம் காளைகள் போன்ற தமிழக இனங்கள் காணாமல்போகும். ஒரு கட்டத்தில் தமிழக அடையாளமும் காணாமல் போகும். பால் உற்பத்தி போன்று எல்லாவற்றிலும் வெளிநாட்டு நிறுவனங்களின் ஆதிக்கம் மேலோங்கும் என்பன போன்ற அச்சங்கள் பரவின.

இந்தச் சூழலில் ஜல்லிக்கட்டு 2014க்குப் பிறகு தடைப்பட்ட நிலை ஏற்பட்டது. இதில் மத்திய அரசின் பாராமுகம்தான் காரணம் என்பது மக்கள் மனநிலை. காங்கிரஸ் அரசாக இருந்தாலும், பாரதிய ஜனதா அரசாக இருந்தாலும் தமிழக மக்கள் உணர்வைப் புரிந்துகொள்வதில்லை என்பதுதான் சூழல். ஒரு சில தனி நபர்கள் ஒட்டுமொத்த மாநில மக்களின் உணர்வுகளுக்கு எதிராக ஜல்லிக்கட்டுக்கு நீதிமன்றத் தடை பெற்றுவிட்டனர். இருந்தும் அதனை உடைக்க மாநில, மத்திய அரசுகள் முயற்சி எடுக்கவில்லை. அதனால் மூன்று ஆண்டுகள் ஜல்லிக்கட்டு நடைபெறவில்லை.

•

3 ஜனவரி 2017 அன்று திமுக சார்பாக அலங்காநல்லூரில் மிகப் பெரிய போராட்டம் சட்டமன்ற எதிர்கட்சித் தலைவர் மு.க.ஸ்டாலின் தலைமையில் நடைபெற்றது. ஆனால் அரசு அது குறித்துக் கவலை கொள்ளவில்லை. பிறகு உள்ளூர் மக்கள் போராட ஆரம்பித்தார்கள். 'ஜல்லிக்கட்டு கட்டாயம் நடைபெறும்' என்று மத்திய அமைச்சர் பொன். ராதாகிருஷ்ணன் முழங்க ஆரம்பித்தார். இதை நம்பியோ என்னவோ தமிழக முதல்வர் ஓ. பன்னீர்செல்வம் அவர்களும் 'ஜல்லிக்கட்டு நடந்தே தீரும்' என சத்தியம் செய்தார்.

ஆனால் பொங்கல் நெருங்கி, ஜல்லிக்கட்டுக்கான நாட்கள் நெருங்கிய நிலையில் நீதிமன்றத்தைக் கைகாட்டிவிட்டுப் பின்வாங்கினார் பொன். ராதாகிருஷ்ணன். பிறகு, ஒரு கட்டத்தில் ஜல்லிக்கட்டு நடத்த முடியாததற்குப் பகிரங்க மன்னிப்பும் கேட்டுக்கொண்டார். பிறகு முதல்வரும் தன் முடிவை மாற்றிக்கொண்டுவிட்டார். இந்தச் சூழல்தான் தமிழக இளைஞர்கள் மனதில் தீப்பொறியைக் கிளப்பியது. மெல்ல மெல்ல தீ உருவாகத் தொடங்கியது. ஒன்றும் செய்வதற் கில்லை, நீதிமன்ற உத்தரவு என்று சொல்லி மத்திய, மாநில அரசுகள் தட்டிக் கழித்தன.

ரூபாய் நோட்டு மதிப்பிழந்த சம்பவம் நடந்தது அப்போதுதான். செல்லாத 500,1000 ரூபாய் நோட்டுகளை வைத்திருந்தால் சிறை தண்டனை என்று தொடக்கத்தில் சொல்லப்பட்டது. ஆனால் அதை மறுநாளே மத்திய அரசு மாற்றிவிட்டது. எனில், ஜல்லிக்கட்டு பிரச்னையில் ஏன் அரசால் அவசரச் சட்டம் கொண்டு வரமுடியவில்லை? ஆட்சிக்கு வந்தது தொடங்கி அவசர கோல சட்டங்கள் பலவற்றைக் கொண்டு வந்த பாஜக ஜல்லிக்கட்டில் மட்டும் ஏன் பழைய பஞ்சாங்கத்தைப் புரட்டிக்கொண்டிருக்கிறது? இந்தக் கேள்வி அனைவருக்குமே ஏற்பட்டது.

மாநில அரசைப் பொறுத்தவரை, மறைந்த ஜெயலலிதாவுக்குப் பாரத ரத்னா கொடுக்கவேண்டும், நாடாளுமன்றத்தில் சிலை வைக்க வேண்டும் என பிரதமரிடம் மனு கொடுக்கத்தான் நேரம் இருந்தது. மத்திய அரசின் மின்துறையின் 'உதய்' திட்டத்துக்குக் கையெழுத்துப் போட்டவர்களுக்கு இதைப் பேச மனம் இல்லை.

தமிழகத்துக்குக் காவிரியில் நீர் திறந்துவிட உச்ச நீதிமன்றம் உத்தர விட்டும் கர்நாடக அரசு பணியவில்லை. அதைக் கேட்க நாதியில்லாத நீதிமன்றங்கள் ஜல்லிக்கட்டுக்கு மட்டும் முட்டுக்கட்டை போட காரணம் என்ன? யானையை வைத்து, ஒட்டகத்தை வைத்து மற்ற மாநிலங்களில் பல விளையாட்டுகள் நடக்கின்றன, அவற்றை யெல்லாம் நீதிமன்றங்கள் கண்டுகொள்ளாதது ஏன்? உயிருக்கு

ஆபத்தான கார் ரேஸ் பந்தயங்களை நீதிபதிகளே தொடங்கி வைப்பது சரியா? இந்தக் கேள்விகள்தான் தமிழக இளைஞர்களை ஜல்லிக் கட்டுக்கு ஆதரவாகக் களத்தில் இறக்கின. மெரினாவில் கூடியவர்களும் மதுரை தொடங்கி பல நகரங்களில் திரண்ட மாணவர் களும் தன்னிச்சையாகத் திரண்டனர்.

நீட் தேர்வு, பொதுக்கல்வி என வேறுபட்ட அடையாளங்களை அழித்து, ஒரே அடையாளத்தை ஏற்படுத்த நினைக்கும் முயற்சியின் இன்னொரு வழிதான் இது. ஒரே தேசம் ஒரே மொழி என்று சொல்லி இந்தியைத் திணிக்க முனைந்தபோது இந்தி எதிர்ப்பு தீயாகப் பரவியது. அதுவும் மாணவர் சமுதாயத்தின் போராட்டமாகவே உருவெடுத்தது. ஜல்லிக்கட்டு தடையும் தமிழினத்தின் அடையாளத்தை அழிக்கும் முயற்சிதான். அதன் வெளிப்பாடு தான், இந்த ஆண்டு நடைபெற்ற மாணவர் போராட்டம்.

அலங்காநல்லூர் போராட்டத்தில் வெளியூரைச் சேர்ந்த ஜல்லிக்கட்டு ஆர்வலர்களும் இணைந்துகொண்டனர். ஜல்லிக்கட்டு அறியாத இளைஞர்களும் ஆதரவு கரம் நீட்டினார்கள். போகி பண்டிகை அன்று திராவிட முன்னேற்றக் கழகம் ஜல்லிக்கட்டை நடத்த நடவடிக்கை எடுக்க வலியுறுத்தி தமிழகம் முழுவதும் கண்டனப் போராட்டம் நடத்தியது. அரசு எதற்கும் செவி சாய்க்கவில்லை.

பொங்கல் கடந்து கொண்டிருந்தது. இளையோரிடையே முகநூல், வாட்ஸ் அப் மூலம் ஜல்லிக்கட்டு தீ பரவியது. அலங்காநல்லூர் போராட்டத்தில் இருந்தவர்களை வெளியேற்ற காவல்துறை களமிறங் கியது. இதுதான் ஜல்லிக்கட்டுப் போராட்டத் தீயில் பெட்ரோல் ஊற்றிய நடவடிக்கை. இதனைக் கண்டித்து மெரினா கடற்கரையில் போராடுவது என்று ஒரு சில நண்பர்கள் முகநூல் மூலம் பகிர்ந்து கொள்ள ஆரம்பித்தனர். ஜல்லிக்கட்டு தடை மெல்ல, மெல்ல தமிழகத்தின் பிரச்சினையாகியது.

●

தமிழகத்தின் பார்வையை மெரினா தன் பக்கம் திருப்பியது. ஆம், ஒரு சிறு குழுவாக 17 ஜனவரி 2017 அன்று காலை எட்டு மணிக்கு மெரினாவில் மாணவர்கள் கூடினர். அந்தக் கூட்டத்தில் இளைஞர்கள் பெருமளவில் இணைந்துகொண்டனர். மென்பொருள் துறையில் பணியாற்றுவோர் வந்து கைகோர்த்தனர். ஊடகங்களின் நேரலை வண்டிகள் மெரினாவை முற்றுகையிட்டன. தொலைக்காட்சி செய்தி களில் மெரினா முக்கியமான இடத்தைப் பிடித்துக்கொண்டது. நேரலை ஒளிபரப்பு ஆரம்பமானது. அதைப் பார்த்து இளைஞர்கள்

மட்டுமின்றி பெரியவர்களும் மெரினா வந்து ஆதரவு கொடுக்க ஆரம்பித்தனர். இளம்பெண்களும் தாய்மார்களும் திரண்டுவந்து கடற்கரை மணலில் அமர்ந்துகொண்டனர். இஸ்லாமியப் பெண்கள் பர்தாவோடு போராட்டக்களத்தில் நின்றார்கள். குழந்தைகளின் எண்ணிக்கை அதிகரித்தது.

மாநிலத்தின் மற்ற பகுதிகளைச் சேர்ந்தவர்களும் களத்தில் குதித்தனர். மதுரை தமுக்கம் மைதானம், கோவை பூங்கா, திருச்சி மத்தியப் பேருந்து நிலையம் என்று கல்லூரி இருக்கின்ற ஊர்களில் எல்லாம் மாணவர்கள் போராடத் தொடங்கினர்.சிறு நகரம், குறு நகரம், குக்கிராமம் வரை பரவியது இந்தப் போராட்டம். ஆங்காங்கே பந்தல் போட்டு மைக் பிடித்து பலரும் ஜல்லிக்கட்டு குறித்து பேச ஆரம்பித்தார்கள். இப்படி தமிழ்நாடு தழுவிய போராட்டமாக மாறியபிறகுதான் மத்திய, மாநில அரசுகள் விழித்துக்கொண்டன. ஆனாலும் பிரச்னையைத் தீர்ப்பதற்கு வழி காணாமல், கடந்த கால அரசுகளைக் குற்றம் சொல்லிப் பேட்டி கொடுப்பதிலேயே காலத்தைக் கழித்தனர். ஜல்லிக்கட்டு தடை எதிர்ப்பை மடைமாற்றும் முயற்சி இது.

ஜல்லிக்கட்டு பிரச்னையில் தமிழகம் கொதி நிலைக்கு வந்த சூழலில், அலங்காநல்லூரில் போராட்டம் வலுபெறும் நிலையில் பீட்டாவுக்கு அனுமதி கொடுத்தது யார் என்ற பிரச்னையைக் கையில் எடுத்தனர் ஆர்.எஸ்.எஸ் ஆள்கள். இதில் உள் அரசியலில் ஈடுபடும் சில தமிழ்நாட்டுக் கட்சிகளும் இருந்தன. இவர்களுடைய குற்றச்சாட்டு பீட்டாவுக்கு அனுமதி கொடுத்தவர் முன்னாள் அமைச்சர் ஆ.ராசா என்பது. அவர் வனம் மற்றும் சுற்றுச்சூழல் அமைச்சராக இருந்தபோது இந்த அனுமதி கொடுக்கப்பட்டது என்பது அவர்கள் வாதம். 2000ம் ஆண்டு இந்த அமைப்பு இந்தியாவில் தொடங்கப்பட்டது. அப்போது மத்தியில் பா.ஜ.க அரசே இருந்தது.

2008ம் ஆண்டு ஜல்லிக்கட்டுக்கு எதிராக உச்ச நீதிமன்றத்தில் தடை பெறப்பட்டபோது, ஆ.ராசா தொலைத் தொடர்பு துறை அமைச்சர் ஆகிவிட்டார். (அப்போது தடையைப் பெற்றவர் பாஜகவின் மேனகா காந்தி). 2011 ஜூலையில்தான் நீதிமன்ற உத்தரவுப்படி காளை காட்சிப் பொருளாகத் தடை விதிக்கப்பட்டது. அப்போது ஆ.ராசா அமைச்சர் அல்ல. (வனவிலங்கு பாதுகாப்புச் சட்டம் 1972ன்படி, வன விலங்கு பாதுகாப்பு வாரியம், காட்சிப் பொருளாக வைக்கக்கூடாத விலங்குகள் பட்டியலில் காளையைச் சேர்த்தது 2011ம் ஆண்டு). ஜல்லிக்கட்டு தடை நீக்கப்படும், இந்த ஆண்டு கண்டிப்பாக விளையாட்டு நடத்தப்படும் என்று சொன்ன மத்திய அமைச்சர் பொன். ராதாகிருஷ்ணன் 'பொது மன்னிப்பு' கேட்டு பிரச்னையை முடிக்கப் பார்த்தார்.

இன்னொரு பக்கம் ஜல்லிக்கட்டுக்கான போராட்டம் தீவிரமடைந்தது. போராட்டக் களத்தை ஒருங்கிணைப்பாளர்கள் ஒருவரும் இன்றி இளைஞர்களே வழி நடத்தினர். அந்த நேரத்தில் நாட்டு மாடுகளைக் காப்பதற்காக அமைப்பை நடத்தி வரும் காங்கேயம் சிவசேனாதிபதி போராட்டத்தில் இணைந்தார். இவர் கடந்த சில ஆண்டுகளாகவே ஜல்லிக்கட்டுக்கான முயற்சிகளை எடுத்து வந்தவர். அடுத்து மதுரையைச் சேர்ந்த ஜல்லிக்கட்டுப் பாதுகாப்புப் பேரவையைச் சேர்ந்த ராஜசேகரும் இணைந்தார். ஓராண்டுக்கு முன் ஜல்லிக்கட்டுக் காக ஒரு பாடலை வெளியிட்ட இசையமைப்பாளர் ஹிப் ஹாப் ஆதி போராட்டக் களத்துக்கு வந்தார். பிறகு ரேடியோ ஜாக்கி ஆர்.ஜே.பாலாஜி வந்தபோது இவர் ஏன் உள்ளே வந்தார் என்ற கேள்வி எழுந்தது. மெரினாவில் போராட்டத்தில் பங்கேற்ற இளைஞர்கள் மைக்கில் பேச ஆரம்பித்தனர். தமிழகத்தைப் பாதிக்கின்ற பல செய்தி களைப் பேசினார்கள். இதில் ஒரு கோஷ்டி அரசைக் குற்றம்சாட்டிப் பேசக் கூடாது என்று தடுக்கப் பார்த்தது. அவர்கள் உளவுப் பிரிவின் கையாள்களாக இருப்பார்கள் என்ற சந்தேகம் எழுந்தது.

போராட்டம் மிக நேர்த்தியோடும் ஒழுங்கோடும் நடந்து கொண்டிருந்தது. யாரென்றே தெரியாதவர்கள் உணவு எடுத்து வந்து விநியோகித்தனர். தனிநபர்கள் தண்ணீர் கொண்டு வந்து கொடுத்தனர். பிளாஸ்டிக் குப்பைகளை இளைஞர்களே சுத்தம் செய்தனர். கடற்கரை சாலையில் இடைஞ்சல் ஏற்படாதவாறு ஒழுங்கு செய்தனர். இரவிலும் தொடர்ந்த போராட்டத்தில் பெண்கள் சிறு பிரச்னையும் சந்திக்க வில்லை. ஆண்களின் கூட்டத்தில் பெண்கள் பாதுகாப்பாக இரவில் போராடியது தேசிய ஊடகங்களைக் கவனிக்கவைத்தது.

ஜனவரி 17ம் தேதி தொடங்கிய போராட்டம் 18ம் தேதி உச்சகட்டத்தை அடைந்தது. மெரினா பொங்கி வழிந்தது. விதவிதமான கோஷங்கள் அனல் கிளப்பின. அவை ஒளிப்படமாக வாட்ஸ் அப்பில் பரவின. அதில் ஓர் இளம்பெண் தன் குழுவினருடன் 'காணோமே காணோமே ஓ.பி.எஸ்ஸைக் காணோமே' எனப் போட்ட கோஷம் வைரல் ஆனது. 18ம் தேதி நடிகர் ராகவா லாரன்ஸ் மாணவர்களைச் சந்தித்து ஆதரவு தெரிவித்து உரையாற்றினார். அன்று இரவு தமிழக முதல்வர் ஓ. பன்னீர்செல்வம் டெல்லி புறப்பட்டார். மறுநாள் பிரதமரைச் சந்திப்பேன் என்று அறிவித்தார்.

19ம் தேதி போராட்டம் மேலும் வீரியம் பெற்றது. தமிழகம் எங்கும் ஒவ்வொரு சிறு கிராமத்திலும் போராட்டக்களம் விரிவடைந்தது. தொலைக்காட்சிகள் 24 மணி நேர நேரலையாகப் போராட்டத்தை ஒளிப்பரப்பின. அதே நாள் டெல்லியில் ஓ.பி.எஸ் பிரதமர் மோடியைச்

சந்தித்து மனு கொடுத்தார். அவர் 'பரிவோடு' மனுவைப் பெற்றுக்கொண்டு மாநில அரசே நடவடிக்கை எடுத்துக்கொள்ளலாம் என்று சொல்லிவிட்டார். வருத்தமடைந்த முதல்வர் ஓ.பி.எஸ் சென்னை பயணத்தை ரத்து செய்துவிட்டு டெல்லியிலேயே தங்கி விட்டார். உடன் சென்ற தமிழக அதிகாரிகளோடு தொடர் ஆலோசனையில் ஈடுபட்டார். இந்தச் செய்தி தமிழகத்தை அடைய, டெல்லிமீதான கோபம் கடுமையானது.

திராவிட முன்னேற்றக் கழகம் 20ம் தேதி ரயில் மறியல் போராட்டத்தை அறிவித்தது. வணிகர் சங்கங்கள் கடையடைப்பு அறிவித்தன. விவசாயச் சங்கங்கள் போராட்டத்துக்கு அறைகூவல் விடுத்தன. மார்க்சிஸ்ட் கம்யூனிஸ்ட் கட்சி ஆர்ப்பாட்டம் ஒன்றை அறிவித்தது. இப்படியாக, மாணவர்கள் தொடங்கிய போராட்டத்தில் ஒட்டுமொத்த அரசியல் கட்சிகளும் பிற அமைப்புகளும் இணைந்துகொண்டன. ஒட்டுமொத்த தமிழகமும் ஜல்லிக்கட்டுக்காகக் களம் இறங்கியது.

•

மத்திய அரசு சூழலை உணர ஆரம்பித்தது. 20 ஜனவரி அன்று அவர்கள் மாநில முதல்வருக்கு நம்பிக்கையளித்தனர். நீங்களே சட்டம் இயற்றிக் கொள்ளுங்கள், நாங்கள் வழி வகுத்துத் தருகிறோம் என்று தெம்பூட்டினார்கள். 'நல்லது நடக்கும், பொறுத்திருங்கள்' என்று மர்மப் புன்னகை பூத்தார் தமிழக முதல்வர் ஓ.பி.எஸ். 'தமிழக அரசே அவசரச் சட்டம் இயற்றிக்கொள்ளலாம்' என்றார் மத்திய அரசின் வழக்கறிஞர். தொடர்ந்து, தமிழக அரசின் வழக்கறிஞர் வரைவு சட்டம் தயார் செய்தார். மதியம் சட்ட அமைச்சகம் ஒப்புதல் அளித்தது. மாலை கலாசார அமைச்சகம் ஒப்புதல் அளித்தது. இரவே உள்துறை ஒப்புதல் அளித்துவிட்டது. 'நானே வந்து வாடி வாசல் திறப்பேன். ஜல்லிக்கட்டு நடக்கும்' என்று வெற்றிப் புன்னகை பூத்தார் ஓ.பி.எஸ்.

2009ம் ஆண்டு இதுபோன்ற நிலையில்தான் 'தமிழ்நாடு ஜல்லிக்கட்டு ஒழுங்குமுறை சட்டம்' கொண்டு வந்து ஜல்லிக்கட்டை நடத்திக் காட்டினார் தலைவர் கலைஞர்.

அதிமுக ஆட்சியில் ஜல்லிக்கட்டுக்கு மீண்டும் தடை வந்தபோது, இது போன்ற அவசரச் சட்டத்தை நிறைவேற்றத்தான் திமுக தலைவர் கலைஞர் வலியுறுத்தினார். அப்போதைய முதல்வர் ஜெயலலிதா, மத்திய அரசு நடவடிக்கை எடுக்கவேண்டும் என்று கடிதம் எழுதினார். ஆனால் அவசரச் சட்டம் இயற்ற அவர் முன்வரவில்லை. இந்த ஆண்டும் திமுகவும் ஜல்லிக்கட்டுப் பேரவையினரும் போராட்டம் நடத்தினர் என்றபோதும், மத்திய அமைச்சர் பொன். ராதா கிருஷ்ணனும், முதல்வர் ஓ.பி.எஸ்ஸூம் 'ஜல்லிக்கட்டு நடந்தே

தீரும்' என்று தொடர்ந்து முழங்கி வந்தனர். பொங்கலின் போதுதான், நீதிமன்றத்தைக் காரணம் காட்டி ஜல்லிக்கட்டு நடத்த வாய்ப்பில்லை என்று பின் வாங்கினார்கள். மாணவர்கள் திரண்டு போராட, ஒட்டுமொத்த தமிழகமும் எதிர்ப்பைக் காட்டிய பிறகுதான் இந்த நடவடிக்கை வந்தது.

படத்துக்கு 'சுபம்' போட்டு முடிக்க ஆசைப்பட்டார்கள். ஆனால் இது இடைவேளைதான், முடிவு அல்ல என்பதில் மாணவர்கள் தெளிவாக இருந்தனர். நிரந்தர முடிவுதான் தேவை என்று வலியுறுத்தவும் ஆரம்பித்தார்கள். போராட்டக்களம் மேலும் சூடானது. கண்ணாமூச்சி ஆட்டம் ஆடுவதாக நினைத்து விளையாடிய மோடியும், ஓ.பி.எஸ்ஸும் தமிழ் காளைகளின் கொம்புகளில் சிக்கித் திணறினார்கள்.

21 ஜனவரி காலை முதல்வர் ஓ.பி.எஸ் டெல்லியில் இருந்து சென்னை வந்துசேர்ந்தார். அவசரச் சட்டத்தில் மாலை நான்கு மணி வாக்கில் கையெழுத்திட்டார் ஆளுநர் வித்யாசாகர் ராவ். உடனடியாகப் போராட்டத்தைக் கைவிட போராட்டக்காரர்களை காவல்துறையினர் வலியுறுத்தினார்கள். ஆனால் மறுத்துவிட்டார்கள் போராட்டக் காரர்கள். நிரந்தர சட்டம் வேண்டும், பீட்டாவைத் தடை செய்ய வேண்டும், காட்சிப்படுத்தும் பட்டியலில் இருந்து காளையை நீக்கவேண்டும் என வலியுறுத்தினார்கள். போராட்டம் தொடரும் என்றும் அறிவித்தார்கள்.

அதே சமயம், போராட்டத்தை நிறுத்த ஒரு குழு தயாரானது. 'போராட்ட முடிவு ' என காங்கேயம் கார்த்திகேயன் சிவசேனாபதி, ராஜசேகர், ஹிப் ஹாப் தமிழன் ஆகியோர் பேட்டி அளித்தனர். 'ஜல்லிக்கட்டுக்குக் கோரிக்கை வைத்தோம். அவசரச் சட்டம் நிறைவேறியுள்ளது. எனவே மாணவர்களிடம் ஒரு கோரிக்கை வைக்கிறேன். நிரந்தரச் சட்டத்துக்கான போராட்டத்தை மார்ச் 31 வரைக்கும் தள்ளி வைப்போம்' என்றார் சேனாபதி.

ஹிப் ஹாப் வேறொன்றைச் சொன்னார். அது சந்தேகத்தைக் கிளப்பியது. 'ஒரே கோரிக்கை ஜல்லிக்கட்டு. நானும் மாணவன். இஸ்லாம் மதத்தைத் திட்டி என் படத்தைப் போடறது தப்பு. அதனால நான் தள்ளி நிற்கிறேன். போராட்டம் ஜல்லிக்கட்டுக்கு மட்டும்தான் செய்யணும். ஆனா மோடியைத் திட்டுறாங்க. தேசியக் கொடியை எரிக்கிறாங்க. பல குரூப்பு போராடுது. கூப்பிட்டு நான் போகலன்னா, 'ஹிப்ஹாப் தமிழா, நீ உண்மை தமிழனா'ன்னு கோஷம் போடறாங்க. நான் பயப்படல. காயப்பட்டுட்டேன்'.

இதே நாளில் டெல்லியில் இன்னொரு கூத்து நடந்தது. 'ஜல்லிக்கட்டு தொடர்பாகப் பிரதமரைச் சந்திக்க முயன்றோம். நேரம் கிடைக்க வில்லை. கனத்த இதயத்தோடு இருக்கிறோம்' என்றார் நாடாளு மன்றத் துணை சபாநாயகர் தம்பிதுரை. அதிமுகவின் 45 எம்.பிக்களுடன் சந்திப்புக்கு முயன்று தோற்றதையடுத்து அவர் இவ்வாறு புலம்பவேண்டியிருந்தது. மற்றொரு பக்கம், ஜல்லிக் கட்டுக்கான தனிநபர் மசோதாவை, திருச்சி சிவா, எம்.பி தாக்கல் செய்தார்.

21ம் தேதி அன்று சென்னையில் திமுக சார்பாக எதிர்கட்சித் தலைவர் மு.க.ஸ்டாலின் தலைமையில் திமுக சட்டமன்ற உறுப்பினர்கள் உண்ணாவிரதம் இருந்தனர். 20, 21 தேதிகளில் தென் மாவட்டங்களில் அனைத்து ரயில்களும் ரத்து செய்யப்பட்டன. இளைஞர்களின் எழுச்சி அந்த அளவுக்கு இருந்தது. இதே நாளில் முதல்வர் ஓ.பி.எஸ் பத்திரிகையாளர்களைச் சந்தித்தார். 'அலங்காநல்லூர் நானே வருவேன். வாடி வாசல் திறக்கும், காளைகள் துள்ளிக் குதிக்கும்' என்று அறிவித்தார். தங்களைச் சந்திக்கவராத முதல்வரின் அறிவிப்பு மெரினா போராட்டக்காரர்களின் கோபத்தில் எண்ணெய் ஊற்றியது.

22 ஜனவரி அன்று முதல்வர் மதுரை சென்றார். விடியற்காலைவரை அலங்காநல்லூர் மக்களிடம் பேச்சுவார்த்தை நடத்தித் தோல்வியுற்றிருந்தனர் மாவட்ட நிர்வாகத்தினர். 2,500 போலீஸார் ஊரை முற்றுகையிட்டனர். ஊர் மக்கள் சாலைகளையும் சேதப்படுத்தி ஊருக்குள்ளே வர முடியாத நிலையை ஏற்படுத்தினர். முதல்வர் அடுத்து நத்தம் சென்று ஜல்லிக்கட்டைத் தொடங்கி வைக்க முயற்சி செய்தார். அங்கும் ஊர் மக்கள் எதிர்ப்பு இருந்ததால் சென்னை திரும்பினார். இங்கே போராட்டம் தொடர்ந்துகொண்டிருந்தது. காளையைப் பொறித்த கொடி ஏந்தி வந்தனர் இளைஞர்கள். சிலர் தலையில் கொம்பு வைத்து வந்தனர். விதவிதமான வாசகங்கள் கொண்ட பேனர்களைப் பார்க்கமுடிந்தது. போராட்டத்தை முடித்து வைக்க ராகவல லாரன்ஸ் மேற்கொண்ட முயற்சிகள் தோல்வியடைந்தன. மக்கள் மசிவதாகயில்லை.

23 ஜனவரி, விடியும் நேரம். மெரினா பதட்டமானது. காவல்துறை குவிக்கப்பட்டது. விடிந்தால் சட்டமன்றம் கூட இருந்த நிலை. அதுநாள் வரை மென்மையாகச் செயல்பட்ட காவல்துறை தன் நிஜ முகத்தைக் காட்டியது. கடற்கரை மணல் பரப்பில் அமைதியாகத் தூங்கிக்கொண்டிருந்தவர்களை எழுப்பிக் கிளம்பச் சொன்னார்கள். போராட்டத்தை முடித்துக்கொள்ளச் சொன்னார்கள். வழக்கறிஞர் களிடம் கேட்டுவிட்டுக் கலைவதாக அவர்கள் சொன்னதை ஒப்புக்

கொள்ளவில்லை. இரண்டு மணி நேரம் கெடு கேட்டார்கள், அதற்கும் இசையவில்லை காவல்துறை. கொஞ்சம் கொஞ்சமாக பலம் பிரயோகிக்கப்பட்டது.

ஒரு சின்ன கூட்டம் நடத்தக்கூட மைக்செட் லைசென்ஸில் ஆரம்பித்து ஏகப்பட்ட சடங்குகள் இருக்கும். எல்லாவற்றையும் சீராகக் காட்டி விண்ணப்பித்தாலே அனுமதி தர இழுத்தடிப்பார்கள். ஆனால் மெரினா போராட்டத்தில் விண்ணப்பிக்கவே நேரமில்லை. இருந்தும் மக்கள் கூட்டம் கூட்டமாகத் திரண்டார்கள். மைக் வைத்துப் பேசினார்கள் என்றாலும் ஒருவரும் அவர்களிடம் அனுமதி குறித்துக் கேட்க வில்லை. அரசு அமைதி காக்கச் சொன்னதால் இது சாத்தியமானது.

திடீரென்று விடியற்காலையில் சட்டத்தை நிலைநாட்ட ஆரம்பித்தது காவல்துறை. ஆறு நாட்கள் பொறுமை காத்த காவல்துறையால் சட்டம் நிறைவேறும் அந்த ஒரு நாள் பொறுமை காக்க முடியவில்லை. அதுவரை அமைதியாக நடந்த போராட்டம் வன்முறை பாதையில் செல்லத்தொடங்கியது. காரணம் கேட்டால், 'வேறு குழுக்கள் நுழைந்துவிட்டார்கள்' என்று சொல்லப்பட்டது. அப்படி சிலர் நுழைந்திருந்தால், அவர்களைத் தனிமைப்படுத்தி கைது செய்ய உளவுத்துறைக்குத் தெரியாதா என்ன?

இந்நிலையில, போராட்டக்காரர்கள்மீது தடியடி நடத்தப்பட்டது. கலைந்து ஓடுபவர்களைக் கடற்கரை மணலில் துரத்தினார்கள். கடலோரம் சென்றவர்கள் நீரில் இறங்கி ஒருவரையொருவர் கரம் கோர்த்து மனித சுவர் போல் நின்றார்கள். ஓடமுடியாத பெண்கள் உட்கார்ந்தவாறே தேசியக் கொடியைத் தங்கள் மீது போர்த்திக் கொண்டு, வந்தே மாதரமும் தேசிய கீதமும் பாடினார்கள். இப்படிச் செய்தால் போலீஸ் தாக்க மாட்டார்கள் என்று இவர்களிடம் யாரோ தவறாகச் சொல்லியிருக்கிறார்கள். ஆனால் அவர்களையும் காவல் துறை கடுமையாகத் தாக்கியது. ஒருவரும் போராட்டக்காரர்களுக்கு உதவக்கூடாது என்று முன்பே திட்டமிட்டு, இரவே மெரினாவுக்கு வரும் அத்தனைச் சாலைகளையும் சீல் வைத்து மூடினார்கள். பத்து மணிக்கு மேல் சூழ்நிலை மாறியது. ஐஸ் ஹவுஸ் காவல் நிலையத்துக்குமுன் நிறுத்தப்பட்டிருந்த இரு சக்கர வாகனங்களுக்கு ஒரு கும்பல் தீ வைத்தது. அவ்வளவுதான் இதற்காகவே காத்திருந்தது போல், காவல்துறை வெறியாட்டம் ஆடித் தீர்த்தது.

இன்னொரு புறம் எதுவும் நடக்காதது போல் சட்டப்பேரவையில் முதலமைச்சர் அமைதியாக உரையாற்றிக்கொண்டிருந்தார். பிறகு ஜல்லிக்கட்டுக்கான சட்டமும் நிறைவேற்றப்பட்டது. எதிர்கட்சிகளும் ஒரு மனதாகச் சட்டத்தை நிறைவேற்றின. ஆட்டோக்களுக்கும்

வீடுகளுக்கும் காக்கி உடையில் போலீஸார் தீ வைக்கும் வீடியோக்கள் வெளியாகின. தெளிவான அந்த வீடியோக்களை மார்ஃபிங் என மாநகர காவல்துறை கமிஷனர் ஜார்ஜ் குறிப்பிட்டது கொடுமை! இதுபோக, தப்பியோடிய இளைஞர்களுக்கு அடைக்கலம் கொடுத்த தாகக் குற்றம்சுமத்தி மீனவர் குப்பங்களைக் காவல்துறை வெறியுடன் தாக்கியது. நடுக்குப்பம் மீன் மார்க்கெட் கொளுத்தப்பட்டது. கொளுத்தியவர்கள் காவல்துறையினர்தான் என்று அந்தப் பகுதி பெண்கள் உறுதிபடுத்தியுள்ளனர்.

காவல்துறை தோழர்களின் நட்பு, பாசத்தை ஆறு நாள்களாகப் பார்த்து சொக்கிப் போயிருந்த மாணவர்களையும் தமிழ் மக்களையும் ஒரே நாளில் பகைத்துக்கொண்டது காவல்துறை. இந்தக் கசப்பு லேசில் மறையாது. சட்டப்படிதான் நடந்துகொள்ளவில்லை, குறைந்தது மனசாட்சிப்படியாவது நடந்துகொண்டிருக்கலாம் காவல்துறையினர். காவல்துறையினரின் நடவடிக்கைகளைக் கண்டித்து சென்னை மக்கள் களமிறங்கினார்கள். சென்னை மாநகரில் மட்டும் 200க்கும் மேற்பட்ட இடங்களில் சாலை மறியல் தன்னெழுச்சியாக நடைபெற்றது. பழைய மகாபலிபுரம் சாலையில் இருக்கும் மென்பொருள் நிறுவனங்களில் பணிபுரிவோர் சாலை மறியலில் இறங்கினர். காவல்துறையினர் ஊடக நிருபர்களையும் விடாமல் தாக்கினர். வடபழனி பகுதியில் துப்பாக்கிச் சூடு நடைபெற்றது. இவையனைத்தும் வீடியோ சாட்சிகளாக வாட்ஸ் அப் வழியாகப் பரவின. ஆனால் எதையும் காவல்துறை ஒப்புக் கொள்ளவில்லை.

ஆனால் ஆறு நாள் அமைதிப் போராட்டத்தோடும் அரச பயங்கரவாதத் தோடும் முடிந்துவிடவில்லை மெரினா புரட்சி.

•

ஜல்லிக்கட்டுப் போராட்டத்தை அரசு கையாண்ட விதத்தைக் கூர்ந்து கவனித்தவர்களுக்கு நுண்ணரசியல் புரிந்திருக்கும். மக்கள் போராடுகிறார்கள் என்றால், வழக்கமாகப் போராட்டக் களத்துக்கு சட்டம் ஒழுங்கைப் பராமரிக்கும் மாவட்ட ஆட்சித் தலைவரும் வருவாய் துறையினரும்தான் வந்திருந்து பேச்சு வார்த்தை நடத்துவார் கள். அதிலும் தாசில்தார், ஆர்.டி.ஓ, டி.ஆர்.ஓ போன்றவர்கள் நிலவரத்துக்குத் தகுந்தாற்போல் களமிறங்குவார்கள். உச்சகட்டமாக, தேவைப்பட்டால் மாவட்ட ஆட்சித் தலைவர் வருவார். மெரினாவில் முதல் நாள் குறைந்த அளவில் மாணவர்கள் திரண்டபோது, அவர்களிடம் முதலில் பேசியவர் காவல்துறை துணை ஆய்வாளர். பிறகு வருவாய் துறை பேச்சுவார்த்தையைக் கையாண்டபோது, துறை அலுவலர்கள் களத்துக்கு வரவில்லை. மாணவப் பிரதிநிதிகளை அரசு அலுவலகத்துக்கு அழைத்துச்சென்று பேசினார்கள்.

அரசு சட்டம் இயற்றிவிட்டது என்ற தகவலை மாணவர்களிடம் கொண்டு போய் கொடுத்தவர்கள் காவல் துறையினர். அது குறித்த விளக்கத்தை மைக் மூலம் கொடுத்தவர் மயிலாப்பூர் துணை கமிஷனர் பாலகிருஷ்ணன். அப்போது, அவர் அரசு இதற்கு எடுத்த முயற்சிகளைப் பாடம் போல நடத்தினார். இது காவல்துறையின் பணியே அல்ல. அதுவும் அவர் பேசும்போது மாறிய முகபாவங்களைத் தொலைக்காட்சியில் கவனித்தவர்களுக்குத் தெரியும். முதல்வரின் உறைந்த புன்னகை அதில் பிரதிபலித்தது. அதற்குப் பிறகுதான் காவல் துறை சட்டம் ஒழுங்கை 'நிலைநாட்டியது'.

காவல்துறையின் 'சமூகப் பணி' முகநூல் மற்றும் வாட்ஸ் அப் வாயிலாக வீடியோக்களாக பரவிய பிறகும், இதற்கு விளக்கம் கொடுத்தவர் காவல்துறை சென்னை மாநகர கமிஷனர் ஜார்ஜ் தான். வலைதளத்தில் காவல்துறைக்கு எதிராகச் செய்தி பரப்பக்கூடாது, அப்படிச் செய்தால் நடவடிக்கை எடுக்கப்படும் என்றுதான் அவர் பிரதானமாகக் குறிப்பிட்டார்.

திருச்சியில் போராட்டம் நடத்திய மாணவர்களிடம் பேச்சுவார்த்தை நடத்திய துணை கமிஷனர் மயில்வாகனன், காவல்துறை பயிற்சி கல்லூரியில் பேசுவதுபோல, கஞ்சி போட்ட காக்கிச் சீருடையைவிட மொடமொடப்பாக உரையாற்றினார். உச்சக்கட்டம், கோவை கமிஷனர் அமல்ராஜின் பேட்டி. ஒரு விசாரணைக்குப் பிறகான அறிக்கையாகத் தாக்கல் செய்யவேண்டிய தகவல்களை அவரே பொதுவெளியில் வழங்கிவிட்டார். தமிழகத்தில் இருக்கிற பல்வேறு அமைப்புகளைப் பட்டியலிட்டு, இவர்கள்தான் அனைத்துக்கும் காரணம் என்று அறிவித்தார். எஃப்.ஐ.ஆர் போட்டு நீதிமன்றத்தில் தாக்கல் செய்யவேண்டிய தகவல்களை அறிவித்ததன்மூலம் நீதி வழங்கும் அதிகாரத்தையும் காவல்துறையே எடுத்துக்கொண்டு விட்டது.

போராட்டத்தில் ஈடுபட்டவர்களின் பெற்றோர்கள், பிள்ளைகளின் நடவடிக்கையைக் கண்காணிக்க வேண்டும் என்று காவல்துறை அறிவுரை வழங்கியது. இது நல்ல தொனியில் இருக்கும் அறிவிப்பு போல் தோன்றினாலும் உண்மையில் உளவியல் ரீதியான மிரட்டல் அது. அரசு பக்குவமாகக் கையாளவேண்டிய மாணவர் பிரச்னையைக் காவல்துறை கடுமையாகக் கையாண்டது. விளைவே கலவரம். இந்தப் பெரிய கலவரத்துக்குப் பிறகாவது முதல்வர் வாய் திறந்திருக்க வேண்டும். செய்யவில்லை. காவல்துறையின் இறுக்கமான முகமூடிக்குப் பின் பவ்வியமான பன்னீர்செல்வம் இருக்கிறார்.

●

காவல்துறை நடவடிக்கைக்குச் சப்பைக்கட்டு கட்டும் வேலையில் மத்திய அமைச்சர் பொன். ராதாகிருஷ்ணன் இறங்கினார். போராட்டத்தின் பின்னணியில் இஸ்லாமியத் தீவிரவாதிகள் இருப்பதாக அவர் பேட்டியளித்தார். போராட்ட இடத்தில் எப்படித் தொழுகை செய்யலாம் என்றும் அவர் கேட்டிருந்தார். இஸ்லாமியர் கள் தொழுகை செய்வதற்கு வசதியாக அந்த இடத்தை ஒழுங்குசெய்து கொடுத்தவர்கள் மற்ற மதத்தைச் சேர்ந்தவர்களாகத்தான் இருக்கமுடியும். குல்லா அணிந்த ஒருவர் போராடியவர்களுக்குக் கர்மமே கண்ணாக உணவு அளித்துக்கொண்டிருந்த காட்சியும் வெளிவந்தது. பர்தா அணிந்த ஒரு பெண்மணி, 'நான் தமிழச்சி. ஜல்லிக்கட்டு நடக்கவேண்டும்' என்று உணர்வோடு குரல் கொடுத்தார். இப்படிப் போராட்டத்தில் கலந்து கொண்டவர்கள் அனைவரும் தமிழர் என்ற உணர்வோடுதான் கலந்துகொண்டார்கள். ஆனால் பொன்.ராதாகிருஷ்ணன் பார்வைக்கு அந்தத் தொழுகை மாத்திரமே கண்ணில் பட்டிருக்கிறது. வடநாட்டு அரசியலை இங்கு புகுத்த நினைத்துள்ளார். ஆனால் அதற்கான இடம் இதுவல்ல. இது காவி பூமியல்ல, கருப்பு பூமி.

இவரது பேட்டிக்கு முன்னோட்டம்தான் ஹிப் ஹாப் ஆதியின் பேட்டி. இஸ்லாமியர், கருப்புச் சட்டை என்றெல்லாம் அவரும் குறை கூறியிருந்தார். அதேபோல், பொன்னாரின் குரலைத்தான் கோவை காவல்துறை அதிகாரி அமல்ராஜ் எதிரொலித்தார். உளவுத் துறையோடு சேர்ந்து திட்டமிட்டுதான் இப்படிக் காய்கள் நகர்த்தப்பட்டிருக்க வேண்டும் என்னும் சந்தேகம் பலருக்கு எழுந்தது. தமிழகத்தின் சட்டம் ஒழுங்குக்குப் பொறுப்பான முதலமைச்சர் ஓ. பன்னீர்செல்வம் சட்டமன்றத்தில் ஓர் அறிக்கை கொடுத்தார். ' போராட்டத்தில் பங்கேற்றவர்கள் பின் லேடன் படம் ஒட்டிய பைக்கில் வந்தார்கள்' என்றார் அவர். ஆனால் காவல்துறை இது போன்ற அறிக்கையைத் தாங்கள் கொடுக்கவில்லை என்று பின் வாங்கியது. அது தவறான குற்றச்சாட்டு என்பது புலனானது.

23ம் தேதி முழு நாளும் காவல்துறை அத்துமீறல்கள், கலவரங்கள் நீடித்த நிலையிலும் 24 ஜனவரி அன்றும் ஒரு குழு மெரினாவில் போராட்டத்தைத் தொடர்ந்தது. பிறகு சமாதானப்படுத்தி அனுப்பப் பட்டார்கள். அந்த அளவுக்குப் போராட்டக்காரர்கள் மன உறுதியோடு இருந்தனர்.

●

இன்றைய மாணவர்களுக்கும் இளைஞர்களுக்கும் பொதுப் பிரச்னையில் அக்கறை இல்லை, அரசியல் புரிதல் இல்லை,

போராட்டக் குணம் இல்லை என்று சொல்லப்படுகிறது. இத்தகைய பேச்சுகளை ஜல்லிக்கட்டுப் போராட்டம் தகர்த்தெறிந்திருக்கிறது. இது முதல் வெற்றி.

அலங்காநல்லூரில் தொடங்கி மெரினா கடற்கரையைக் குலுங்க வைத்து, மற்ற மாவட்டங்களுக்கும் பரவி தமிழகத்தையே கொந்தளிக்க வைத்தது ஜல்லிக்கட்டுப் போராட்டம். கல்லூரி மாணவர் களிடம் தொடங்கி, இளைஞர்கள், பெண்கள் ஆதரவையும் பெற்று குழந்தைகள் வரை சென்றுவிட்டது. அரசுப் பணியில் இருப்போர், தனியார் நிறுவனங்களில் பணியாற்றுவோர், தொழில் புரிவோர் என்று அனைவருடைய பார்வையையும் ஜல்லிக்கட்டை நோக்கித் திருப்பியது மாணவர்களின் போராட்டம்.

இத்தனைக்கும் இந்த மாணவர்களில் பெரும்பாலானோர் ஜல்லிக்கட்டை பார்த்திராதவர்கள். இருந்தும் எப்படி இவ்வளவு தீவிரமாக அவர்கள் போராடினார்கள்? இந்தக் கேள்விக்கான பதில் எளிமையானது. ஜல்லிக்கட்டை அவர்கள் பார்த்திராதவர்களாக இருக்கலாம், பங்கேற்காதவர்களாக இருக்கலாம். ஆனால் ஜல்லிக்கட்டின்மீதான தடை, தமிழர்களின் தன்மானத்துக்கு விடப்பட்ட சவால் என்றே அவர்கள் அர்த்தப்படுத்திக்கொண்டனர்.

காவிரியில் நீர் வராமல் கிட்டத்தட்ட 200 விவசாயிகள் இறந்தபோது, இன்னபிற வாழ்வாதார பிரச்னைகள் தோன்றியபோது, சொந்த பெற்றோரே பாதிக்கப்பட்டபோது போராட வராத இளைஞர்கள் எதற்காக ஜல்லிக்கட்டுக்காகத் திரண்டார்கள் என்னும் கேள்வியைச் சிலர் எழுப்பினர். உண்மையில் அப்போதும்கூட இளைஞர்களுக்குக் கோபம் எழுந்தது என்பதே உண்மை. ஆனால் அந்தக் கோபத்தைப் போராட்டமாக மாற்றுவதற்கான பொதுத்தளம் கிடைக்கவில்லை. தவிரவும், குறிப்பிட்ட பகுதிகளின் பிரச்னைகளாக மட்டும் அவை இருந்தன. ஆனால் ஜல்லிக்கட்டு அனைவரையும் ஒரு புள்ளியில் ஒன்று குவித்துவிட்டது. அதுவே பெரும் போராட்டமாக வெடித்துவிட்டது. பீலிப் பெய் சாக்காடும் என்று வள்ளுவர் குறிப்பிட்டதைப் போல் ஜல்லிக்கட்டு என்பது இறுதியாக வந்து விழுந்த மயிலிறகு. இருந்தும், வண்டியின் அச்சாணி முறிந்துவிட்டது.

ஜல்லிக்கட்டைக் கடந்தும் இளைஞர்கள் குரலெழுப்பியதற்கு ஆதாரங்கள் இருக்கின்றன. காவிரியில் தண்ணீர் திறக்கவேண்டும், பவானி ஆற்றில் கேரளா தடுப்பணை கட்டக்கூடாது, முல்லைப் பெரியார் பிரச்னை தீர்க்கப்படவேண்டும், பாலாற்றுப் பிரச்னை தீர்க்கப்படவேண்டும், நாட்டு மாடுகளைக் காக்கவேண்டும், வெளி நாட்டு பானங்களைப் புறக்கணிக்கவேண்டும், நீட் தேர்வு கூடாது என்று ஒரு பெரிய பட்டியலே நீண்டது.

அரசியல் சாயம் கூடாது என்பதுதான் இந்தப் போராட்டக்காரர்களின் நிலைப்பாடாக இருந்தது. ஆனால் எப்போது போராட்டக் களத்துக்கு வந்தார்களோ அப்போதே அவர்கள் அரசியலுக்கு' வந்துவிட்டார்கள். மிகக் கவனமாக எந்தத் தவறும் நேர்ந்துவிடாமல், கண்ணியத்தோடு, ஒழுங்கோடு, கட்டுப்பாட்டோடு, தன்னெழுச்சியோடு நடைபெற்ற முதல் போராட்டம் இது. சில சுவரொட்டிகளில், பதாகை வாசகங் களில் எல்லை மீறல்கள் இருந்தன என்றாலும் அந்த வார்த்தைப் பிரயோகங்களை ஒதுக்கிவிட்டு அவர்களுடைய கோபத்தை மட்டும் கவனத்தில் கொள்வோம்.

இது புதிய தலைமுறையின் போராட்டம். இளைஞர்களின் கோபத் தீயால் வளர்ந்த போராட்டம். செல்போனில் நேரத்தில் போக்குகிறார் கள் என்னும் ஆதங்கத்தை உடைத்தெறிந்துவிட்டு அதே செல்போனை உயர்த்திப் பிடித்து மெரினாவில் வெளிச்சத்தைப் பாய்ச்சியவர்களின் போராட்டம். நடைபெற்றது புதிய தலைமுறையின் ஜல்லிக்கட்டு. இதில் மத்திய, மாநில அரசுகள் வெற்றிகரமாக அடக்கப்பட்டு விட்டன.

•

(எஸ்.எஸ். சிவசங்கர், 2006ம் ஆண்டு ஆண்டிமடம் தொகுதியிலும் 2011ம் ஆண்டு குன்னம் தொகுதியிலும் சட்டமன்ற உறுப்பினராகத் தேர்ந்தெடுக்கப்பட்டவர். திராவிட முன்னேற்றக் கழகத்தின் அரியலூர் மாவட்டச் செயலாளர். இவருடைய சமீபத்திய நூல், 'மக்களுடன் என் அனுபவங்கள்', கிழக்கு பதிப்பகம்.)

டெல்லிக்கட்டு

சமஸ்

தமிழர்கள் ஜல்லிக்கட்டு நடத்த சரியான இடம் எது?

முதன்முதலில் ஜல்லிக்கட்டை நேரில் காணச் சென்றபோது, எனக்கு ஏமாற்றமாக இருந்தது. கிட்டத்தட்ட நீதிமன்றத்துக்குப் போன முதல் அனுபவத்துக்கு இணையானது அது. ஊரே கூடி நிற்க, யாரையும் நெருங்க விடாத ஒரு காளையையும், அதன் முன் குதித்து, தன் பார்வையாலேயே அதை மிரட்டி, தனியொருவனாக அடக்கி, மண்டியிடவைக்கும் இளைஞரையும் எதிர்பார்த்துச் சென்றிருந்தேன். ஒரு ஊர் கூட்டம் அல்ல; பத்து ஊர்க் கூட்டம் கூடி நின்றது. வெவ்வேறு சீருடைகளில் அணிஅணியாக வீரர்கள் நின்றனர். எல்லோர் கவனமும் வாடிவாசல் நோக்கி இருந்தது. ஏகப்பட்ட முஸ்தீபுகளுக்குப் பின், வாடிவாசல் திறக்கப்பட்டபோது காளை சீறி வந்தது. வீரர்கள் கூட்டம் கூட்டமாகத் துரத்திக்கொண்டு ஓடினார்கள். பலர் காளை திரும்பிப் பார்த்த மாத்திரத்திலேயே ஓடி ஒதுங்கினார்கள். சிலர் பதுங்கினார்கள். சிலர் மட்டும் விடாது துரத்தினார்கள். காளையின் திமிலைப் பிடித்தவாறே இறுதி வரை ஓடியவர் வெற்றிபெற்றதாக அறிவிக்கப்பட்டார். ‘சரிண்ணே.. ஜல்லிக்கட்டு எப்போ ஆரம்பிக்கும்?’ என்று அழைத்துச் சென்ற பக்கத்து வீட்டு அண்ணனிடம் கேட்டபோது அவர் என் தலையில் தட்டினார். ‘சினிமா பார்த்து எல்லாமே நிஜம்னு நம்புறவனாடா நீ!’

கொஞ்சம் வளர்ந்த பின்னர், ஜல்லிக்கட்டை மொட்டைமாடியில் நின்று பார்த்த காலம் போய், திடலுக்குப் பக்கத்தில் நின்று பார்க்கும் காலமும் வந்தது. சினிமாவில் காட்டுவதுபோல, காளையை எதிர்த்து நின்று கொம்புகளைப் பிடித்து அடக்குவது அல்ல; அந்தத் திடலில் சீறிவரும் காளைக்கு முன் நிற்பதே ஒரு சாகசம் என்பது புரியவந்தது. அது வேறு ஒரு கணம். வேறு ஒரு மனம்.

ஒரு பத்திரிகையாளனாக என்னுடைய அனுபவத்தில், தமிழகத்தின் பல்வேறு பகுதிகளிலும் நடக்கும் எத்தனையோ ஜல்லிக்கட்டுகளைப் பார்த்திருக்கிறேன். ஒவ்வொரு ஜல்லிக்கட்டிலும் பெரும் தொகையில் காயமடைவது மனிதர்களாகத்தான் இருந்திருக்கிறார்களே அன்றி, மாடுகள் அல்ல. எனக்கு சாகசங்களில் நம்பிக்கை கிடையாது. அதன் பொருட்டு சாகசமே கூடாது என்று சொல்ல நான் யார்? தவிர, எது சாகசம் என்பதை யார், எந்த அடிப்படையில் தீர்மானிப்பது? விமானப் பயணம் என்றால், எனக்கு உதறல். ஏனைய எந்தப் போக்குவரத்தைக் காட்டிலும் விமானப் போக்குவரத்தே குறைந்த விபத்துகள் நடப்பதும் பாதுகாப்பானதுமாகும் என்று புள்ளிவிவரத்தோடு சொல்லும் நண்பர்கள் உண்டு. ஒரு பாதசாரியாக சென்னை சாலைகளைக் கடப்பது விமானப் பயணத்தைக் காட்டிலும் அபாயகரமானது.

மனிதர்கள், மாடுகள் இரு தரப்பினருக்குமே ஆபத்து விளைவிப்பதாக ஜல்லிக்கட்டு நடந்த காலகட்டம் ஒன்று இருந்தது. அரசு தலையீட்டின் பேரில் ஏராளமான விதிகள், கட்டுப்பாடுகள் கொண்டுவரப்பட்ட பின்னர் சூழல் மேம்பட்டது. இன்னும்கூட ஏராளமான பாதுகாப்பு ஏற்பாடுகளை மேற்கொள்ளலாம். ஒருவேளை தமிழர்கள் 'எதற்கு இந்த முரட்டு விளையாட்டு?' என்று யோசித்து ஜல்லிக்கட்டுக்குத் தாமாகவே விடை கொடுத்தாலோ, காலப்போக்கில் அதுவாகவே வழக்கொழிந்தாலோ நான் சந்தோஷப்படுவேன். ஆனால், மாடுகள் துன்புறுத்தப்படுகின்றன என்கிற பெயரில் ஜல்லிக்கட்டு முடக்கப் படுவது அபத்தம்.

ஜல்லிக்கட்டுக்குத் தடை விதிக்கப்பட்ட பிந்தைய சில ஆண்டு களாகவே பொங்கல் பண்டிகை நெருங்கும்போது, கிராமப்புறத் தமிழகம் கொந்தளிப்பதைப் பார்க்க முடிகிறது. இந்தக் கொந்தளிப்பு இயல்பானது. விவசாயிகளுக்கு மாடுகளுடனான பிணைப்பைக் கிராமப்புறங்களைத் தாண்டி இருப்பவர்களால் புரிந்துகொள்ள முடியாது. மனிதர்களுக்கு இணையாக, மாடுகளுக்கும் பிரத்யேகமாக ஒருநாள் மாட்டுப் பொங்கல் நிர்ணயித்துக் கொண்டாடும் சமூகம் இது. இன்றளவும் கிராமப்புறத் தமிழகத்தில் இரண்டாம் நாள் பொங்கலே முதல் நாள் பொங்கலைக் காட்டிலும் விசேஷமானது. நவீன உழவில் காளைகளுக்கான தேவை அழிக்கப்படலாம்; பால் தேவையும்

உற்பத்தியும் விசுவரூபம் எடுத்திருக்கிறது. மாடுகள் இன்றி கிராமப்புறப் பொருளாதாரம் இல்லை.

ஜல்லிக்கட்டு என்றால் என்னவென்று கேட்டுத் தெரிந்துகொண்டு, இது தொடர்பில் கருத்துத் தெரிவித்திருக்கும் உச்ச நீதிமன்ற நீதிபதிகள், 'இந்த நவீன யுகத்தில் ஜல்லிக்கட்டை ஏன் கணினியில் விளையாடக் கூடாது? காளைகளுக்குப் பதில் சிங்கங்களைத் தருகிறோம், அடக்கு கிறீர்களா?' என்று கேட்டிருக்கிறார்கள். முழுக்க முழுக்க நகர்ப்புற மேட்டிமைப் பார்வையின் வெளிப்பாடாகவே இதைப் பார்க்கத் தோன்றுகிறது.

இப்போதெல்லாம், 'விலங்குகள் நல ஆர்வலர்'என்ற பெயரில் உலவுபவர்களைக் கண்டாலே எனக்குப் பயந்துபோகிறது. உலகத்தில் வெறிவிலங்குக்கடியால் (ரேபிஸ்) உயிரிழப்பவர்களில் மூன்றில் ஒரு பங்கினர் இந்தியர்கள். ஆண்டுக்கு இங்கு 20,000 பேர் சாகிறார்கள். பெரும் பகுதி ஏழைக் குழந்தைகள்; நாய்க்கடியால் பாதிக்கப் படுபவர்கள். யாரிடம் நியாயம் கேட்பது? நாய் நலவிரும்பிகள் என்ற பெயரில் சுற்றுபவர்கள் நாடு முழுக்கச் சுற்றும் மூன்று கோடித் தெரு நாய்களையும் தத்தெடுத்துக்கொள்வார்களா? குதிரை வண்டிகள் வழக் கொழிந்த பின்னர், பெருநகரங்களில் சாரட் வண்டிகளை வைத்துச் சில குடும்பங்கள் பிழைத்துவந்தன. மும்பையில் குதிரை நலவிரும்பிகள் வழக்குத் தொடர்ந்து நீதிமன்றத் தடை வாங்கினார்கள். எழுநூறு குடும்பங்கள் பிழைப்பற்றுப்போயின. இன்றைக்கு அந்தக் குதிரைகள் இருக்கின்றனவா, செத்தனவா என்றுகூட யாருக்கும் தெரியாது. இப்போது மாடுகள் சிக்கிச் சீரழிகின்றன. இன்றைக்கு மாட்டினம் எதிர்கொள்ளும் பெரிய துயரம், ஜல்லிக்கட்டு அல்ல. மாடுகளை இணை சேரவிடாமல் தடுத்து, ஊசி மூலம் செயற்கைக் கருவூட்டி, வெறும் பால் உற்பத்தி இயந்திரங்களாக அவற்றை உருமாற்றிக் கொண்டிருக்கும் சந்தைக் கலாச்சாரமே அவை எதிர்கொள்ளும் பெரும் கொடுமை. காளைகளுக்கான தேவையையே இது அழித் தொழிக்கிறது.

முதல் முறை காட்டுக்கு அழைத்துச்சென்றபோது அங்கு மான்களைக் கண்ட என்னுடைய மகள் சொன்னாள், 'அய்யோ.. மான்கள் எவ்ளோ அழகு! புலிகள் மட்டும் இல்லாமல் இருந்தால் இந்த மான்கள் இன்னும் எவ்வளவு சந்தோஷமாக இருக்கும்!' உடன் வந்த வனத் துறை நண்பர் சொன்னார், 'பாப்பா நீ நினைப்பது தவறு. புலிகள் இல்லாவிட்டால் இந்த மான்கள் பெருகும். விளைவாக, இங்குள்ள புற்கள், தாவரங்கள் சீக்கிரமே அருகிப்போகும். பின்னர், தீனியின்றி மானினமும் அழிந்து போகும். புலிகள் மான்களை வேட்டையாடுவதால், மானினம் கட்டுப்

படுத்தப்படுகிறது. அதுவே அதற்கான தீனியையும் பாதுகாப்பில் வைத்திருக்கிறது. ஆக, புலிகளால் மானினமும் வனமும் பாதுகாக்கப் படுகிறதே அன்றி அழியவில்லை.'

இதுதான் இந்த உலகம் உயிர்த்திருப்பதற்கான மையப்புள்ளி. மாடுகள் பயன்படுவதாலேயே மனிதர்களால் வளர்க்கப்படுகின்றன. மனிதர்கள் காளைகளை வயல்களிலும் சாலைகளிலும் இறக்குகிறார்கள். பசுக்களிடமிருந்து பாலைக் கறக்கிறார்கள். மாட்டை வணங்குகிறார் கள். மாட்டை உண்ணவும் செய்கிறார்கள். ஒரு வகையில் இது சுரண்டல். ஆனால், மறுவகையில் இதுவே மாட்டினம் உயிர்த்திருப் பதற்குமான அடிப்படை. தேவைதான் இருத்தலைத் தீர்மானிக்கிறது. மாட்டைப் பாதுகாக்கிறோம் என்ற பெயரில், மாட்டிறைச்சிக்கு எதிராகவும் ஜல்லிக்கட்டுக்கு எதிராகவும் கூக்குரலிடுவது வெவ்வேறு குழுக்களாக இருக்கலாம். அடிப்படையில் பன்மைத்துவத்தை மறுக்கும், அறியாமையும் மேட்டிமைவாதமும் நிரம்பிய அடிப்படை வாதத்தின் இருவேறு குரல்களே இவை.

இந்த நாட்டைப் பன்மைத்துவத்திலிருந்தும் அதிகாரப் பரவலாக்கத்தி லிருந்தும் விடுவித்து, டெல்லியில் சகல அதிகாரங்களையும் குவிப்பதில் மத்திய அரசுக்கு எந்த விதத்திலும் சளைத்ததல்ல உச்ச நீதிமன்றம் என்பதையே இதுவரையிலான வரலாறு நமக்குச் சொல்கிறது. தமிழகத்தின் முன்னோடியான சமூக நீதிக் கொள்கை களில் தொடங்கி, நம்முடன் நீதிமன்றம் மல்லுக்கு நிற்கும் எவ்வளவோ விஷயங்களைப் பட்டியலிடலாம். நாம் நீதிமன்றத்துடன் போராடுவது வீண் வேலை. அவை சட்டப்படிதான் செயல்பட முடியும். எந்தச் சட்டங்கள் நம்முடைய உரிமைகளைப் பறிக்கின்றனவோ அந்தச் சட்டங்களுக்கு எதிராக, சட்டமியற்றும் மன்றங்களில் நம் கைகளை நாம் உயர்த்த வேண்டும். தமிழர்கள் ஜல்லிக்கட்டு நடத்த வேண்டிய இடம், திடல்கள் அல்ல; உச்ச நீதிமன்றமும் அல்ல; அது நாடாளுமன்றம்!

(ஜனவரி 14)

டெல்லிக்கட்டு!

ஒரு வட்டார விளையாட்டாக மட்டுமே இதுவரை அறியப்பட்டுவந்த ஜல்லிக்கட்டுக்கு விதிக்கப்பட்ட தடை எப்படி இவ்வளவு பெரிய களேபரமானது? ஒரு சின்ன கிராமமான அலங்காநல்லூரை மையமாகக் கொண்டு தொடங்கிய போராட்டம் எப்படி சென்னை, மதுரை, கோவை, சேலம், வேலூர், திருச்சி, நெல்லை என்று தமிழகம் எங்கும் பரவியது?

ஒட்டுமொத்த இந்தியாவும் திகைப்பில் ஆழ்ந்திருக்கிறது. மெரினா கடற்கரையை நோக்கிச் செல்லும் சென்னையின் ஒவ்வொரு சாலையும் மனிதத் தலைகளால் நிரம்பி வழிகிறது. இரவு பகல் பாராமல் சுழற்சி முறையில் மெரினாவில் உட்கார்ந்திருப்போர் எண்ணிக்கை இன்றைக்குப் பத்து லட்சத்தைத் தாண்டிவிட்டது. இது தவிர, பல்லாயிரக்கணக்கானோர் நாளெல்லாம் வருவதும் போவது மாக இருக்கிறார்கள். பேரணியாக வர முடியாதவர்கள் ஆங்காங்கே தெருமுக்குகளில் கையில் கருப்புக் கொடியுடன், மத்திய அரசுக்கு எதிரான பதாகைகளுடன் கூடி நிற்கிறார்கள். சைதாப்பேட்டையில் பணி முடித்து சீருடையைக்கூடக் கலைக்காமல் பெண் துப்புரவுத் தொழிலாளர்கள் 'தமிழர் என்றோர் இனமுண்டு; தனியே அவர்க்கோர் குணமுண்டு' என்று கோஷமிட்டபடி ஊர்வலமாகச் சென்றதைப் பார்த்தேன். எங்கு பார்த்தாலும் கருப்புச் சட்டையர்கள். எங்கும் பறை, மேளதாள முழக்கங்கள். ஜல்லிக்கட்டு என்றால் என்னவென்றே அறிந்திராத எதிர்வீட்டு ஐந்து வயது சிறுமி கையில் பென்சிலால் எழுதப்பட்டு, மாடு வரையப்பட்ட காகிதத்துடன் தெருவுக்கு ஓடுகிறாள். ஒவ்வொரு ஜல்லிக்கட்டும் பலரை முடக்கும் காயங் களைத் தந்துச் செல்லக் கூடியது; சிலரது உயிரையும் உடன் எடுத்துச் செல்லக் கூடியது. ஜல்லிக்கட்டை அறிந்த பெண்கள் அதை உவகை யோடு அணுகிப் பார்த்ததில்லை. இன்று மாநிலத்தின் எல்லாப் பகுதிகளிலும் தன்னெழுச்சியாகக் குடும்பம் குடும்பமாக மக்கள் வீதிக்கு வந்து நிற்கிறார்கள். குறிப்பாகப் பெண்கள்! திருச்சியில் முக்காடிட்ட முஸ்லிம் சிறுமிகள் சிலம்பம் சுற்றியபடி ஆர்ப்பாட்டத் தில் பங்கேற்றிருக்கிறார்கள். அத்தனையையும் ஜல்லிக்கட்டுத் தடைக்கான எதிர்வினையாக மட்டுமே பார்க்கமுடியுமா?

அப்படிப் பார்ப்பது மிக எளிமையான, மேலோட்டமான, தட்டையான ஒரு பார்வையாகவே அமையும் என்று நினைக்கிறேன். இந்தப் பிரம்மாண்டம் முன்னுதாரணம் அற்றது என்றாலும், ஒரு குறிப்பிட்ட அளவில், குஜராத்தின் உனாவில் கைகளில் மாட்டுப் படத்துடன் பல்லாயிரக்கணக்கில் குவிந்த தலித் இளைஞர்களின் போராட்டத் துடன் இன்றைய தமிழ் இளைஞர்களின் போராட்டத்தை ஒப்பிட முடியும். போராட்டத்தில் நிற்கும் ஒவ்வொருவரின் கைகளிலும் மாட்டின் படம் இருந்தாலும், கோபம் மாட்டின் மீதான உரிமை சம்பந்தப்பட்டது மட்டுமே அல்ல. பல பரிமாணங்கள் இதற்குப் பின்னே இருக்கின்றன.

இந்தப் பெருங்கூட்டத்திடமிருந்து வெளிப்படும் அரசியல் தெளிவின்மையும், பின்னணியில் எந்த அமைப்பும் தலைமையும் அற்ற

தன்விழைவுப் போக்கும் கலக்கமூட்டுவது என்றாலும், பொதுப் பிரச்சினை ஒன்றை முன்வைத்து போராட்டக் களத்தில் அவர்கள் அடியெடுத்து வைத்திருப்பதே வரவேற்புக்கு உகந்ததாகிறது. என்ன மாதிரியான கட்டமைப்பில் இவர்கள் வளர்த்தெடுக்கப்பட்டிருக் கிறார்கள் என்று நாம் ஞாபகப்படுத்திக்கொள்ள வேண்டும். 'அரசியல் சாக்கடை; போராட்டம் பொறுக்கித்தனம்' என்று சொல்லி வளர்க்கப் பட்ட தலைமுறை இது. பெரும்பாலானவர்கள் தனியார் கல்வி நிறுவனங்களில் படித்தவர்கள்; படிப்பவர்கள். அவற்றில் பல நேரடியாகவும் மறைமுகமாகவும் அரசியல்வாதிகளால் கட்டுப் படுத்தப்படுபவை. வகுப்பறைகள் முற்றிலுமாக அரசியல்நீக்கம் செய்யப்பட்டவை. அங்கிருந்தே வளர்ந்து வந்திருக்கிறார்கள்.

சமூக ஊடகங்களின் வருகைக்குப் பின்னர் இன்று அவற்றின் வழி அரசியல் உரையாடல்களில் பங்கேற்கிறார்கள். ஓரிடத்தில் ஒன்று கூடுகிறார்கள். ஒன்றுகூடலின் வழி, முழக்கங்களின் வழி தங்கள் உணர்வுகளை வெளிப்படுத்துகிறார்கள். போராட்டக் களத்தில் அரசியல்வாதிகள் உள்ளே நுழைந்து, போராட்டத்தின்மீது எந்த அரசியல் கட்சியின் சாயமும் ஏறாத வரைக்கும்தான் தங்களுக்குப் பாதுகாப்பு என்று அவர்கள் நினைக்கிறார்கள். பொதுச் சமூகமும் ஊடகங்களும் இன்று வாரி வழங்கும் வரவேற்பு அரசியல் சாயமற்றதன் பின்னணியில் நிகழ்வது என்பதை நாம் உணரவேண்டும். மேலெழுந்தவாரியாகக் காளைப் படங்களோடு, ஜல்லிக்கட்டு பெயரில் முழக்கத்தோடு கூடுபவர்களாகத் தோன்றினாலும், கூட்டத்தின் முழக்கங்களும் உரையாடல்களும் ஜல்லிக்கட்டோடு முடிந்துவிடவில்லை. அன்றாடம் சில மணி நேரமேனும் மெரினா சென்று வருகிறேன். நாட்டின் பன்மைத்துவத்தைத் தகர்க்கும் வகையில், ஒற்றையாட்சியை நோக்கித் தள்ளும் டெல்லியின் ஆதிக்கத்தைத் துல்லியமாக அடையாளம் கண்டு தாக்கும் குரல்களும் ஒலிக்கின்றன. மாநிலத்தின் உரிமைகளைப் பறிக்கும் பாஜக, பறிகொடுக்கும் அதிமுக இரு அரசுகளையுமே விளாசித் தள்ளுகிறார்கள்.

இப்படியான போராட்டங்களின்போது உடனடியாக ஒரு முத்திரைக் குத்தி அவற்றைப் புறங்கையால் ஒதுக்க முற்படுவதைக் காட்டிலும் இத்தகைய போராட்டங்களின் பல்வேறு அசைவுகளையும் கவனிப்பதே முக்கியம் என்று நினைக்கிறேன். இதுவரை மிகக் கண்ணியமான ஒழுங்கோடும் சுயக்கட்டுப்பாட்டோடும் இந்தப் போராட்டம் போய்க்கொண்டிருக்கிறது. நேற்றைய தினம் அண்ணா சாலையின் பாதுகாப்புக்கு நின்ற காவலர்களின் கைகளில் முத்தமிட்டவாறு சில இளைஞர்கள் சென்றதைப் பார்க்க முடிந்தது. எல்லா இடங்களிலும் போராட்டக்காரர்கள் மத்தியில் காவலர்கள்

நிற்கிறார்கள். இரு தரப்பிலும் வன்மமற்ற உணர்வைப் பார்க்க முடிந்தது. பொதுவாக வட கிழக்கு மாநிலங்களில் இப்படியான சூழலைப் பார்க்க முடியும். மாநிலத்தின், மக்களின் உரிமை சார்ந்து கேள்வி எழுப்புவோர், போராடுவோரிடம் காவல் துறையினர் மூர்க்கமாக நடந்துகொள்ள மாட்டார்கள். தமிழகத்துக்கு இது புதிது. என் வாழ்நாளில் முதல்முறையாகப் போராட்டக்காரர்களைத் தமிழகக் காவல் துறை கண்ணியமாக அணுகுவதைப் பார்க்கிறேன். செய்தித் தொலைக்காட்சிகள் விளம்பரங்களைப் புறக்கணித்து, இடைவிடாது நேரலை ஒளிபரப்பு செய்தன. வெயிலிலும் பனியிலும் அங்கேயே தங்கிக் கிடப்பவர்களுக்கு வாழைப்பழங்கள், ரொட்டிப் பொட்டலங் கள், தண்ணீர் பாட்டில்கள், காபி, டீ, சாப்பாடு என்று தங்களால் இயன்றதை மக்கள் கொடுத்தனுப்புகிறார்கள். பொதுப்புத்தியில் நேற்று வரை ஒரு இழிச்சொல்லாகப் பதிவாகியிருந்த போராட்டத்துக் கான அர்த்தம் இன்று மாறத் தொடங்கியிருக்கிறது. இவை எல்லாமும்தான் நாம் கவனிக்க வேண்டியவை.

சித்தாந்த அடிப்படையிலோ, அமைப்புரீதியிலோ திரளாத ஒரு கூட்டம் தன்னளவில் பெரிதாக எதையும் சாதிப்பதில்லை. அது நீடிப்பதும் இல்லை. மிக விரைவில் இந்தப் போராட்டங்கள் முடிவுக்கு வந்து விடலாம். மாணவர்கள் எப்படித் திடீரென்று கூடினார்களோ அப்படியே திடீரென்று கரைந்தும் போவார்கள். ஆனால், இந்த வரலாற்றுப் போராட்டம் தமிழக அரசியலின் போக்குக்கு நீண்ட காலத்துக்குத் திசை காட்டும் என்றே நினைக்கிறேன்.

1938-ல் நடந்த முதல் மொழிப் போராட்டத்தில் சிறையில் அடிவாங்கி உயிர் விட்ட நடராஜன், தாளமுத்துவால் அவர்களுடைய குடும்பங்கள் அடைந்த பயன் என்ன? பெரியார் தலைமையில் 1938 ஆகஸ்ட் 1 அன்று தொடங்கி செப்டம்பர் 11 வரை 42 நாட்கள் 577 மைல்கள் நடந்து, ஊர் ஊராக இந்தி ஆதிக்க எதிர்ப்புப் போராட்டத்தைக் கொண்டுசென்ற நூற்றுக்கணக்கான போராளிகளும் காலத்தில் கரைந்தே போனார்கள். 1964 மொழிப் போராட்டத்தில், 'ஏ தமிழே, நீ வாழ வேண்டும் என்பதற்காக நான் துடிதுடித்துச் சாகிறேன்' என்று முழக்கமிட்டு திருச்சி ரயில் நிலையத்தில் தன் உயிரை மாய்த்துக்கொண்ட சின்னச்சாமியின் நினைவிடம் வெகு சீக்கிரம் சீந்துவாரற்றுப் போனது. 1965 போராட்டங்களில் காவல் துறையின் கடும் அடக்குமுறைக்கும் சிறைச் சித்திரவதைகளுக்கும் ஆளானவர்கள், குண்டடிப்பட்டவர்கள் அத்தனை பேரும் ஒரே அமைப்பின் கீழ் திரண்டவர்கள் அல்ல. அந்தப் போராட்டம் அதன் இறுதிக் கட்டத்தில் திக்கற்று, சிதறுண்டு சிதைந்தது. ஆனால், இந்தச் சமூகத்துக்கு அந்தப் போராட்டங்கள் காட்டிச் சென்ற திசை எத்தனை மகத்தானது!

அன்றைக்குத் தமிழ் இளைஞர்களின் மொழிப் போராட்டம் பெருமளவில் இந்தி எதிர்ப்புப் போராட்டமாக மட்டுமே பார்க்கப் பட்டது. 'இந்து, இந்தி, இந்துஸ்தான்' செயல்திட்டத்தில் இந்தி எவ்வளவு முக்கியமான ஒரு கருவி என்பதன் தீவிரத்தை இன்றுதான் முழு அளவில் உணர்கிறோம். 'இந்தி மட்டுமே ஆட்சிமொழி, அலுவல் மொழி' என்று சொல்லி இந்தியாவின் இந்தி பேசாத ஏனைய அத்தனை சமூகங்களையும் இரண்டாம் தரக் குடிமக்களாக உருமாற்றவிருந்த டெல்லியை மறித்து நிறுத்தியதன் மூலம், உண்மையில் இந்த ஒட்டுமொத்த நாட்டையும் கட்டிவைத்திருக்கும் பன்மைத்துவத்தின் முக்கியமான கண்ணியை நம்முடைய முன்னோடிகள் பாதுகாத்திருப்பதை இன்றுதான் உணர்கிறோம். இன்றைய ஜல்லிக்கட்டுப் போராட்டத்தின் மையத்திலும் அப்படி பல முக்கியமான அம்சங்கள் இருக்கின்றன.

முதல் நாள் நாடாளுமன்றத்துக்கு வந்தபோது அதன் வாசலில் பிரதமர் மோடி தரையில் விழுந்து வணங்கிய காட்சியை இங்கே நினைவு கூர்வது பொருத்தமாக இருக்கும். கூடவே அவர் சொன்ன வார்த்தை களையும். 'அரசியலமைப்புச் சட்டம் எங்கள் புனித நூல்' என்றார் மோடி. தம்முடைய ஆதிக்க நோக்கங்கள் ஒவ்வொன்றையும் சட்டத்தின் வழியே நுழைத்து, நீதிமன்ற வாதங்கள் வழி அதை உறுதிசெய்து, அரசியல் சட்ட சாசனத்தை விமர்சனத்துக்கு அப்பாற் பட்ட புனித நூலாக மாற்றுவதன் வழியே ஆதிக்கத்தைச் சட்ட பூர்வமாக்குவது மிக நேர்த்தியாகத் திட்டமிடப்பட்ட நுட்பமான அரசியல். தமிழக இளைஞர்கள் இன்று அறிந்தோ, அறியாமலோ எங்கே தம் கையை வைத்திருக்கிறார்கள் என்றால், அங்கே வைத்திருக்கிறார்கள்! ஒருவகையில் அவர்கள் நடத்திக் கொண்டிருப்பது சட்ட மறுப்பு இயக்கம்.

தமிழகத்துக்கு இதில் ஒரு தொடர்ச்சியான மரபும் இருக்கிறது. 1951-ல் அரசியலமைப்புச் சட்டம் வந்த வேகத்தில், 'தமிழகத்தில் நீண்ட காலமாக அமலில் இருந்த, பின்தங்கிய சமுதாயத்தினருக்கான இடஒதுக்கீட்டை உறுதிசெய்யும் 'கம்யூனல் ஜி.ஓ.' செல்லாது' என்று தீர்ப்பளித்தன சென்னை உயர் நீதிமன்றமும் உச்ச நீதிமன்றமும். திராவிட இயக்கங்களின் எதிர்ப்பின் தொடர்ச்சியாக, இளைஞர்கள் வீதியில் இறங்க தமிழகம் கொந்தளித்தது. பிரதமர் நேருவைப் பார்க்க டெல்லி சென்றார் காமராஜர். அரசியலமைப்புச் சட்டத்தில் முதல் திருத்தத்தைக் கொண்டுவந்தது தமிழகம். இன்றைக்கு 'மக்களை மீறிய சட்டம் ஒன்று இல்லை. எங்களுக்கு ஏற்றபடி சட்டத்தை மாற்று. அதையும் உடனே செய்' என்று நாட்டுக்கே முன்னுதாரணமாக ஒரு அவசரச் சட்டத்தைக் கொண்டுவர வைக்கிறார்கள் என்றால்,

அடிப்படைச் செய்தி தெளிவானது: டெல்லி தன் ஆட்டத்தை விடாத வரை தமிழகமும் தன் ஆட்டத்தை விடவே விடாது.

டெல்லிக்கு எதிரான இன்றைய கோபமானது ஒரே நாளில் சூல் கொண்டது அல்ல. ஒரு நீண்ட கால அழுத்தமும் கோபமும் இன்றைய போராட்டங்களிலிருந்து வெளிப்படுவதைப் பார்க்க முடிகிறது. குறிப்பாக, மறைந்த முதல்வர் ஜெயலலிதா மருத்துவமனையில் முடங்கிய நாள் முதலாகவே மத்திய அரசின் தலையீடுகளைத் தமிழக மக்கள் பெரிய அளவில் உணர்ந்தனர்.

மோடி அரசு பொறுப்பேற்றதுமே 'அரசு இனி சமூக ஊடகங்களில் இந்தியைக் கட்டாயமாகப் பயன்படுத்த வேண்டும்' என்று உத்தரவிட்டபோது அதைக் கடுமையாகக் கண்டித்தவர் ஜெயலலிதா. தொடர்ந்தும் மோடி அரசு மாநிலங்களின் உரிமை யில் தலையிடும் ஒவ்வொரு விவகாரத்திலும் எதிர் வினையாற்றிவந்தார். முக்கியமாக, பொதுச்சரக்கு சேவை வரி (ஜிஎஸ்டி) விவகாரத்தில் மாநிலங்களின் உரிமைப் பறிப்பை முன்னிறுத்தித் தனித்தும் உறுதியாகவும் நின்றார் அவர். ஆனால், அவர் மருத்துவமனையில் முடங்கிய நாள் முதலாகக் காட்சி கள் மாறின. ஆளுநர் திடீரென விஸ்வரூபம் எடுத்தார். ஜெயலலிதா மாநிலங்கள் உரிமை சார்ந்து மத்திய அரசுடன் முரண்பட்டு நின்ற பல விவகாரங்களிலும் அவருடைய கட்சி திடீர் சரணாகதி அடைந்தது.

ஜெயலலிதாவின் மறைவுக்குப் பின், தமிழகத்தின் ஆட்சியையே ஆளுநர் வழியாக மத்திய அரசு பின்னின்று இயக்குவதான பேச்சுகள் அடிபடத் தொடங்கின. தலைமைச் செயலகத்தில் துணை ராணுவப் படைகள் சூழ வருமான வரித் துறையினர் நடத்திய சோதனையின் தொடர்ச்சியாகப் பதவி நீக்கப்பட்ட தலைமைச் செயலாளர் ராம மோகன ராவ் அளித்த பேட்டி இந்த அரசின் பின்னுள்ள கரங்களை உறுதிப்படுத்தியது. பொது விடுமுறைப் பட்டியலில் பொங்கல் பண்டிகை இல்லாதது இந்த ஆண்டு வெளியே தெரியவந்தது. ஜல்லிக்கட்டு தடைக்கு எதிராக உச்ச நீதிமன்றம் சென்றவர்களிடம், 'சிங்கங்களைத் தருகிறோம், அடக்குகிறீர்களா?' என்று கேட்டார்கள் நீதிபதிகள். இடையில், மோடி பணமதிப்பு நீக்க அறிவிப்பை அறிவித்த பின்னர் கடுமையான பணத்தட்டுப்பாட்டை எதிர்கொண்ட மாநிலங்களில் தமிழகமும் ஒன்றானது.

காவிரி, முல்லைப்பெரியாறு, பாலாறு என்று தமிழகத்தின் ஜீவாதாரப் பிரச்சினைகளில் தமிழர்களின் உரிமைகளை டெல்லி தொடர்ந்து புறக்கணித்துவருவதையும் அவர்கள் கவனித்துவந்தார்கள். இந்த ஆண்டு தமிழகம் வரலாறு காணாத வறட்சியில் சிக்கி, நூற்றுக்கும்

மேற்பட்ட விவசாயிகள் உயிரிழந்த சூழலில் இதுவும் தீ கனழக் காரணமானது. எல்லாக் கோபங்களும் சேர்ந்தே காளை வடிவில் இன்று சீறிப் பாய்வதாகத் தோன்றுகிறது.

1965 போராட்டத்தில் உயிரைக் கொடுத்த சின்னசாமியும் அன்றைக்கு மாணவர்கள் தலைவராக இருந்த ரவிச்சந்திரனும் இன்றைய தமிழக அரசியலோடு எந்த வகையிலும் நேரடித் தொடர்பில் இல்லாதவர்கள். ஆனால், டெல்லி ஆதிக்கத்துக்குத் துணை போன காங்கிரஸ் அடுத்த அரை நூற்றாண்டுக்கு ஆட்சிக் கனவு காண முடியாதபடி பிடுங்கிப் போட்டுவிட்டுப் போய்விட்டார்கள். தேசியக் கட்சிகளால் இன்றும் தமிழகத்தில் தலையெடுக்க முடியாமல் இருக்கும் காரணம் மேலோட்டமானது அல்ல. 2017 போராட்டமும் ஒரு செய்தியைத் தந்திருக்கிறது. மௌனமாகவும் தீர்க்கமாகவும்!

அரசியல் களத்துக்கு வெளியில் இருப்பவர்களுக்கு அது புரியாமல் இருக்கலாம். அரசியல்வாதிகளுக்குப் புரியும்!

(ஜனவரி 22)

தமிழக அரசியல்வாதிகளே... போராட்டத்தைப் படியுங்கள்!

தேசத்தையே திரும்பிப் பார்க்கவைத்த ஜல்லிக்கட்டுப் போராட்டத்தில், மிகுந்த விவாதத்துக்குரிய அம்சங்களில் ஒன்று, தமிழக அரசியல் கட்சிகளுக்கு இதில் செய்வதற்கு ஒன்றுமே இல்லாமல் போனது. நம்பகத்தன்மையிழப்பு. கண் முன்னே அரசியலில் ஒரு வரலாறு நிகழும்போது, சமகாலத்தில் களத்திலிருக்கும் ஒரு அரசியல்வாதிக்கும் அதில் எந்தப் பங்கேற்புக்கும் இடமில்லாமல் போவது எவ்வளவு பெரிய வீழ்ச்சி!

சில ஆயிரம் பேர் வசிக்கக்கூடிய அலங்காநல்லூர் போன்ற ஒரு சிற்றூருக்கு முதல்வர் பன்னீர்செல்வம் செல்கிறார். உள்ளூர் பிரமுகர்கள் அத்தனை பேருடனும் பேசுகிறார். முன்னதாக, அரசின் சர்வ பலமும் அங்கே இறங்குகிறது. கூடவே ஆளுங்கட்சியின் பலம், பண பலம், சாதி பலம், இன்னபிற பலங்களும் இறங்குகின்றன. போராட்டக்காரர்களோ புறக்கணிக்கிறார்கள். அலங்காநல்லூரில் மட்டுமல்ல; போராட்டங்கள் நடந்த அத்தனை இடங்களிலுமே அரசு சார்பில் நுழைய ஆட்சியாளர்கள் பயந்தார்கள். அமைச்சர்களும் சட்டப்பேரவை உறுப்பினர்களும் பதுங்கினார்கள். 'ஜல்லிக்கட்டு நடத்த அவசரச் சட்டம் கொண்டுவருவதற்காகப் பிரதமரைச் சந்திக்கவிருக்கிறேன். டெல்லி செல்கிறேன். நிச்சயம் நல்லது நடக்கும். போராட்டத்தை மாணவர்கள் கைவிட வேண்டும்' என்று

முதல்வர் கைப்பட எழுதிய அறிவிப்பை மெரினா கடற்கரையில் கூடியிருந்த மாணவர்களிடம் எடுத்துச்செல்ல ஆட்சியாளர்களால் முடியவில்லை. அதிகாரிகளும் தயங்கினர். ஒரு காவல் அதிகாரி அதை மாணவர்களிடம் வாசித்துக்காட்டும் நிலை ஏற்பட்டது. 1968 மொழிப் போராட்டத்தின்போது, அன்றைய முதல்வர் அண்ணா மாணவர் களுடன் ஐந்து இரவுகள் தொடர்ந்து பேச்சுவார்த்தை நடத்தி, போராட்டத்தை முடிவுக்குக் கொண்டுவந்தது நினைவுக்கு வருகிறது.

ஆளுங்கட்சித் தரப்பில் மட்டுமல்ல; எதிர்க்கட்சிகள் தரப்பிலும் ஒரு தலைவராலும் போராட்டக் களத்துக்குள் நுழைய முடியவில்லை. முன்னதாக, தமிழக எதிர்க்கட்சித் தலைவரும், திமுக செயல் தலைவருமான மு.க.ஸ்டாலின் ஆதரவு தெரிவிக்கச் சென்றபோது, அதை ஏற்க மறுத்தார்கள் மாணவர்கள். காங்கிரஸ், பாமக, விசிக, இரு கம்யூனிஸ்ட் கட்சிகள், மதிமுக எது ஒன்றின் தலைவர்கள், கட்சிக்காரர்களும் தங்கள் கட்சி அடையாளத்துடன் உள்ளே நுழைய முடியவில்லை. மாணவர்களின் போராட்டத்துக்கு ஆதரவாக, அரசியல் கட்சிகள் அவர்களுடைய கோரிக்கையை முன்னிறுத்தி தனித்துப் போராட்டங்களை அறிவித்தபோது அதையும் சமூக வலைதளங்களில் கடுமையாகப் பகடியடித்தார்கள் மாணவர்கள். அத்தனை கட்சிகளையும் புறக்கணிக்கிறார்கள். அதேசமயம், ஆம் ஆத்மி கட்சிபோல தமக்கென ஒரு அரசியல் அமைப்பை உருவாக்கும் முயற்சிகளிலும் அவர்கள் இறங்கவில்லை.

ஜனநாயகத்தில் எந்த ஒரு பிரச்சினைக்குமான இறுதித் தீர்வையும் அரசியல் வழியேதான் சென்றடைய வேண்டும். இப்படிக் களத்திலுள்ள அத்தனை கட்சிகளையுமே முற்றுமுதலாக ஒதுக்கி விட்டு, தனித்த குரலில் பேசுவது மாணவர்களை எங்கே கொண்டு போய் சேர்க்கும் என்பது ஒருபுறம் இருக்க, மறுபுறத்தில் இதனால் கடுமையான அதிர்ச்சிக்கும், அதிருப்திக்கும் உள்ளாகியிருக்கும் தமிழக அரசியல்வாதிகளிடமே நாம் பேச வேண்டியிருக்கிறது. மாணவர் களில் பெரும் பகுதியினரின் மேலோட்ட முழக்கங்கள், லட்சியவாதப் பேச்சுகள், தூய்மைவாதப் பார்வை ஏற்கத்தக்கது அல்ல என்றாலும், இப்படி எல்லோரையும் ஒதுக்கும் இடத்தில் அவர்களைக் கொண்டு வந்து நிறுத்தியதற்கான பொறுப்பை அரசியல் கட்சிகளே ஏற்க வேண்டும் என்று தோன்றுகிறது.

நாலரை வருஷ மிச்ச வசூல் ஒன்றே இலக்கென ஒரு கட்சி எல்லாக் கூச்சங்களையும் உதிர்த்துவிட்டு, வெளிப்படையாக எதையும் அரங்கேற்றத் துணியும் அளவுக்குத் தமிழக அரசியல் தரங்கெட்டு விட்ட நிலையில், இன்றைய அரசியல் மீதும் அரசியல்வாதிகள் மீதும்

இளைய தலைமுறையினர் மத்தியில் இப்படி ஒரு ஒவ்வாமை சூழ்வதை எப்படித் தவறெனக் கொள்ள முடியும்? என்னளவில் தமிழக அரசியல் இன்று அடைந்திருக்கும் மிக மோசமான வீழ்ச்சியின் பிம்பமாகவே சசிகலாவைப் பார்க்கிறேன். அவருடைய கால்களில் முதல்வர் பன்னீர்செல்வம் விழுந்த தருணம் முதல்வர் பதவிக்கான எல்லா விழுமியங்களும் கீழே சாய்க்கப்பட்ட கணம்.

இந்த இரு பிம்பங்களின் மையத்திலிருந்துதான், இன்றைய இளைஞர்கள் தமிழக அரசியலைப் பார்க்கிறார்கள் என்று கருதுகிறேன். எதிர்க்கட்சித் தலைவர்கள் கேட்கலாம், ''நாங்கள் எல்லாம் இல்லையா?'' என்று. சசிகலாவோடும், பன்னீர்செல்வத் தோடும் எவரையும் ஒப்பிட முடியாதுதான். ஆனால், ஒவ்வொரு கட்சியும் வெவ்வேறு வகைகளில் தனக்கே உரித்தான பள்ளங்களை வெட்டிவைத்துக் காத்திருக்கிறதே! ஜி.ராமகிருஷ்ணனும் பால பாரதியும் மு.வீரபாண்டியனும்கூடத்தான் இங்கே இருக்கிறார்கள். இன்றைய தலைமுறையினர் எத்தனை பேரிடம் அவர்களுடைய கட்சிகள் அவர்களைக் கொண்டுபோய் சேர்த்திருக்கின்றன? இன்னமும் மனிதர்களைப் பார்த்துதான் இந்தியா ஆட்சியைத் தீர்மானிக்கிறது என்ற உண்மைக்கே அவர்கள் முகங்கொடுக்கத் தயாராக இல்லையே?

பிரதான எதிர்க்கட்சியான திமுக 'தமிழர் அரசியல்' எனும் விதையை இந்த மண்ணில் தேர்தல் அரசியலில் விதைத்த கட்சி. மாணவர்கள் போராட்டத்தின் வழியாகவே ஆட்சியில் அமர்ந்த கட்சி. சரியாக அரை நூற்றாண்டுக்குப் பின் மீண்டும் ஒரு வரலாற்றுப் போராட்டத்தைத் தமிழக மாணவர்கள் முன்னெடுக்கும்போது, அதில் திமுகவுக்குச் செய்வதற்கு இம்மிகூட இல்லை என்றால், அதற்கான காரணம் யார்? மாணவர்களா? திமுக தன்னையேதான் நொந்துகொள்ள வேண்டும். அதிமுகவுக்கு அரசியலற்ற அரசியல் புதிதல்ல.

பிம்ப அரசியலை அடித்தளமாகக் கொண்ட கட்சி அது. பள்ளி, கல்லூரிகளில் மாணவர்களை அரசியலற்றவர்கள் ஆக்கும் முயற்சியில் அதிமுக ஈடுபட்டது இயல்பானது. பின்னாளில், திமுகவும் அதே பாதையைத் தேர்ந்தெடுத்தது சொந்த செலவில் வைத்துக்கொண்டு சூனியம். இரு கட்சிகளுமே கல்வியை வியாபாரமாக்கின. வியாபாரத்தில் கட்சிக்காரர்களும் பங்கேற்றனர். கல்வி நிறுவனங் களில் அரசியல் பேசாப்பொருளானது. அதன் விளைவுகளையே இன்று எதிர்கொள்கின்றனர்.

நேற்று திமுகவைச் சேர்ந்த இளந்தலைவர் ஒருவர் என்னிடம் பேசினார். 'ஸ்டாலின் இந்த விவகாரத்தில் உண்மையான ஈடுபாட்

டோடு இருக்கிறார். மாணவர்கள் திமுகவைப் புரிந்துகொள்ளவும் இணைத்துப் பார்க்கவும் மறுக்கிறார்கள்' என்றார். திமுகவை எப்படி அவர்கள் தம்முடன் இணைத்துப் பார்ப்பார்கள்? முதலில் அவர் களிடம் பேச திமுக எந்த அளவுக்குத் தயாராக இருக்கிறது? 62 வயதுக்காரரான கடலூர் புகழேந்தியை இன்னமும் மாணவரணிச் செயலாளராக வைத்திருக்கும் கட்சி அது. புதிதாக நியமிக்கப்பட்ட இளைஞரணிச் செயலாளர் வெள்ளக்கோயில் சாமிநாதனுக்கு 52 வயதாகிறது.

ஸ்டாலின் தன்னுடன் யாரை உடன் அழைத்துச் செல்கிறார்? சேகர் பாபு, அன்பழகன், ஜெகத்ரட்சகன்... எப்படி மெரினா இளைஞர்கள் இந்த இளைஞர்களோடு தங்களை அடையாளப்படுத்திக் கொள்வார்கள்? போராட்டம் என்றாலே 'நாங்களும் இருக்கிறோம்' என்று காட்ட நடத்தப்படும் 'உள்ளேன் ஐயா அரசியல்' என்றாகிவிட்ட காலம் இது. மாணவர்கள் அதற்குப் புதிய அர்த்தத்தை உருவாக்க முயல்கிறார்கள். உங்களுக்கு அங்கே எப்படி இடமிருக்கும்?

தமிழ்நாட்டின் கட்சிகள் எதுவாகினும் – அது காங்கிரஸோ, பாஜகவோ, கம்யூனிஸ்ட்டோ – அதன் ஆன்மாவும் மூளையும் ஒட்டு மொத்த தமிழர் நலன் சார்ந்து இயங்க வேண்டும்; முடிவுகள் தமிழர்களால் தீர்மானிக்கப்பட வேண்டும் என்பதையே அரை நூற்றாண்டு திராவிடக் கட்சிகளின் ஆட்சி மீண்டும் மீண்டும் சொல்கிறது. தாங்கள் ஏன் விரட்டப்பட்டோம் என்பதற்கான பதிலை ஒவ்வொரு கட்சியும் இந்தப் புள்ளியிலிருந்து தேட முனைவதே சரியானதாக இருக்கும். தமிழக அரசியல்வாதிகள் உண்மையாகவே இந்த இளைய சமூகம் அரசியல் உணர்வு பெற்று நாளைய தமிழகத்தைத் தூக்கி நிறுத்த வேண்டும்; அவர்களுடைய பிரதிநிதிகளாக தாங்கள் இருக்க வேண்டும் என்று விரும்பினால், முதலில் தங்கள் ஈகோவை விட்டொழிக்க வேண்டும்.

இளைஞர்கள் எந்த ஆடம்பரத்தை, பிரம்மாண்டத்தை, ஊழலை, பன்மைத்துவத்துக்கு எதிரான தேசியத்தின் பெயரிலான திணிப்புகளை, சாதி மத ஓட்டரசியலை வெறுக்கிறார்களோ அவற்றிலிருந்து வெளியே வர வேண்டும். தங்கள் ஆள், அம்பு, சேனை, பரிவாரம், கட்சி சாயம் எல்லாவற்றையும் தூக்கி எறிந்துவிட்டு, தங்கள் பிள்ளைகள் எனக் கருதி இளைஞர்களைத் தேடிச் சென்று சரிக்குச் சமமாக உட்கார்ந்து பேச முனைய வேண்டும்.

நேற்றுவரை 'தேர்தலை அன்றி மாற்றம் கொண்டுவர இந்த ஜனநாயகத்தில் வேறு வழி நம்மிடம் இல்லை' என்றிருந்தவர்கள் 'ஒரு

களத்தில் ஒன்று சேர்ந்து உட்கார்ந்தாலே ஜனநாயகத்தில் மாற்றம் நிகழும்' என்ற புரிதலை அடைந்திருப்பதே இந்தப் போராட்டத்தின் ஆகப் பெறுமானமான செய்தி. உண்மையான அரசியலில் அக்கறையுள்ளவர்கள் அடுத்த தலைமுறையினரிடம் பேசுவதற்கான வாசல் இப்போது திறந்திருக்கிறது. அவர்களுடன் பேச அவர்கள் மொழியைக் கற்க வேண்டும்!

(ஜனவரி 24)

•

(தி இந்து இதழில் வெளிவந்த கட்டுரைகள் இவை. சமஸ் ஒரு கட்ரையாசிரியர், பத்திரிகையாளர், எழுத்தாளர். தி இந்து (தமிழ்) நடுப்பக்க ஆசிரியர். 'யாருடைய எலிகள் நாம்?', 'சாப்பாட்டுப் புராணம்', 'அரசியல் பழகு', 'கடல்' ஆகிய நூல்களை எழுதியிருக்கிறார்.)

ஜல்லிக்கட்டு என்ற பண்பாட்டுத் துயில்

டி. தருமராஜ்

ஜல்லிக்கட்டும், அதன் தடைக்கு எதிரான வெகுஜனக் கிளர்ச்சியும், அதனைத் தொடர்ந்து பெறப்பட்ட ஜல்லிக்கட்டு நடத்தும் உரிமையும் ஒரு அசாதாரண சூழலைத் தமிழகத்தில் ஏற்படுத்தியிருக்கிறது. புதிய நம்பிக்கைகள் உறுதி செய்யப்பட்டிருக்கின்றன; புதிய போராட்ட முறைகள் அறிமுகப்படுத்தப்பட்டுள்ளன; சாதி, மதம், சுயநலம், வட்டாரம் போன்ற காரணிகளால் தமிழ் சமூகம் சிதறிப் போயிருக் கிறது என்ற வாதம் பொய்த்துப் போயிருக்கிறது; இளைய தலை முறையினர் மிகத் தெளிவான அரசியல் விழிப்புணர்வை வெளிப் படுத்தியுள்ளனர். இவ்வாறு சொல்லப்படுவதெல்லாம் உண்மையா?

இந்தப் போராட்டத்தையொட்டி, பயன்படுத்தப்பட்ட வார்த்தை களைக் கொஞ்சம் உற்று கவனியுங்கள். ஜீவகாருண்யம், உயர் நாகரீகம், மனிதாபிமானம், அனைத்து உயிர்களுக்கும் வாழும் உரிமை, காட்டுமிராண்டித்தனம், மனிதன் - வீட்டுப்பிராணி ஒட்டுறவு, பாரம்பரியம், வீரம், பண்பாடு, நாட்டு விலங்கினங்களைக் காப்பாற்றும் பாரம்பரிய வழக்கம், வரலாற்று எச்சம், புனிதமான கிராம வாழ்க்கை, தமிழ் ஆண்களின் வெறியாட்டம், உயர்சாதியினரின் போலியான கருணை, மேல்சாதியினரின் பண்பாட்டு விழா, மரபான அறிவியலை அழிக்கும் சதி என்று வளர்ந்த விவாதங்கள் நம்மை எங்காவது எடுத்துச் சென்றிருக்கிறதா?

கொஞ்சம் நிதானமாக இந்தப் பிரச்சினையை யோசித்துப் பார்ப்போம். ஜல்லிக்கட்டு நமக்கு ஞாபகம் தெரிந்த நாட்களிலிருந்தே நடந்து கொண்டிருக்கிறது. வரலாற்றிலிருந்தோ, ஏன் சிந்து சமவெளி அகழ் வாய்வுகளிலிருந்தோ இதன் புராதனத்தைச் சொல்லக்கூடிய சான்று களை ஆராய்ச்சியாளர்கள் காட்ட முடியும். இவ்வாறு ஜல்லிக்கட்டு பாரம்பரியமானது என்று சொல்வதன் மூலம் நாம் என்ன நிரூபிக்க விரும்புகிறோம் - இது மிகச்சிறப்பான பண்பாட்டுக்கூறு என்றா? இந்த 'மூல' அல்லது 'ஆதி' மயக்கத்தைத் தவிர இதில் வேறு ஏதேனும் இருக்கிறதா?

நம்மைத் தொற்றிய ஆதி நோய்

நம்மிடம் சில அடிப்படையான கோளாறுகள் இருக்கின்றன. இப்படியான அடிப்படைக் கோளாறுகளில் ஒன்று பண்பாடு பற்றிய நமது பார்வை. அதாவது எல்லாம் இங்கிருக்கிறது என்ற தோரணையும், அதனால் அத்தனையும் காப்பாற்றப்பட வேண்டியவை என்ற மூடத்தனமும் நம்மிடம் கொஞ்சம் தூக்கலாகவே உண்டு! தமிழ்ச் சமூகம் ஒரு வித 'மூல நோயினால்' பாதிக்கப்பட்டிருக்கிறது என்றால் தயவு செய்து சிரிக்காதீர்கள். மூல நோய்தான். இதையே ஆதி நோய் என்றும் சிலர் அழைக்கக்கூடும்.

இதில் வேடிக்கை என்னவென்றால், எல்லாவற்றிற்கும் ஆதி இங்கேதான் இருக்கிறது என்று நாம் பிடிவாதம் பண்ணுவது உண்மையில் நமது ஆதி குணமே அல்ல. அது ஒரு இரவல் குணம். மறுமலர்ச்சி காலத்தின் விளைவாக, முதல் உண்மையை (அதாவது நம்ம வார்த்தையில் 'பரம்பொருளை') அறிவியல் பூர்வமாகக் கண்டறியப் புறப்பட்ட ஐரோப்பியர்களே இந்த மூலத்தைத் தேடும் பழக்கத்தை உலகமெங்கும் பரப்பி வைத்தார்கள்.

மூலப்பிரதியே சரியானது என்றும், அதிலிருந்து பெறப்படுவதே 'முழு உண்மை' என்றும் நம்பிய ஐரோப்பியர்கள் அதை இந்திய சமஸ்கிருதப் பிரதிகளில் கண்டுபிடித்ததுதான் காலனியம் நம்மை முழுதாய் விழுங்கிய தருணம். நம்மைப் பற்றிய அவர்களது கற்பனையின்மீது அவர்களுக்கு அவ்வளவு நம்பிக்கை! ஒரு உதாரணத்திற்குச் சொல்வ தென்றால், 19ம் நூற்றாண்டில் வாழ்ந்த ஜெர்மானியக் கவிஞர் கார்ல் வில்ஹெம் ப்ரடெரிக் ஸ்லீகல் 'எல்லாமும், ஆமா எல்லாமும் இந்தியாவில்தான் தோன்றியிருக்கிறது' என்று புலம்புகிற நிலைக் கெல்லாம் சென்றிருக்கிறார். இது ஒரு சோறுதான்; இந்த வகையில் அண்டா அண்டாவாக ஐரோப்பியர்கள் பொங்கியிருக்கிறார்கள்.

•

ஐரோப்பியர்கள் நடத்திய, சமஸ்கிருதமா தமிழா என்ற பட்டி மன்றத்தில் மாட்டிக்கொண்டு அவஸ்தைப்படுகிறோம் என்பதை விட, 'ஆதி' குறித்த மயக்கத்தில் ஆழ்ந்திருக்கிறோம் என்று சொல்லலாம். அது ஒரு நீண்ட கொடிய துயில்.

இதிலிருந்து நம்மால் பொற்காலங்களைக் கற்பனை செய்ய முடிந்தது. சங்க காலம் பொற்காலம்; சோழர் காலம் பொற்காலம்; சங்க இலக்கியத்தை விஞ்சக்கூடிய இலக்கியங்கள் உலகில் இல்லை; உலகிற்கே திருக்குறள் என்ற பொதுமறையைத் தந்தவர்கள் தமிழர்கள்; மிக நீண்ட எழுத்துப் பாரம்பரியம் தமிழுக்கே உண்டு; முதன் முதலில் இலக்கணம் எழுதப்பட்டது தமிழுக்குத்தான்; தமிழ் செம்மொழி; தமிழ் நாகரீகமே உலகின் முதல் நாகரீகம்; சிந்து சமவெளி எழுத்துகள் தமிழ்தான்; இப்படியே இன்னும் ஜல்லிக்கட்டு, தாய்த்தெய்வ வழிபாடு வரைக்கும் சொல்லிக்கொண்டே போகலாம்.

இப்படி ஒன்று இருந்தால் அதற்கு எதிர் லாவணி பாடுவதற்கும் ஆட்கள் இருக்கிறார்கள் என்று தானே அர்த்தம்? சங்க காலத்திலேயே சாதிப் பாகுபாடுகள் இருந்தன; சோழன்தான் 'தேவதாசி' வழக்கத்தைத் தோற்றுவித்தவன்; சங்க இலக்கியம், சம்ஸ்கிருத காவிய மரபிலிருந்து தோன்றியது; திருக்குறள், வேதத்தின் மொழிபெயர்ப்பு; மொழிகளுக் கெல்லாம் தாய் சமஸ்கிருதம்தான்; அகத்தியருக்கே சமஸ்கிருதம் தெரிந்திருந்தது; தமிழ் நாகரீகம் என்று ஒன்றுமில்லை; ஆரிய வருகைக்குப் பின்பே இங்கு நாகரீகம் தழைத்தோங்கியது; தமிழ்ப் பண்பாடு சாதியப் பண்பாடு; ஜல்லிக்கட்டு போன்ற கொடூரங்களைக் கொண்ட காட்டுமிராண்டி பண்பாடு.

காலனிய 'மரபு'

தமிழில் விவாதிக்கப்படும் அத்தனை விஷயங்களையும் இந்த இரண்டு வாதப்பிரதிவாதங்களுக்குள் அடக்கி விடலாம். அதாவது, எல்லாச் சண்டைகளிலும் கேட்கப்படும் ஒரே கேள்வி - இது 'ஒரிஜினலா' நம்மளோடது தானா?

அச்சு அசல் நம்ம விஷயம்தான் என்றால், உயிரைக் கொடுத்தாவது காப்பாற்று; இல்லையென்றால், சனியன் சாகட்டும் விடு. இதைத் தவிர தமிழில் வேறு சிறப்பான அரசியல் நிலைப்பாடு எதுவும் நம்மிடம் இல்லை.

இந்தக் கோளாறை காலனியம்தான் நமக்குக் கற்றுத் தந்தது. ஐரோப்பியர்களும் நம்ம ஊர் சிந்தனையாளர்களுமாகச் சேர்ந்துதான் இதற்கு முழு வடிவம் கொடுத்தார்கள். தமிழையோ சமஸ்கிருதத்தையோ மூல மொழியாக நம்ப விரும்புகிறவர்கள்,

அதன் காரணமாக அம்மொழிகளில் எழுதப்பட்டுள்ள அனைத்தையும் நம்ப விரும்புகிறார்கள். அது மட்டுமே உண்மை என்று உருண்டு புரண்டு அழ ஆரம்பிக்கிறார்கள். அந்த மொழிக்கோ அல்லது அந்தப் பண்பாட்டிற்கோ ஏதாவது நடந்தால், 'நாங்கள் உயிரோடே இருக்க மாட்டோம்' என்று கொதிப்படைகிறார்கள். மொழிப் பற்றியோ பண்பாடு பற்றியோ யாராவது எதையாவது சொல்லப் போனால் அது தங்கள் வாழ்வின் அர்த்தத்தையே கேள்வி கேட்பதாக உணர்ந்தார்கள்.

மொழி பற்றியும் பண்பாடு பற்றியும் தோற்றுவிக்கப்பட்ட இந்த மாயை, கொஞ்சம் கொஞ்சமாய் பயமாக மாறத் தொடங்குகிறது. இந்தப் பயத்தை அதிகரித்ததில் இந்திய தேசியத்திற்கும் கணிசமான பங்கு இருக்கிறது. ஏதாவதொரு ஒருமித்த காரணத்தைக் கொண்டே (பெரும்பாலும் 'மொழி') மற்ற தேசியங்கள் அனைத்தும் கட்டப் பட்டிருக்கின்றன. ஆனால், தன்னையும் தேசியம் என்று அறிவித்துக் கொண்ட இந்தியா, அந்த ஒருமித்த காரணம் 'சாதிதான்' என்று சொல்லவும் முடியாமல் மெல்லவும் முடியாமல் பண்ணுகிற அட்டகாசத்தில் இந்த வடமொழி அரசியல்தான் ரொம்ப கொடூரம். அவர்கள் காட்டுகிற பூச்சாண்டிக்குப் பயந்து அழும் முதல் குழந்தை 'மூத்த தமிழினம்'தான்.

நமது 19ம் நூற்றாண்டும் சரி, 20ம் நூற்றாண்டும் சரி இந்த இரு காலனிய அடிமைகளின் (இந்திய தேசியம், தமிழ் தேசியம்) நாடகத்தில்தான் கழிந்திருக்கிறது. எந்தவொரு சிக்கலையும் பகுத்தறிவோடு அணுகுவதற்குப் பதிலாக உணர்ச்சிவசப்பட்டு வசனங்களைப் பேசிக் கொண்டிருந்ததைத் தவிர நாம் வேறொன்றையும் செய்திருக்க வில்லை.

காலனிய மயக்கம்

இந்த விவாதத்தில் கொஞ்சம் பொருட்படுத்தத்தக்க ஒரு வாதம் உண்டென்றால் அது, காளை வகைகளைப் பாதுகாக்கும் மரபான அறிவியல் தொழில் நுட்பம் என்பதுதான். அப்படி உண்மையிலேயே நடக்கிறதா என்பதை விசாரிக்கக்கூட வேண்டாம். இந்தச் செய்தி முக்கியமானது; எனவே அப்படியே ஏற்றுக் கொள்ளலாம்.

ஆனால், அதனால் என்ன சொல்ல வருகிறோம்? இனிமேலும் நாங்கள் இப்படியே, மரபான முறையிலேயே, எங்களது காளை வகைகளைக் காப்பாற்றிக் கொள்கிறோம் என்று சொல்லப் போகிறோமா? அல்லது இது நாள் வரையில் மரபாகக் காப்பாற்றி வரப்பட்ட காளை வகை களை நவீன முறையில் காப்பாற்றுகிற முயற்சியை மேற்கொள்ளப் போகிறோமா? இன்றைக்கு வாய்த்துள்ள வசதிகள் எவையும்

கிடைத்திராத காலகட்டத்தில் வீரியக் காளை வகைகளைப் பாதுகாக்கும் நாட்டுப்புற வழக்காறாக வேண்டுமானால் ஜல்லிக்கட்டு இருந்திருக்க முடியும். ஆனால், இன்றைக்கும் நாங்கள் ஜல்லிக்கட்டு மூலமாகத்தான் காளை வகைகளைக் காப்பாற்றப் போகிறோம் என்று சொல்வதுதான் நமது பிரச்சினையே.

யாரோ வெளியிலிருந்து சிலர், 'ஜல்லிக்கட்டை நிறுத்துங்கள்' என்று சொன்னார்கள் என்பதற்காக, 'அதெல்லாம் முடியாது' என்று வழக்கத்திற்கு மாறான வெறியோடு ஜல்லிக்கட்டை நடத்துவது மட்டுமேதான் நமது ஒரே அரசியல் நடவடிக்கை என்றால் நாம் நிறைய மாற வேண்டியிருக்கிறது என்றுதான் சொல்வேன். மரபான நெல் வகைகளைக் காப்பாற்ற, விலங்கு வகைகளைக் காப்பாற்ற, இன்னபிற இயற்கை வளங்களைக் காப்பாற்ற இன்னமும் பாரம்பரிய வழிமுறைகளைத்தான் நம்பிக்கொண்டிருக்கிறோம்.

வசதிக் குறைவான, தொழில் நுட்ப வளர்ச்சி குறைவான காலத்திலேயே ஒரு விலங்கினத்தின் வகைகளைக் காப்பாற்ற 'ஜல்லிக்கட்டு' மாதிரியான கிராம விளையாட்டொன்றைக் கண்டு பிடிக்கத் தெரிந்த நமக்கு, அதற்கப்புறம் என்னவாயிற்று? ஏன் பாரம்பரிய வகைகளைக் காப்பாற்ற புதிய, ஜனநாயகபூர்வ, பகுத்தறிவு சார்ந்த, இன்னும் கூடுதல் அறிவியல் நோக்குடனான வழிமுறைகளை நாம் முயற்சிக்கவில்லை?

இதை காலனிய மயக்கம் என்றுதான் நான் சொல்வேன். மரபையும் பாரம்பரியத்தையும் கண்ணை மூடிக்கொண்டு நம்புகிற பழக்கம் நம்மிடம் வேரூன்றியிருக்கிறது. 'அவை 'புனிதமான கடந்த காலத்திலிருந்து' நம்மிடம் வந்து சேர்ந்த பொக்கிஷங்கள்; அதனால், கேள்விக்கு அப்பாற்பட்டவை. இன்னும் சொல்லப் போனால் அவைதான் கச்சிதமானவை.'

இதனாலேயே நமக்கு அவற்றின் மீது எந்தவிதச் சந்தேகமும் எழுவ தில்லை. மாறாக, அவற்றைக் காப்பாற்ற வேண்டிய வரலாற்றுக் கடமையும் நமக்கிருப்பதாகக் கற்பனை செய்து கொள்கிறோம். ஆனால், ஆச்சரியப்படும் வகையில் நாட்டுப்புற மக்கள் இது போன்ற கற்பனை எதையும் வைத்திருக்கவில்லை.

அக எதிர்ப்புகள்

ஜல்லிக்கட்டு குறித்த 'மிருக நலன் விரும்பிகளின்' விமர்சனத்தை விடவும், வேறு இரு தரப்பினரின் எதிர்வினைகள் முக்கியமானவை என்று நான் நினைக்கிறேன். முதலாவது, பெண்களின் தரப்பாக

முன்வைக்கப்பட்ட கேள்வி - ஆண்மையும் வீரமும் ஒன்று என்ற மூட நம்பிக்கையை இன்னும் எத்தனை காலம்தான் நாம் பாதுகாக்க வேண்டும்? இரண்டாவது, ஜல்லிக்கட்டு நிகழ்வுகளில் 'சாதி' மேலாண்மையின் பங்கு பற்றி தலித்துகள் எழுப்பும் கேள்வி.

இங்கு கேள்விக்குட்படுத்தப்படும் ஆண்மை, சாதி இரண்டும் கூடுதலான கவனத்தோடு கையாளப்படவேண்டிய விஷயங்கள் என்று நினைக்கிறேன். இவை குறித்த கேள்விகளை எழுப்புகிற இரண்டு தரப்பினரும் நெடுங்காலமாகப் பொது வெளியைச் சுதந்திரமாய் புழங்குவதிலிருந்து விலக்கி வைக்கப்பட்டவர்கள். 'பண்பாட்டு மேன்மை' என்று உரக்கப் பேசப்படும் ஒவ்வொரு தருணமும் அவர்கள் தங்களை ஒதுக்கப்பட்டவர்களாக உணர்ந்து பதட்டம் கொள்கின்றனர்.

ஜல்லிக்கட்டோ, சேவல் சண்டையோ, ரேக்ளா ரேசோ, இளவட்டக் கல்லைத் தூக்குவதோ, பெரும் மீசை வளர்த்துக் கொள்வதோ எதுவாக இருந்தாலும் அதன் பின்னால் வலுவான சமூகப் பொருளாதாரக் காரணிகள் இருக்கின்றன. மேற்கூறியவற்றுள் நிரூபிக்கப்படும் ஒவ்வொரு வீரமும், தொடர்ச்சியாக ஏதோவொரு ஆதாயமாக உருமாற்றப்படுகிறது. இவை சமூக அந்தஸ்தாக இருக்கலாம்; திருமணமாக இருக்கலாம்; ஏலம் எடுப்பதாக இருக்கலாம்; அசையா சொத்துகளின் கைமாற்றமாக இருக்கலாம். எது வேண்டுமானாலும் நடக்கலாம் - உடனடியாகவோ அல்லது தாமதமாகவோ.

ஜல்லிக்கட்டு நடத்தத் தடை என்று அறிவிக்கப்பட்டதும் பெருஞ் சமூகம் பண்பாட்டு ஒடுக்குமுறைக்காக வருந்துகிறது என்றால், அதில் பங்கேற்பவர்கள் இது போன்ற தொடர் ஆதாயங்களுக்காகவும் சேர்ந்தே வருந்துகிறார்கள். பாலித் தீவுகளில் நடைபெறும் சேவல் சண்டைகள் குறித்து க்ளிப்போர்ட் கீர்ட்ஸ் எழுதியுள்ள Deep Play: Notes on the Balinese Cockfight கட்டுரையை ஆர்வம் உள்ளவர்கள் வாசித்துப் பார்க்கலாம். அப்படியொரு ஆய்வு ஜல்லிக்கட்டு பற்றி நடத்தப் பட்டால் சமூகம் ஏன் பதறுகிறது என்பதற்கு வேறு சில பதில்கள் கிடைக்கக்கூடும்.

பண்பாட்டு மேன்மையும் தேசிய உருவாக்கமும்

பண்பாட்டை மேன்மை என்று கற்பனை செய்கிறவர்கள், அதில் நடைபெறும் மாற்றங்களைச் சீரழிவுகளாகவே புரிந்து கொள்கிறார்கள். பண்பாட்டை அந்நியர்களிடம் இழந்து விடப் போகிறோம் என்று பதட்டமடையத் தொடங்குகிறார்கள்.

ஜல்லிக்கட்டு போன்ற பண்பாட்டு மேன்மைகள் குறித்து பெண்களும், தலித்துகளும் கேட்கிற கேள்விகளை நியாயமாய் விவாதிப்பதே

ஆரோக்கியமான சமூகத்தின் இயல்பாகும். ஆனால், தமிழர்களாகிய நமது காலனிய மயக்கம் இக்குரல்களை அந்நியக் கைக்கூலிகளோ என்று சந்தேகப்பட வைக்கிறது. இந்தச் சந்தேகம் நம்மை மீண்டும் மீண்டும் ஒரே வித மனப்பிராந்திக்குள்தான் தள்ளுகிறது. விளைவு, பண்பாட்டைப் பாதுகாக்கிறோம் என்ற பெயரில் ஆழ்ந்த உறக்கத்திற்குச் சென்றுவிடுகிறோம்.

பண்பாட்டு மேன்மை என்ற பேச்சு மிகவும் ஆபத்தானது. தொடர்ச்சி யான விபத்துகளை ஏற்படுத்தக்கூடியது. அப்படி நிகழ்ந்தவொரு சமீபத்திய விபத்துதான் தேசிய அடையாள உருவாக்கம் என்பது. அது, இந்திய தேசியமாக இருந்தாலும் சரி, தமிழ் தேசியமாக இருந்தாலும் சரி, ஈழ தேசியமாக இருந்தாலும் சரி. எல்லா தேசியங்களுக்கும் பண்பாட்டு மேன்மைவாதம்தான் ஆதாரம். இந்தப் பண்பாட்டு மேன்மையை 'மொழியின்' பெயரால் செய்து வந்திருப்பதை நம்மால் பார்க்க முடியும்.

அங்கீகாரம் என்ற தேசியப் பிரதி

இந்த இடத்தில் மொழி ஒரு உருவகம் மட்டும்தான். பண்பாட்டையும் வரலாற்றையும் அது தனக்குள்ளே ஒளித்து வைத்திருக்கிறது. இதனால், எல்லாத் தேசிய விருப்பங்களும் வரலாற்றை எழுதுவதில் ஆர்வம் காட்டின. தனது எழுத்து இலக்கியங்களைப் பண்பாட்டு அடையாளங்களாக முன்னிறுத்தத் தொடங்கின. அவ்விலக்கியங்கள் ஒட்டுமொத்தச் சமூகத்தையும் பிரதிபலிக்கவில்லை என்ற போது, நாட்டுப்புற வழக்காறுகளை எழுத்து வடிவில் ஆவணப்படுத்தத் தொடங்கின.

அதாவது, கண்ணுக்குப் புலப்படாதிருந்த பாரம்பரியத்தை, மரபை, பண்பாட்டை எழுத்து வடிவில் பாதுகாக்கத் தொடங்கின. அதாவது, ஆவணம்!

பண்பாட்டை ஆவணப்படுத்துதல் தேசியவாதத்தின் ஆணிவேர். ஆவணமற்ற (ஒரு வேகத்தில் 'ஆணவம்' என்று வாசித்தாலும் தப்பில்லை!) தேசியமென்று எதையும் கற்பனை செய்யக்கூட முடியாது. எதை ஆவணமாக்கலாம், எவ்வாறு ஆவணமாக்கலாம் என்பதெல்லாம் கறாரான சட்டதிட்டங்களுடன் ஒழுங்கு படுத்தப் பட்டிருக்கிறது. பல்வேறு சோதனைகளைக் கடந்து, எந்தவொரு 'நிகழ்வு' தனது வீரியத்தை நிரூபிக்கிறதோ அது மட்டுமே ஆவணமாக்கப்படுகிறது. மற்றவை, மாற்று வடிவங்கள் அல்லது திரிபு வடிவங்கள் என்று பட்டியலிடப்படுகின்றன.

நாட்டுப்புறவியல் என்ற அறிவியல் தேசியவாதத்தின் உருவாக்கம். அதனால், வேறெந்தவொரு அறிவியலைக் காட்டிலும் நாட்டுப் புறவியலே ஆவணப்படுத்துவதிலும், மூலப் பிரதி உருவாக்கத்திலும் அதிவேக அக்கறை காட்டியது. 'எல்லாமே அழிந்து கொண்டிருக் கிறது; எனவே ஆவணப்படுத்துவதே தலையாய கடமை!' என்று நாட்டுப்புறவியல் புலம்பாத குறையாய் வேலை செய்ததை நாம் பார்க்கமுடியும். எது சரியான பிரதி? மூலப் பிரதிகளை அடையாளம் காண்பது எப்படி? என்பவை போன்ற முறையியல் சிக்கல்களிலிருந்தே பெரும்பான்மையான நாட்டுப்புறவியல் கோட்பாடுகள் உருவாகியிருந்தன. அதாவது, எல்லாருக்குமே 'வீரிய மூலப் பிரதி'யை அடையாளம் கண்டு காப்பாற்றுவதுதான் லட்சியமாக இருந்தது. உ.வே. சாமிநாதனின் 'என் சரித்திரத்தில்' இந்த லட்சியத்திற்கான அலைச்சலை நீங்கள் கதையாகவும் படிக்க முடியும்.

பின்லாந்து நாட்டின் தேசிய அடையாளச் சிக்கலில் 'காலேவாலா' என்ற காப்பியம் செய்யப்பட்ட சம்பவம் இன்னும் வேடிக்கையானது. ஃபின்னிஷ் மொழியில் வழங்கப்பட்ட தங்களது 'ஒரிஜினல்' தொன்மத்தைத் தேடி எலியாஸ் லோன்ரெட் என்ற ஆய்வாளர் பயணம் செய்த போது அவருக்குக் கிடைத்தது என்னவோ, அக்காப்பியத்தின் கந்தல்கள் மட்டுமே. அவ்வளவு தூரம் காலத்தால் கிழித்து எறியப்பட்டிருந்தது அந்தத் தொன்மம். வெவ்வேறு இடங்களில் கிடைத்த ஒட்டுத் துணிகளைக் கொண்டு எலியாஸ் தோராயமாக ஒரு கதையைத் தைத்து முடித்த தினம் இன்றைக்கும் அவர்களுக்கு 'தேசிய தினம்'! மூலப்பிரதி என்பது மூலப்பிரதியாகத்தான் இருக்க வேண்டுமென்ற அவசியமில்லை; அப்படியான அங்கீகாரம் மட்டுமே போதுமானது. அப்படியானால், அங்கீகாரம்தான் மூலப்பிரதி.

•

வீரிய மூலப்பிரதியின் உருவாக்கம் சமூகத்தையே வேறு மாதிரியாக மாற்றியமைக்கத் தொடங்குகிறது. இதை நான் உங்களுக்கு 'பிராமணர்களைக்' கொண்டு விளக்க முடியும். சாதியமைப்பு இந்தியாவெங்கும் செயல்படுகிறது என்றால், அந்தந்தப் பகுதிகளில் அதனதன் நிலவியலுக்கும், அரசியலுக்கும் தகுந்த வகையில் விதவிதமாகச் செயல்படுகிறது என்றால், இந்த அனைத்தையும் ஒழுங்குபடுத்தும் மூலப்பிரதி எது? அதாவது, சாதி எந்தவொரு மையப் புள்ளியிலிருந்து கிளைவிட்டு பிரிகிறது? அல்லது, எந்த யோசனையிலிருந்து இத்தனை நிகழ்வுகள் பிறக்கின்றன?

சாதியின் தோற்றுவாய் எது? அல்லது சாதியை நிர்வகிப்பது எந்த யோசனை? சாதியை ஒழுங்குபடுத்துவது யார்? ஏறக்குறைய சாதியின்

'மூலப்பிரதி' எது என்பதுதான் இது. இதற்கு ஐரோப்பிய ஆய்வாளர்களும், அவர்களது இந்திய உயர்சாதி உதவியாளர்களும் கண்டடைந்த பதில்தான் – வர்ணாஸ்ரம தர்மம் என்ற தொன்மக்கதையும், மனுஸ்மிருதி என்ற ஏடும்.

அது நாள் வரையில் மிகக்குறுகிய வட்டத்திற்குள் மட்டுமே புழங்கி வந்த இவ்விரு பிரதிகளும் அவற்றின் 'ஒருமித்த' பேச்சு முறையின் காரணமாக சாதி என்ற சமூகக் காரணியை நிர்வகிக்கும் மூலப் பிரதிகளாக அடையாளம் காணப்பட்டன. இதற்கப்புறமாய் சாதியை 'சாதியமைப்பு' என்று எழுதுவது எல்லோருக்கும் எளிதாய் இருந்தது. சாதி, ஒரு இந்தியச் சிந்தனை என்றும் சொல்ல முடிந்தது.

ஆனால், பெரும்பான்மை இந்தியர்கள் அப்பொழுதுதான் முதன் முறையாக இவ்விரு பிரதிகளைப் பற்றியும் கேள்விப்பட்டார்கள். கேள்விப்பட்டதும், 'நம்மை பற்றி இவ்வளவு விரிவாய் பேசக்கூடிய பிரதிகளைப் பற்றி இத்தனை காலம் அறியாமல் இருந்தோமே' என்று அறிவுக் கூச்சம் கூட அடைந்தார்கள். துரதிர்ஷ்டவசமாக, வேறு எந்தவொரு சமூகத்திடமும் இது போன்ற கற்பனைகள் எழுத்துப் பிரதிகளாக இல்லை; அப்படியே இருந்தாலும், இது போல எல்லாரையும் இணைத்துக் கட்டுகிற கதம்ப குணம் அதற்கு இருக்கவில்லை.

சாதியை நிர்வகிக்கும் மூலப் பிரதிகள் இவைதான் என்பது நிரூபணமானதோடு இந்தப் பிரச்சினை நின்று விடவில்லை. சொல்லப்போனால், அதற்குப் பின்பே இன்னுமொரு மூலப் பிரதி உருவாகத் தொடங்கியது. வர்ணாஸ்ரம தர்மமும், மனுஸ்மிருதியும் திரும்பத் திரும்ப ஒரு விஷயத்தை வலியுறுத்திக் கொண்டே இருந்தன – அதாவது, 'பிராமணர்களே இந்திய சமூகத்தின் வீரிய வித்துகள்!' என்ற செய்தியை அவை மறைமுகமாகச் சொல்லிக் கொண்டே இருந்தன. இந்த 'வீரிய வித்து' பிரச்சினைதான் ஒரு தளத்தில் 'பிராமண எதிர்ப்பாகவும்' இன்னொரு தளத்தில் 'பிராமணர்களைப் போலி செய்வதாகவும்' வெளிப்படத் தொடங்கியது.

•

'மூலப்பிரதி', 'ஒரிஜினல்', 'வீரிய வித்து' போன்ற பேச்சுகள் காலனியத்தின் வருகைக்குப் பின்புதான் உருவாயின என்று ஒரேயடியாய் சொல்லிவிடலாமா?

அப்படியும் இல்லை.

இது காலனியத்தின் கண்டுபிடிப்பு மட்டுமே இல்லை; காலங்காலமாக இது நடைமுறையில் இருந்து வருவதுதான். ஜல்லிக்கட்டு ஒரு

வகையில் வீரியக் காளை இனங்களை அடையாளப்படுத்தும், பாதுகாக்கும் பண்பாட்டு வழக்கம்தான். இதே நடைமுறை வேளாண்மையிலும் கடைபிடிக்கப்படுகிறது; பாரம்பரியமாக வீரிய விதை ரகங்கள் பாதுகாக்கப்பட்டுள்ளன. ஆனால், பெருவாரியான இந்திய சமூகம் இந்த 'வீரிய வித்து' சமாச்சாரத்தை மனிதர்களுக்குள் பயன்படுத்தியிருக்கவில்லை. அது மனிதர்களை உடற்கூறியல் சார்ந்து வகைப்படுத்துவதை விடவும், அவர்களது வினைகள் சார்ந்து வகைப்படுத்தவே விரும்பின. கர்மம்!

பெருவாரியான இந்திய சமூகம்தான் அப்படி. மிகச்சிறிய பிராமணர்களும், ஷத்திரியர்களும் இந்த 'வீரிய மனித வித்து' கதையைத் தொடர்ந்து நம்பியிருக்கிறார்கள்; அதற்காக இல்லாத பொல்லாத வேலைகளையெல்லாம் செய்தும் இருக்கிறார்கள். இந்தக் கதைகளுக்காக நீங்கள் பெரிய ஆராய்ச்சிகளையெல்லாம் செய்ய வேண்டிய அவசியம் இல்லை. இந்தியப் பண்பாட்டை விளக்கும் 'மூலப் பிரதிகள்' என்று சொல்லக்கூடிய அத்தனையும் வெவ்வேறு கால கட்டங்களில் இந்த வீரிய மனித வித்து தொடர்பாக நடைபெற்ற போராட்டங்களைத்தான் சித்தரிக்கின்றன. மகாபாரதம் அப்படி நடைபெற்ற போராட்டங்களைக் கதைகளாய்ச் சொல்லும் ஒரு மூலப்பிரதி.

இந்திய தேசியம் இத்தகைய மகாபாரத, ராமாயணக் கதைகளைத்தான் தனது 'மூலப்பிரதி'களில் ஒன்றாகக் கொண்டிருக்கிறது. தொடர்ச்சியாக இப்பிரதிகளை வெவ்வேறு வடிவங்களில் போலி செய்வதன் வழி, தன்னைத் தக்கவைத்துக் கொள்ள முயற்சித்தபடியேவும் இருக்கிறது.

அதிர்ஷ்டவசமாக இந்தியப் பெருஞ்சமூகம் இந்த 'வீரிய மனித வித்து' கற்பனையைச் செயல்படுத்திப் பார்க்க ஆசைப்படவில்லை. ஆனால், நம்புகிறது; அவர்களை மீமனிதர்களாக நம்புகிறது; சுத்த ரத்தம் ஓடுகிற வம்சத்தினர் என்று நம்புகிறது; 'சுத்த ரத்தம்' என்ற ஒன்று இருக்க முடியும் என்று நம்புகிறது. இதனாலேயே 'சாதி', ஒரு நிறைவேறாத ஏக்கமாகப் பெருஞ்சமூகத்துள் இன்னமும் தங்கியிருக்கிறது.

●

'வீரிய வித்து' கற்பனை ஒரு வகையில் சாதியைச் சுட்டுகிறது என்றால், இன்னொரு தளத்தில் இந்த உலகம் ஆண்களுக்காகச் செய்யப்பட்டிருக்கிறது என்பதையும் சுட்டி நிற்கிறது. வித்து என்ற வார்த்தையே ஆண்களைக் குறிக்கிற வார்த்தைதான். அந்த வித்துகள் விளையும் நிலத்தை வீரிய நிலம், வீரியமற்ற நிலம் என்றெல்லாம் நாம் கற்பனை

செய்யவில்லை. வன்நிலம், மென்நிலம், புன்நிலம்தான். வன் நிலத்தையும் புன்நிலத்தையும் மென்நிலமாக மாற்றிவிட முடியும். வித்தில் மாற்றத்தைச் செய்வதற்கு வழியில்லை; வித்து வீரியமாக இருப்பது தெய்வாதீனம்! அதே நேரம், காளைகளில் வீரிய வகையைக் காப்பாற்றுவதுதான் தமிழ்ப் பண்பாட்டின் அதிகபட்ச அக்கறையாக இருக்கிறது. வீரிய பசு வகையைக் காப்பாற்றுவதற்கு ஜல்லிகட்டு போல இன்னொரு 'கட்டு' நம்மிடம் இல்லை.

'மூலப் பிரதி' சொல்லாடலில் பெண்களுக்கு எந்தவிதப் பங்களிப்பும் இருக்கவில்லை. சொல்லப்போனால், அப்பிரதிகளை வாசித்துப் படியெடுக்கிறவர்களே அவர்களாகத்தான் இருந்தார்கள். ஆனாலும், அவர்களுக்கு இந்த விவாதத்தில் பங்கு கொள்ளும் அனுமதி இல்லை. ஜல்லிக்கட்டு தொடர்பான பிரச்சினையில், பெண்களும் தலித்துகளும் ஒரே மாதிரியாய், 'அதை நிறுத்தித் தொலையுங்கள்' என்று இதனால்தான் சொன்னார்கள்.

•

நாட்டுப்புற வழக்காறுகளுக்கு இது போன்ற எந்த மயக்கங்களும் இல்லை. மயக்கங்கள் இல்லை என்றது போல அதற்கென்று பிரத்தியேக அரசியலும் இல்லை. அது ஒரே குரலில் பேசுவதும் இல்லை; மிகைல் பக்தின் உணர்ந்து சொன்னது போல அது பலகுரல் களில் பேசிக்கொண்டிருக்கிறது. ஒரு தருணத்தில் அண்டோனியோ கிராம்சி நாட்டுப்புற வழக்காறுகளின் இந்தக் குணத்தையே வேறு மாதிரியாய் சொல்லிப் பார்த்திருந்தார்; என்னைப் பொறுத்த வரையில் அது 'பலகுரல்' என்பதை விடவும் இன்னும் பொருத்தமானது: 'வழக்காறுகள், யோசனைகளின் அருங்காட்சியகம்'. என்னவொரு அற்புதமான கற்பனை!

தேசியத்தைக் கட்டமைப்பதில் வழக்காறுகளைப் பயன்படுத்தியது போலவே, அதனைக் கட்டுடைக்கவும் வழக்காறுகளைப் பயன்படுத்த முடியும். அதற்கான கூறுகளையும் வழக்காறுகள் தங்களுக்குள் கொண்டுள்ளன. யோசனைகளின் அருங்காட்சியகம் தானே அது?

•

தாவர வர்க்கங்களிலும், விலங்கு வகைகளிலும் வீரிய இனங்களை (ஆண், பெண் பேதங்களின்றி) உண்மையிலேயே நாம் பாதுகாக்க நினைத்தால், 'ஜல்லிக்கட்டு' போன்ற மரபான வழிமுறைகளை விட்டுவிட்டு வேறு நவீன முறைகளை நாம் யோசிக்கப் பழக வேண்டும். ஏனென்றால், இந்தப் பண்பாட்டு 'மேன்மைகளில்' நாம் புளகாங்கிதம் அடைவதை விடவும் அருவருக்கிற சந்தர்ப்பங்களே

அதிகமிருக்கின்றன. பயணற்ற பண்பாட்டுக் கூறுகளை எந்தவிதத் தயக்கமும் இல்லாமல் ஒதுக்கித் தள்ளுகிற மனோபாவத்தை நாட்டுப்புற வழக்காறுகளில் கற்றுக் கொள்ள முடியும். மரபு குறித்தும் பண்பாடு குறித்தும் பெருமிதம் கொள்வது மட்டுமே எழுச்சி அல்ல; அதன் சீர்கேடுகளைக் கண்டு குற்றவுணர்வு கொள்வதும் எழுச்சிதான். ஜல்லிக்கட்டு, அப்படியொரு குற்றவுணர்வு கொள்ள வேண்டிய பண்பாட்டு நடவடிக்கை.

●

(டி.தருமராஜ், மதுரை காமராசர் பல்கலைக்கழகத்தின் நாட்டுப்புறவியல் மற்றும் பண்பாட்டு ஆய்வுகள் துறையின் பேராசிரியர். 'நான் பூர்வ பௌத்தன்', 'தமிழ் நாட்டுப்புறவியல்' போன்ற நூல்களை எழுதியுள்ளார். இவருடைய சமீபத்திய நூல், 'நான் ஏன் தலித்தும் அல்ல?', கிழக்கு பதிப்பகம்.)

குத்தி எழுப்பிய காளை

தங்கர் பச்சான்

போகிறவர்கள், வருகிறவர்களை எல்லாம் சுரண்டிச் சுரண்டிச் சுரண்டி, சிறிது சிறிதாய் தனது அடையாளங்களை இழந்து கொண்டிருந்த தமிழினம் எஞ்சியிருப்பதையாவது தக்க வைத்துக்கொள்ள எழுந்து உட்கார்ந்திருக்கிறது.

பெயரளவில்தான் இது தமிழினம் ! பெயரளவில்தான் இது தமிழ்நாடு! ஏதோ தமிழ் போன்றதொன்றைப் பேசிக்கொண்டு தமிழினத்திற்கான அனைத்துக் கூறுகளையும் பற்றிச் சிறிதும் அக்கறை கொள்ளலாமல் எப்படியாவது உயிர் வாழ்ந்தால் போதுமெனப் பிழைத்துக் கொண்டிருந்த தமிழினத்தை ஒரு காளை வந்து குத்தி எழுப்பி உட்கார வைத்திருக்கிறது.

உண்மையில் நாம் தமிழினம்தான் என ஒவ்வொரு தமிழனையும் நம்பிக்கை கொள்ள வைத்திருக்கிறது. நடந்ததெல்லாம் உண்மை தானா? கற்பனையாக இருந்து விடக்கூடாது எனும் கவலை ஒவ்வொருவருக்குள்ளும் உருவாகியிருக்கிறது. நெடுங்காலத்துக்குப் பின் தமிழினம் பெருமை கொள்ளும் விதமாக ஒரு செயல் நடந்தேறியிருக்கிறது.

தமிழ் என்றால் பெரும்பழமை! இலக்கியம், கலை, சிற்பம் ஓவியம், விளையாட்டு, கணிதம், மருத்துவம், தத்துவம், பண்பாடு என்று எதை எடுத்துக்கொண்டாலும் அனைத்திலும் முதலிடத்தில் இருந்தவர்கள் தமிழர்கள். அப்படிப்பட்ட தமிழர்களை மதம், சாதி, அரசியல் என்று

தனித்தனியாகப் பிரித்து வைத்து, கூறுபோட்டு, குதறியெடுத்தார்கள் வந்தேறிகள்.

தன் அழிவு குறித்து கவலையோ, எதிர்ப்புணர்வோ கொண்டு ஓரினமாக ஒன்றிணைந்து பகைவர்களை விரட்டியடிக்காத அம்மக்கள் அத்தனை அடையாளங்களையும் உதறிப்போட்டுவிட்டு வீதியில் கூடினார்கள். பெயரளவுக்கு தமிழர்களாக, தமிழினமாக வாழ்ந்தவர் களின் பிள்ளைகள் எதையும் எதிர்த்து நின்று இன்று போராடத் துணிந்துவிட்டார்கள். இனி, தங்களை அழிக்க, அடக்க முனைகின்ற எந்த ஒரு செயலுக்கும் ஒன்றுகூடித் தீர்வுகாண முனைந்துவிட்டார்கள்.

தனித்த அடையாளங்களுடன் தலை நிமிர்ந்திருந்த தமிழினம் இந்தியா எனும் கூண்டுக்குள் அடைக்கப்பட்டதும் ஒவ்வொன்றாக இழக்கத் தொடங்கியது. உயிருக்கு இணையான, உலக மொழிகளுக்கு மூலமான தமிழ்மொழியைத் திட்டமிட்டே சிதைத்தார்கள். தன் மொழி அழிவுகுறித்து விழிப்புணர்வு கொள்ளாததால் ஒவ்வொரு அடை யாளத்தையும் இழந்து தன் அரசியல் வாழ்வையும் இழந்தான் தமிழன். பல நூறு ஆண்டுகளாக உறங்கிக்கிடந்த வீர விதை இன்று முளைத் தெழுந்திருக்கிறது.

காலங்காலமாகத் தன்குடும்பத்தில் ஒரு நபராக இணைந்து கொண்டிருந்த காளைக்குப் பிறப்பிக்கப்பட்ட கட்டுப்பாடுகள் நியாயமற்றவை என்பதை உணர்த்த ஏழு நாட்கள் இரவு பகலாக வெயிலிலும், குளிரிலும் கிடந்து போராட வேண்டியிருக்கிறது. தங்களுக்குத் தொடர்பே இல்லாதவர்கள் தங்கள் வாழ்வில் குறுக்கிடுவது பற்றி ஒவ்வொரு தமிழனும் சிந்திக்கத் தொடங்கியிருக் கிறான். வெறும் மூன்று மாவட்டங்களில் நடத்தப்பட்ட ஜல்லிகட்டு இப்போது உலகச் செய்தியாக மாறியிருக்கிறது. சீறும் காளையும், அடக்கும் இளைஞனும் ஒட்டுமொத்த தமிழினத்தின் அடையாள இலச்சினையாக உருப்பெற்றிருக்கிறது.

தமிழினத்துக்கும் தமிழர்களுக்கும் உலகத்தில் எது நடந்தாலும் கண்டுகொள்ளாமலிருந்தவர்கள் இனி கண்டுகொள்ள வேண்டிய கட்டாயம் உருவாகியிருக்கிறது. உலகத்தின் எந்த மூலையில் எந்த ஒரு தமிழன்மேல் ஒரு அடி விழுந்தாலும் ஒவ்வொரு தமிழனுக்கும் வலிக்கும்! சட்டமன்றம், நாடாளுமன்றம், நீதிமன்றம் எனும் பெயரில் தமிழினத்தின் எந்தவித எதிர்பாடுகளுக்கும் எதிர்கேள்வி எழுந்தே தீரும்.

தங்களுக்கெதிராக நடக்கும் எதையும் கண்டுகொள்ளக்கூடாது. நாம் உண்டு, நம் வேலை உண்டு என ஒதுங்கிப்போகச் சொல்லி

பெற்றோர்களால் வளர்க்கப்பட்ட பிள்ளைகள் இன்று அநியாயத்திற்கும், அதிகாரத்திற்கும் எதிராக ஒன்றுகூடி வென்றிருக்கிறார்கள்.

குரு என்று சொல்லிக்கொள்ள ஆசைப்படுகின்ற மாணவர்களை நல்வழிப்படுத்திக் கற்றுத்தர வேண்டிய ஆசிரியர்கள் மாதச் சம்பளத்திற்காக மட்டுமே வேலை செய்து, தங்களின் ஊதிய உயர்வுக்காக மட்டுமே ஒன்றுகூடிப் போராடும் சதாரண ஊழியர்களானார்கள். ஒன்றுக்கும் உதவாத இந்த அடிமைக் கல்வி தமிழகத்தில் ஒன்றேகால் கோடி இளைஞர்களை வெறும் சான்றிதழோடு வேலையில்லாத, சமூகத்தைக் கண்டுகொள்ளாத உணர்ச்சியற்றவர்களாக மாற்றியிருந்தது. தன் வாழ்வு குறித்து சிந்தித்து ஒன்றுகூடி வேலை கேட்டுப் போராட வீதிக்கு வராதவர்கள் இன்று தன் இனத்திற்காக ஒன்றிணைந்திருக்கிறார்கள்.

வாக்குரிமையை விலைபேசி மக்களாட்சி எனும் பெயரில் அதிகாரத்தையும், பதவியையும் அடைந்த அரசியல் பிழைப்புவாதிகள் தங்களின் எதிர்கால வாழ்வு என்னவாகுமோ என அடங்கி ஒடுங்கிப் போய் இருக்கிறார்கள். நான் தமிழன், நான் தமிழச்சி என பாத வெளியில் நின்று பெருமைப்பட்டுக் குரலெழுப்பவர்களைக் கண்டு இவ்வளவு காலம் தமிழை அழித்து தமிழன் சாயம் பூசி தமிழர்களாக வலம் வந்தவர்களுக்கு வேடம் கலைந்து விடுமோ எனும் அச்சம் உருவாகியிருக்கிறது.

இந்திய இறையாண்மை எனும் பெயரில் காலம் காலமாகத் தன் மொழி, இன, உரிமை ஒவ்வொன்றையும் காவு கொடுத்துவிட்டு கை பிசைந்து செய்வதறியாமல் தமிழினம் தவித்தபோது ஒருவரும் கை கொடுக்கவில்லை. சட்டம் எனும் பெயரில் மற்ற மாநிலங்களைக் கட்டுப்படுத்தாதவர்கள், தமிழகத்தை மட்டும் வஞ்சித்ததை ஏற்றுக் கொள்ள முடியாதவர்கள் ஆகியோர்தான் இன்று ஜல்லிக்கட்டுக்காக ஒன்று கூடியிருக்கிறார்கள்.

தங்களுடைய எதிரிகள் யார் யார் என்பதை ஒவ்வொரு தமிழனும் சிந்திக்கத் தொடங்கியிருக்கிறான். சிறுவர் முதல் கிழவன், கிழவி வரை ஒவ்வொருவரும் அரசியல் பேசத் தொடங்கியிருக்கிறார்கள். தங்களுக்கான அரசியல் எது என்பதைப் புரிந்துகொள்ளத் தொடங்கி விட்டார்கள். அடங்கி ஒடுங்கிக் கிடந்தவர்கள் கேள்வி கேட்கத் தொடங்கி விட்டார்கள். தன்னால் சாதிக்கமுடியும் எனும் நம்பிக்கை ஒவ்வொரு இளைஞருக்கும் பிறந்திருக்கிறது.

அண்மை காலமாக நடந்து கொண்டிருக்கும் அருவருப்பான அரசியல் அவனை உணர்ச்சிகொண்டு எழ வைத்திருக்கிறது. அரசியல்

பிழைப்புவாதிகளை அவமானச் சின்னங்களாகப் பார்க்கத் தொடங்கி விட்டார்கள். இயற்கையான மண்ணை, காற்றை, உணவை அழித்து உயிரினங்கள் அனைத்தையும் அழித்தவர்கள்தான் காளை மாடுகள் தமிழ்நாட்டில் துன்புறுத்தப்படுவதாகக் கவலைப்பட்டவர்கள். அனைவராலும் கைவிடப்பட்ட தமிழினத்தை அவனது குடும்பத்தின் ஒரு பகுதியாகப் பின்னிப் பிணைந்திருந்த காளை மாடு காப்பாற்றியிருக்கிறது.

'ஏறு தழுவுதலை' ஜல்லிக்கட்டாக மாற்றியவர்கள் மாறவேண்டிய காலம் உருவாகிவிட்டது. இனி ஜல்லிக்கட்டு மீண்டும் ஏறு தழுவுதலாக மாறும். உறங்கிக்கிடந்த தமிழினத்தை மட்டும் காளை தட்டி எழுப்பவில்லை. ஒடுக்கப்பட்ட, அடிமைப்படுத்தப்பட்ட இந்தியாவின் பாதிக்கப்பட்ட இனங்களையெல்லாம் தட்டியெழுப்பிக் கொண்டிருக்கிறது.

•

(பல்வேறு இந்திய மொழிகளில் 45 திரைப்படங்களுக்கு மேல் ஒளிப்பதிவு இயக்குநராகப் பணிபுரிந்திருக்கும் தங்கர் பச்சான் தமிழில் 9 திரைப் படங்களை இயக்கியிருக்கிறார். மொழி, சமூகம் சார்ந்து ஒரு களப் போராளியாகத் தொடர்ந்து பங்களிப்புகளைச் செய்து வருகிறார் தங்கர் பச்சான். இவருடைய சமீபத்திய நூல், 'சொல்லத் தோணுது', கிழக்கு பதிப்பகம்.)

'காளை' மீதான கருணையினால் அல்ல

பெ. மணியரசன்

பழைய காலத்தில் பொங்கல் என்பது புதிதாக அறுவடை செய்யப்பட்ட நெல்லில் இருந்து பெற்ற புத்தரிசியைப் புதுப்பானையிலிட்டு, புதுத் தண்ணீர் கொண்டு பொங்கல் சமைப்பார்கள்.

அரிசி புதிது, பானை புதிது, தண்ணீர் புதிது என்றாலும் பொங்கலில் போடும் உப்பு பழையது! அப்படித்தான் ஓர் இனத்தின் அல்லது சமுதாயத்தின் பண்பாடு என்பது உப்பு போன்று பழைமையில் வேர் கொண்டு புதுமைகளுடன் வளர்கிறது; தொடர்கிறது.

முழுக்கால் சட்டை, சுடிதார் அணிவோர் அணியட்டும். அதற்காக வேட்டியும் புடவையும் அணியத் தடை போட்டால் எப்படி இருக்கும்? அப்படித்தான் இருக்கிறது அரசே பொறுப்பெடுத்து கிரிக்கெட் விளையாட்டை நடத்தலாம்; ஆனால் சல்லிக்கட்டுக்கு மட்டும் தடை என்பது!

தமிழர்களின் வீர விளையாட்டு 'ஏறுதழுவல்' என்றால் இந்தக் காலத்தில் வீர விளையாட்டெல்லாம் பொருத்தப்படுமா என்று சிலர் கேட்கிறார்கள்.

ஈட்டி எறிதல், வில்லம்பு விடுதல், குத்து சண்டை, குதிரைப் பந்தயம் போன்றவை நடத்தலாம். ஏறுதழுவல் மட்டும் கூடாது என்கிறார்கள்.

'வீரவிளையாட்டு' என்றெல்லாம் இந்த நாகரிக காலத்தில் பேசலாமா என்று சிலர் கேட்கிறார்கள். அவர்கள் யார் என்று உற்றுப் பார்த்தால், வீர விளையாட்டை மறுத்து மூளை விளையாட்டு நடத்தி, சமூகத்தில் முதலிடம் பிடித்தோர் என்று தெரியவரும்!

ஏறு தழுவுதல் என்பது தமிழர்களின் தனித்தன்மையுள்ள பண்பாட்டு நிகழ்வுகளில் ஒன்று. பண்பாடு என்பது எப்பொழுதும் ஒரு குறிப்பிட்ட இன மக்களின் அல்லது குறிப்பிட்ட சமுதாய மக்களின் பழக்க வழக்கமாக மட்டுமே உருவாகிறது. இனம் கடந்து, மொழி கடந்து எந்தப் பண்பாடும் அல்லது நாகரிகமும் வரலாற்றில் உருவானதில்லை.

பல்வேறு இனங்களிடையே உருவான - தனித்தன்மையுள்ள பற்பல பண்பாடுகளிடையே சில பொதுத் தன்மைகள் அதனதன் இயல்பில் உருவாகியிருக்கலாம். அதுவேறு செய்தி! பண்பாடு அல்லது நாகரிகம் என்பது ஒரு குறிப்பிட்ட இன மக்களின் வாழ்க்கையிலிருந்தே எழுகிறது. பண்பாடு (Culture) என்றால் என்ன என்று ஆக்ஸ்ஃபோர்டு ஆங்கில அகரமுதலி கூறுவது வருமாறு:

> Culture: the arts, customs, ideas etc., of a nation, people, or group.
>
> *பண்பாடு: ஒரு தேசம் அல்லது ஒரு மக்கள் அல்லது ஒரு குழுவின் கலைகள், பழக்க வழக்கங்கள், சிந்தனைகள் முதலியவை.*

உலகத்தில் பல பண்பாடுகள் இருக்கின்றன. ஏனெனில் உலகத்தில் பல இனங்கள், பல தேசங்கள் இருக்கின்றன. இந்தியாவில் பல பண்பாடுகள் இருக்கின்றன. ஏனெனில் இந்தயாவில் பல இனங்கள் - பல தேசங்கள் இருக்கின்றன. இந்தியாவில் பல இனங்கள் மற்றும் பல தேசங்கள் இருப்பதை ஏற்கும் வகையில்தான் இந்திய அரசமைப்புச் சட்டத்தின் முதல் உறுப்பு இந்தியாவை ஒரு தேசம் (Nation) என்று சொல்லாமல், ஓர் ஒன்றியம் (Union) என்று வரையறுக்கிறது.

இந்திய அரசமைப்புச் சட்ட உறுப்பு 29 (1), பின்வருமாறு கூறுகிறது:

> 'தங்களுக்கென்று தனிமொழி, அதற்குத் தனி எழுத்து, அல்லது தனிப்பண்பாடு கொண்டு வாழும் குடிமக்கள் பிரிவு, இந்தியாவில் எந்தப் பகுதியில் இருந்தாலும், அவர்கள் மேற்கண்டவற்றைப் பாதுகாத்துக் கொள்ளும் உரிமை உண்டு.'

(இது இந்திய அரசமைப்புச் சட்டத்தின் அடிப்படை உரிமைகள் பகுதியான 3ஆம் பகுதியில் உள்ளது).

தனி மொழி, தனி எழுத்து, தனிப் பண்பாடு கொண்டு பல்லாயிரம் ஆண்டுகளாக வாழும் இனம் தமிழினம். எனவே உறுப்பு 29 (1), தமிழர்களுக்கு உறுதியாகப் பொருந்தும்.

ஏறுதழுவுதல் தமிழர்களின் பண்பாடு என்பதற்கு 4,000 ஆண்டுகளுக்கு முந்திய சிந்துச் சமவெளி மொகஞ்சதாரோவிலிருந்து கலித்தொகை, சிலப்பதிகாரம், இன்றைய நாட்டுப்புறப்பாடல்கள் வரை சான்றுகள் உள்ளன. புதைபொருள் சான்று, இலக்கியச் சான்று மட்டுமின்றி, இன்றைய நடைமுறைச் சான்றுகளும் இருக்கின்றன.

குரூஉக் கண் கொலை ஏறு
கொண்டேன் யான் என்னும்
தருக்கு அன்றோ ஆயர் மகன்

- கலித்தொகை, 104.

தொழுவிடை ஏறு குறித்து வளர்த்தார்
எழுவர் இளங்கோதை யார்

- சிலப்பதிகாலம், ஆய்ச்சியர் குரவை.

சொல் வேறு - செயல் வேறு

அரசமைப்புச் சட்டத்தில் கூறப்படுவது ஒன்றாக இருக்கும். காங்கிரசு, பா.ச.க. ஆட்சியாளர்களும், இடதுசாரி இந்தியத் தேசியவாதிகளும் நடைமுறையில் கூறுவது வேறொன்றாக இருக்கும்.

அரசமைப்புச் சட்டத்தில் இந்தியாவைத் தேசம் என்று கூறாமல் ஒன்றியம் என்று கூறினார்கள். ஆனால் நடைமுறையில் காங்கிரசு, பா.ச.க., இடதுசாரிக் கட்சிகளின் தலைவர்கள் இந்தியாவைத் 'தேசம்' என்றே சொல்லி வருகிறார்கள்.

அதேபோல், 'இந்தியன்' என்று ஒரு தேசிய இனம் இருப்பதாக அரசமைப்புச் சட்டம் கூறவில்லை. இந்தியக் குடிமகன், இந்தியக் குடிமகள் (Citizen of India) என்று மட்டுமே கூறுகிறது.

ஆனால் மேற்படி காங்கிரசார், பா.ச.க.வினர், இடதுசாரிகள் 'இந்தியன்' என்றுதான் எப்போதும் பேசுவர். அதிலும் பா.ச.க.வினர் தீவிர இந்துத்துவாவாதிகள் ஆனதால், 'பாரதீயன்' என்று கூறி வருகின்றனர். 'தமிழன்' என்று கூறினால் அது இந்திய ஒற்றுமைக்கு எதிர்க்கூற்று என்று கருதுகிறார்கள்.

அதேபோல்தான் அரசமைப்புச் சட்டத்தில் - பல்வேறு மொழியின மக்களின் பண்பாட்டைப் பாதுகாக்க உறுதி வழங்கிவிட்டு, நடைமுறையில் - விலங்குகள் மீதான உரிமயைக் கூட முழு அளவில் மாநில அதிகாரத்தில் வைக்கவில்லை.

'அனைத்திந்திய விலங்குகள் நல வாரியம்' (Animal Welfare Board of India - AWBI) என்ற அமைப்பு மாநில சட்டப்பேரவை மீது ஆணை செலுத்துகிறது. இந்திய அரசு நிறுவனமான அது, தனியாரையும்

இணைத்துக் கொண்டு ஒரு தன்னார்வ நிறுவனம் போல் கட்டமைக்கப்பட்டுள்ளது. பன்னாட்டுத் தன்னார்வ நிறுவனமான பீட்டாவின் உறுப்பினர்களையும் தனது உறுப்பினர்களாக இந்திய விலங்குகள் நலச்சங்கம் கொண்டுள்ளது.

மராட்டிய உயர் நீதிமன்றம் அம்மாநிலத்தில் வந்த ஒரு வழக்கில் 'ரேக்ளா' பந்தயத்தைத் தடை செய்து தீர்ப்பளித்தது. இதைப் பயன்படுத்திக் கொண்டு, இந்திய விலங்குகள் நலச்சங்கம், இந்தியா முழுமைக்கும் 'ரேக்ளா' பந்தயம், சல்லிக்கட்டு உள்ளிட்ட விளையாட்டுகளை தடை செய்ய வலியுறுத்தி, மாநில அரசுகளுக்கு சுற்றறிக்கை அனுப்பியது (AWBI Letter - 21.9.2005).

இந்தக் கடிதத்தை மேற்கோள் காட்டி, தமிழ்நாட்டின் காவல்துறை தலைவர் தமிழ்நாடு முழுமைக்கும் உள்ள காவல்துறை அதிகாரி களுக்கு ஒரு சுற்றறிக்கை அனுப்பி, 'ரேக்ளா' பந்தயம், ஏறுதழுவல் ஆகியவற்றை தடை செய்யச் சொன்னார். (RC No: 237562/2006 Dated 15.1.2006).

இந்த சுற்றறிக்கையின் விளைவாக, இராமநாதபுரம் மாவட்டம் - கடலாடி வட்டம் தனயன்கூட்டம் கிராமத்தில் நொண்டிக் கருப்பண்ணசாமி, அய்யனார், பெரிய கருப்பண்ணசாமி, முனீசுவரர் கோயில் திருவிழாவில், 'ரேக்ளா' பந்தயம் நடத்த, கமுதி காவல் துறைத் துணைக் கண்காணிப்பாளர் அனுமதி மறுத்தார். இதை எதிர்த்தும் மாட்டு வண்டிப் பந்தயத்திற்கு அனுமதி கோரியும், மதுரை உயர் நீதிமன்றக் கிளையில் கரிசல்குளம் ஊராட்சி மன்றத் துணைத் தலைவர் முனியசாமித் தேவர் வழக்கு தாக்கல் செய்கிறார்.

அப்பொழுது தமிழ்நாடு முதலமைச்சர் செயலலிதா. மராட்டிய உயர் நீதிமன்றத் தீர்ப்பைக் காட்டி, தமிழ்நாட்டில் ரேக்ளா பந்தயம் நடத்த அனுமதி மறுக்கின்ற தமிழ்நாடு காவல்துறையை ஒழுங்குபடுத்தி, அனுமதி வழங்கிட அ.இ.அ.தி.மு.க. அரசு முயலவில்லை. மதுரை உயர் நீதிமன்றத்தில் அவ்வழக்கு நடந்தபோது, தடையை நிலை நாட்டிட வாதிட்டார் தமிழ்நாடு அரசு வழக்கறிஞர்!

அவ்வழக்கை விசாரித்த நீதிபதி பானுமதி, ரேக்ளா பந்தயத்திற்குத் தடை விதித்ததுடன், தமது வழக்கு வரம்பிற்கு வெளியே சென்று, ஏறுதழுவுதல் என்னும் சல்லிக்கட்டுக்கும் தடை விதித்தார்.

இந்திய விலங்குகள் நலச்சங்கத்தின் சுற்றறிக்கையை தலைமேல் வைத்துக் கூத்தாடி, தமிழ்நாடு அரசு சல்லிக்கட்டுத் தடைக்குத் துணை போனது!

நீதிபதி பானுமதி அளித்தத் தீர்ப்பை நீக்கி, ரேக்ளா பந்தயத்திற்கும் சல்லிக்கட்டுக்கும் அனுமதி வழங்கக்கோரி முனியசாமித் தேவர்

சென்னை உயர் நீதிமன்றத்தில் மேல் முறையீடு செய்தார். (WA No: 119 of 2007). மற்றும் பலரும் இம்மேல் முறையீட்டில் இணைந்தனர். இவ்வழக்கை நீதிபதி எலிப்பி தர்மாராவ், டி.பி.எஸ். ஜனார்த்தன ராசா ஆகியோர் அமர்வு விசாரித்தது.

இவ்வழக்கில் எதிர் மனுதாரராக மதுரை மாவட்ட ஆட்சித் தலைவர் சேர்க்கப்பட்டிருந்தார். அப்போது, மதுரை மாவட்ட ஆட்சித் தலைவராக இருந்த திரு. ப. உதயச்சந்திரன், சல்லிக்கட்டு நடத்த அனுமதிக்கவேண்டும் என்று மனுத்தாக்கல் செய்தார். அதற்கான பல விவரங்களையும் அவர் கொடுத்தார்.

எலிப்பி தர்மாராவ் அமர்வு, ஒழுங்குமுறை விதிகளைப் போட்டு சல்லிக்கட்டு மற்றும் மாட்டு வண்டிப் பந்தயம் (ரேக்ளா) நடத்த அனுமதி வழங்கியது *(09.03.2007)*. அப்போது, தி.மு.க. ஆட்சி நடக்கிறது. தி.மு.க. ஆட்சி ஒழுங்குமுறை விதிகளுடன் சல்லிக் கட்டும் மாட்டு வண்டிப் பந்தயம் நடத்த புதிய சட்டம் இயற்றியது.

இந்தச் சட்டத்தை எதிர்த்துதான் இந்திய விலங்குகள் நலச்சங்கமும், பீட்டாவும் உச்ச நீதிமன்றத்தில் வழக்குத் தொடுத்தன. விலங்குகள் நலச்சங்கம் என்பது, நடுவண் அரசின் ஓர் அமைப்பு என்பதை நினைவில் கொள்ள வேண்டும். அப்போது நடுவண் அரசில் ஆட்சி நடத்தியது, காங்கிரசு - தி.மு.க. கூட்டணி!

*2011*ஆம் ஆண்டு, நடிகை ஹேமமாலினி திடீரென்று 'காளை'யைக் காட்சிப்படுத்தத் தடை விதிக்கப்பட்ட விலங்குகள் பட்டியலில் சேர்க்கும்படி, சுற்றுச்சூழல் அமைச்சரிடம் மனு கொடுக்கிறார். அப்போது, இதே கூட்டணி அரசில் சுற்றுச்சூழல் அமைச்சராக இருந்த காங்கிரசுக்காரர் செயராம் இரமேசு *11.07.2011* அன்று, காட்சிப்படுத்தத் தடை விதிக்கப்பட்ட விலங்குகள் பட்டியலில் 'காளை'யைச் சேர்க்கிறார். *2011*ஆம் ஆண்டின் சிறந்த மனிதராக பீட்டா, நடிகை ஹேமமாலினியைத் தேர்வு செய்து பாராட்டு விழா நடத்தியது.

கரடி, சிங்கம், புலி, சிறுத்தை, குரங்கு போன்ற காட்டு விலங்குகளை இத்தடைப் பட்டியலில் ஏற்கெனவே சேர்த்துள்ளார்கள். வீட்டு விலங்காகக் கருதப்படும் குதிரை, யானை, ஒட்டகம், மாடு போன்றவை சேர்க்கப்படவில்லை. ஆனால், இப்போது 'மாடு' என்று போடாமல், 'காளை' - ஆண் மாடு என்று துல்லியமாகக் குறிப்பிட்டு, தடைப்பட்டியலில் சேர்த்தார்கள்.

சல்லிக்கட்டு நடத்த சட்டம் கொண்டு வந்த தி.மு.க., தடை செய்யப் பட்ட பட்டியலில் காளையைச் சேர்த்தபோது, அதை நீக்க உருப்படியான நடவடிக்கை எதுவும் எடுக்கவில்லை. கூட்டணி ஆட்சிக்கு நெருக்கடி தரவும் இல்லை.

அ.இஅ.தி.மு.க.வும் தி.மு.க.வும் தமிழ்நாட்டு உரிமைகளின் தற்காப்பு அரண்களாக 'காளை' விளையாட்டிலும் செயல்படவில்லை! ஆனால், நடுவண் அரசில் காங்கிரசு இருந்தாலும், பா.ச.க. இருந்தாலும் தமிழர் அடையாளங்களுக்கு, தமிழர் உரிமைகளுக்கு எதிரான செயல்களில் தொடர்ந்து மறைமுகமாகவும், நேரடியாகவும் செயல்படுகின்றனர்.

உச்ச நீதிமன்ற நீதிபதிகள் கே.எஸ். இராதாகிருட்டிணன், பின்னாக்கி சந்திரகோஷ் ஆகியோர் அமர்வு, 07.05.2014 அன்று வழங்கியத் தீர்ப்பில், சல்லிக்கட்டு மற்றும் மாட்டு வண்டிப் பந்தயம் ஆகியவற்றை முற்றிலுமாகத் தடை செய்தது. அத்தீர்ப்பில், கூறப்பட்டுள்ள ஒரு பகுதி கவனிக்கத்தக்கது.

'கி.மு. 1600க்கு முந்தைய ஈஷா (ISHA) உபநிடதங்களில், பிரபஞ்சங்களும் அதிலுள்ள படைப்புகளும் இம்மண்ணுக்குச் சொந்தமானவை; இம்மண்ணின் எந்தவொரு படைப்பும் இன்னொன்றைவிடப் பெரியதல்ல. மனிதன் இயற்கைக்கு மேலானவன் அல்ல, எந்தவொரு ஜீவராசியும் எந்த ஓர் உயிரினமும் இன்னொரு உயிரினத்தின் உரிமைகள் மற்றும் சலுகைகள் மீது ஆக்கிரமிப்போ அல்லது மேலாதிக்கமோ செலுத்தக்கூடாது' - *(தீர்ப்பு புள்ளி 44, பக்கம் 70)*.

இவ்வாறான தத்துவத்தின் கீழ்தான் தமிழ்நாட்டு சல்லிக்கட்டுத் தடை செய்யப்பட்டது. தீர்ப்பு வழங்கிய நீதிபதி கே.எஸ். இராதாகிருட்டிணனுக்கு சில மாதங்களிலேயே, 2014ஆம் ஆண்டின் சிறந்த மனிதர் விருதை அளித்துப் பாராட்டியது பீட்டா அமைப்பு.

உச்ச நீதிமன்ற நீதிபதிகளிடம் எடுத்துக்காட்டிய கலித்தொகைப் பாடல்களோ, சிலப்பதிகாரப் பாடல்களோ இத்தீர்ப்பில் கவனத்தில் கொள்ளத்தக்கவையாக ஏற்கப்படவில்லை. ஏனெனில், அவை தமிழர்களின் வரலாற்றோடும் பண்பாட்டோடும் தொடர்புடையவை!

'இந்தியமயம்' என்கின்ற, 'பாரதீயமயத்'திற்குள் தமிழர் அடையாளங்களை கரைத்துவிட வேண்டும் என்பதுதான், எப்போதுமே வடநாட்டுச் சிந்தனையாக உள்ளது.

சென்னை உயர் நீதிமன்றத் தீர்ப்பின்படி, சிதம்பரம் தில்லை நடராசர் கோயில் நிர்வாகம் தமிழ்நாடு அரசின் அறநிலையத்துறைக்கு வந்தது. அதை எதிர்த்து தீட்சிதர்கள் போட்ட வழக்கில், தீட்சிதர்களுக்கே அக்கோயில் சொந்தம் என்று உச்ச நீதிமன்றம் தீர்ப்பளித்தது. அத்தீர்ப்புக்குரிய உருப்படியான சான்றுகள் எதையும் உச்ச நீதிமன்றத்தால் காட்ட முடியவில்லை.

எப்பொழுதும் தமிழர் உரிமைக்கு எதிராகவே, சிந்திக்கின்ற ஆரியத்தின் வடக்குவாத அரசியல்தான், உச்ச நீதிமன்றத்தைப் பாதித்துள்ளது.

காளைக்காக இவ்வளவு கருணை காட்டும் உச்ச நீதிமன்றம், காவிரியில் மேலாண்மை வாரியம் அமைக்க உச்ச நீதிமன்றம் கடைசியில் மறுத்து விட்டது. அதனால் காய்ந்து சருகான பயிரைப் பார்த்து ஏராளமான உழவர்கள் அன்றாடம் உயிரை மடித்துக் கொள்கிறார்கள். இதுபற்றி கவலைப்பட்டு, இந்த உழவர்கள் மீது கருணை கொண்டு, உச்ச நீதிமன்றம் தானே முன்வந்து வழக்குப் பதிவு செய்து, பரிகாரம் தேடலாம். ஆனால் அந்தத் திசையில் உச்ச நீதிமன்றம் சிந்திக்கவே இல்லை!

தமிழ்நாடு அரசு இப்பொழுது இயற்றியுள்ள சல்லிக்கட்டு அனுமதிச் சட்டத்தை செல்லாததாக்க, உச்ச நீதிமன்றத்தில் 'கருணைக் காவலர்கள்' வழக்குத் தொடுத்துள்ளார்கள். அம்மனுக்களை ஏற்பது குறித்த வாதத்தில் பேசிய நீதிபதிகள் தீபக் மிஸ்ராவும், ரோகின்டன் நாரிமனும், 'சல்லிக்கட்டு உரிமை கோரி அமைதியாகக்கூட தமிழ் மக்களைக் கூட விட்டிருக்கக் கூடாது' என்று தமிழ்நாடு அரசைக் கடிந்து கொண்டார்கள்.

ஆனால், காவிரி வழக்கில் உச்ச நீதிமன்றத் தீர்ப்பை எதிர்த்து, பெங்களூருவில் தமிழர்களுக்குச் சொந்தமான இருநூறு பேருந்து களையும், சரக்குந்துகளையும், மகிழுந்துகளையும் எரித்துச் சாம்பலாக்கியபோது, உச்ச நீதிமன்றம் கருநாடக அரசின் மீது எந்த நடவடிக்கையும் எடுக்கவில்லை!

சல்லிக்கட்டு தடை செய்யப்பட்டதில் இரு முக்கியக் காரணங்கள் இருக்கின்றன. ஒன்று, தமிழர் அடையாளம், பண்பாடு, வரலாற்றுப் பெருமித நினைவுகள் ஆகியவற்றை அழிக்கவேண்டும் என்ற இந்தியத்தேசியச் சிந்தனையின் செயல்பாடு. இரண்டு, தமிழ்நாட்டுக் காளை மற்றும் பசுக்களை அழித்து, பன்னாட்டுப் பாலை சார்ந்திருக்கும் வகையில் தமிழ்நாட்டைப் பன்னாட்டு வேட்டைக் காரர்களின் சந்தையாக மாற்றும் முயற்சி.

விலங்குகள் துன்புறுத்தல் தடைச் சட்டம் - 1960 - பிரிவு 3-இன்படி, காளையின் கொம்புகள் வராமல் தீ கொண்டு சுடுவது, காயடிப்பது, இலாடம் கட்டுவது, மூக்கில் ஓட்டை போட்டு மூக்கணாங்கயிறு போடுவது, காளை உடம்பில் தீயால் சுட்டு முத்திரை போடுவது ஆகியவை குற்றங்கள் அல்ல. அவை சட்டப்படியே செய்யக் கூடியவை. ஆனால், 'ஏறுதழுவுதல்' மட்டுமே காளையைத் துன்புறுத்தும் கொடுங்குற்றம்! எப்படி இருக்கிறது கருணை?

தடை செய்யப்பட்ட விலங்குப் பட்டியலில் காளையைச் சேர்த்தவர் கள் குதிரையை ஏன் சேர்க்கவில்லை? குதிரைப் பந்தயத்தை ஏன் தடை செய்யவில்லை? குதிரையின் மீது அமர்ந்து, ஜாக்கி அதனை கிலோ

மீட்டர் கணக்கில் விரட்டுகிறார். அவர் காலணியில் பக்கவாட்டில் ஆணிகள் பொருத்தப்பட்டு, அவற்றின் வழியாக குதிரையைக் குத்தி விரட்டுகிறார் என்ற குற்றச்சாட்டும் உண்டு! பந்தயத்தில் ஓடுவதற்கு முன் குதிரைக்குச் சாராயம் கொடுக்கிறார்கள், தோற்றுவிட்ட குதிரையை சிலர் சுட்டுக் கொல்கிறார்கள் என்ற குற்றச்சாட்டுகளும் உண்டு! எல்லாவற்றுக்கும் மேலாக குதிரைப் பந்தயம் - மிக மோசமான சூதாட்டமாக உள்ளது.

குதிரை ஆரியத்தின் சின்னம், பன்னாட்டு செல்வந்தர்களின் பொழுது போக்குச் சூதாட்டம் என்பதால் குதிரைப் பந்தயம் தடை செய்யப்பட வில்லை. இதையெல்லாம் மறைத்து, 2014இல் உச்ச நீதிமன்றம் வழங்கியத் தீர்ப்பில், குதிரையின் உடலமைப்பு ஓடுவதற்கு ஏற்ப உள்ளது, காளையின் உடலமைப்பு ஓடுவதற்கு ஏற்ற வகையில் இல்லை என்று கூறப்பட்டுள்ளது.

வாய் பேசா விலங்குகளையும் நேசிப்பதாகக் காட்டிக் கொள்ளும் தன் முனைப்பு காரணமாக, தன் முன்னுள்ள மனு விசாரணையின் வரம்பிற்கு வெளியே சென்று நீதிபதி பானுமதி விதித்த சல்லிக்கட்டு தடை, மேற்கண்டவாறு தமிழர் எதிர்ப்பு ஆற்றல்களாலும், பன்னாட்டு வேட்டைக்காரர்களாலும் பயன்படுத்திக் கொள்ளப்பட்டிருக்கிறது.

●

(பெ. மணியரசன், தமிழ்த் தேசப் பேரியக்கத்தின் தலைவர். தமிழ்த்தேசியத் தமிழர் கண்ணோட்டம் இதழின் ஆசிரியர்).

துணை நூற்பட்டியல்:

1. K. Muniasamy Thevar vs Deputy Superintendent Of Police and Another, W.P. No. 2966 of 2006, Judgment Date: March 29, 2006.
2. Animal Welfare Board of India Vs A. Nagaraja and Others, Civil Appeal NO. 5387 OF 2014, SC Judgment Date: May 7, 2014.
3. சல்லிக்கட்டுக்குத் தடை : தீர்ப்பும் தீர்வும் - ஒரு மீள்பார்வை, வழக்கறிஞர் ப. பாலதண்டாயுதம், வெளியீடு: கருத்து பட்டறை, 2016 திசம்பர்.

இளைஞர் போராட்டம்: சில பெருமிதங்களும் பல நெருடல்களும்

ஆர். முத்துக்குமார்

பொதுவாக ஒற்றைக்காரணத்தை மட்டுமே முன்வைத்து எந்தவொரு போராட்டமும் வெடிப்பதில்லை. மேலெழுந்தவாரியாக ஒரு காரணம் தெரியும். ஆனால் அடிநாதமாகப் பல அம்சங்கள் ஓடிக்கொண்டிருக்கும். பிரச்னைக்குரிய எல்லாப் புள்ளிகளும் திடீரென ஒருநாள் ஒற்றைப் புள்ளியில் ஒன்றுசேர்ந்து, பெரும்போராட்டமாக வெடித்துக் கிளம்பும். சுதந்தர காலத்துக்கு முன்பிருந்தே இதற்கான உதாரணங்கள் அநேகம். ஆனால் இம்முறை உதாரணம் தேடி வெகுதூரம் பயணம் செய்யத் தேவையில்லை. சல்லிக்கட்டை முன்வைத்து இளைஞர்களும் மாணவர்களும் நடத்திய போராட்டமே அதற்கான சாட்சியம்.

காவிரி விவகாரத்தை முன்வைத்து தமிழக விவசாயிகளின் வாழ்க்கையில் கண்ணாமூச்சி விளையாடிக்கொண்டிருந்தது மோடி அரசு. குறிப்பாக, 2016 செப்டெம்பரில் காவிரி மேலாண்மை வாரியத்தை அமைப்பதற்கு நான்கு நாள் கெடு விதித்தது உச்சநீதி மன்றம். முதலில் ஒப்புக்கொண்ட மத்திய அரசு, திடீரென கர்நாடகாவின் குரலாக மாறி, 'அப்படி உத்தரவிட உச்சநீதி மன்றத்துக்கு அதிகாரமில்லை' என்றது. இது தமிழகத்தில் பலத்த அதிர்வுகளை ஏற்படுத்தியது. அடிபட்ட காயத்திலேயே ஓங்கி

அடிப்பது போல பண மதிப்பிழக்க விவகாரம் மேலும் பாதிப்பை ஏற்படுத்தியது. தன்னுடைய சொந்தப் பணத்தை எடுத்துச் செலவழிப்பதற்கே தடை, எப்படிச் செலவழிக்கவேண்டும் என்பதற்கு சில அடாவடியான வழிகாட்டுதல்கள், அரசின் செயலை விமரிசித்தால் தேசவிரோதி பட்டம் என்று சுமார் இருமாத காலத்துக்கு நெருக்கடி சூழ்ந்த வாழ்க்கை மக்கள் மனத்தை ரணமாக்கியிருந்தது. போதாக்குறைக்கு, வறட்சி காரணமாகத் தங்களுடைய பயிர்கள் எல்லாம் கருகிப்போவதைக் கண்டு மனம் வெதும்பிய பல விவசாயிகள் நெஞ்சுவலி கண்டும் தற்கொலை செய்துகொண்டும் மரணம் அடைந்தனர். நூற்றுக்கணக்கான விவசாயிகளின் மரணங்கள் மக்கள் மத்தியில் ஆழமான வடுக்களை ஏற்படுத்தின. இப்படிப் பல்வேறு நெருக்கடிகள் துரத்திக் கொண்டிருந்த நிலையில்தான் சல்லிக்கட்டு விவகாரம் கிளர்ந்தெழுந்தது.

உச்சநீதிமன்றத் தடை காரணமாகக் கடந்த ஈராண்டுகளாக சல்லிக் கட்டுப் போட்டிகள் நடக்கவில்லை. ஆனால் ஒவ்வொரு ஆண்டும் 'இந்தாண்டு சல்லிக்கட்டு நடத்துவோம். மோடி பொங்கல் கொண்டாடுவோம்' என்று வார்த்தை மாறாமல் சொல்லிக் கொண்டிருந்தார் மத்திய இணையமைச்சர் பொன். ராதாகிருஷ்ணன். பொங்கல் நெருங்கிவிட்ட சூழ்நிலையில், அவசரச் சட்டம் வழியாக சல்லிக்கட்டு நடத்த ஏற்பாடு செய்யப்படும் என்று வாக்குறுதி கொடுத்தார். ஆனால் டெல்லியோ அசைவற்று இருந்தது. விளைவு, தடையை மீறி சல்லிக்கட்டுப் போட்டிகள் நடத்தப்படும் என்று அறிவித்தன சில அமைப்புகள். விரைவில், செயலிலும் இறங்கினார்கள். குறிப்பாக, அலங்காநல்லூரில் தடையை மீறி போட்டிகள் நடத்தப்பட்டபோது போராட்டம் அடுத்தகட்டத்தை அடைந்தது. தடையை மீறியவர்களையும் அதற்கு ஆதரவளித்தவர்களையும் கைதுசெய்தது காவல்துறை. அந்தக் கைதைக் கண்டித்து ஆங்காங்கே இளைஞர்களும் பொதுமக்களும் திரண்டனர். கைதானவர்களை விடுவிக்கக்கோரிப் போராட்டம் நடத்தினர். குறிப்பாக, மதுரை, சென்னை, கோவை உள்ளிட்ட பகுதிகளில் இத்தகைய ஆதரவுப் போராட்டங்கள் சிறிய அளவில் நடந்தேறின.

களைத்துப்போனால் கலைந்துபோகும் கூட்டம்?

ஆரம்பத்தில் மெரினா கடற்கரையில் சிறுநூறு இளைஞர்களே கூடினர். கைதானவர்களை விடுதலை செய்க என்று கோஷமெழுப்பினர். அந்தச் செய்தி சமூக வலைத்தளங்களின் வழியே காற்றில் கசிந்தது. விளைவு, சில நூறுபேர் சில ஆயிரம் பேராக மாறத் தொடங்கினர். விடுதலை செய்க என்ற கோஷம் சல்லிக்கட்டு வேண்டும் என்ற கோஷமாக

மாறியது. பிறகு பீட்டாவைத் தடை செய்யவேண்டும் என்று கோரினர். அநேகமாக சில மணி நேரம் கோஷமெழுப்புவார்கள். களைத்துப் போனதும் கலைந்துபோய்விடுவார்கள் என்பதுதான் அரசு அல்லது காவல்துறையின் ஆரம்பகட்ட கணிப்பாக இருந்திருக்கிறது. அதனால் தான் அனுமதியின்றிக் கூடிய கூட்டத்தைத் தடுக்கவோ, கலைக்கவோ செய்யவில்லை. மாறாக, அவர்களுடன் அணுக்கமாக இருந்து அவர்களைச் சுற்றிவளைத்துவிட்டது காவல்துறை. மத்திய அரசை, மாநில அரசை, பிரதமர் மோடியை என்று பலரையும் கடுமையாக விமரிசித்துக் கோஷமெழுப்பிய அதேவேளையில், போராட்டத்தில் ஈடுபட்டோர் காட்டிய கண்ணியமும் கட்டுப்பாடும் மிக முக்கிய மானவை. இவை பொதுமக்களின் கவனத்தை வெகுவாகக் கவர்ந்தன. ஆகவே, இளைஞர்களின் போராட்டத்துக்குத் தங்களுடைய பேராதரவைக் கொடுத்தனர்.

முக்கியமாக, மாணவர்களின் போராட்டத்தைப் பெரும்பாலான பெரிய ஊடகங்கள் மிகுந்த கவனத்துடனும் பொறுப்புணர்வுடனும் கையாண்டன. இளைஞர்கள், மாணவர்களின் போராட்டங்களை ஆட்சியாளர்கள், பொதுமக்கள் கவனத்துக்குக் கொண்டுசெல்லும் பணியைக் கடுமையான சிரமத்துக்கிடையே செய்தனர் என்பதைக் களத்துக்குச் சென்று பார்த்தவர்களால் புரிந்துகொள்ள இயலும். இத்தனைக்கும், 'நீங்கள் எங்களுக்குத் தேவையில்லை, சமூகவலைத் தளங்களே போதும்' என்று ஊடகத்தினரை மாணவர்கள் விரட்டிய போதும், அதற்காகக் கவலைகொள்ளாமல் களத்திலேயே இருந்து செய்திகளை மக்களுக்குக் கொண்டுசென்ற ஊடகங்கள் அநேகம். 'நேரடி விவாத நிகழ்ச்சியை ரத்துசெய்துவிட்டு, நீங்களும் எங்களுடன் வந்து போராடுங்கள்' என்று ஊடகத்தினரை வற்புறுத்தியதும் நடந்தேறியது. ஆனாலும் ஊடகங்கள் தொடர்ந்து செய்திகளைக் கொண்டுசென்றன. சில மிகையுணர்ச்சிக்காரர்கள் உச்சரித்த அதிகப் படியான வார்த்தைகள் கொண்ட கோஷங்களை மக்கள் மத்தியில் கொண்டு செல்லாமல் கண்ணியம் காத்த ஊடகங்களும் உண்டு. இவையெல்லாம் போராட்டத்தின் மெய்யான நோக்கத்தை ஊடகங் கள் புரிந்துகொண்டிருந்ததன் விளைவுதான்.

எங்களுக்கு வேண்டாம் அரசியல்

போராட்டத்தில் ஈடுபட்ட இளைஞர்கள் எடுத்த முக்கியமான நிலைப்பாடு, அரசியல் கட்சிகளின் பங்களிப்பு வேண்டாம் என்பது. நல்லதொரு நோக்கத்துக்காக, சர்வ அதிகாரங்களும் நிரம்பிய மத்திய மாநில அரசுகளுக்கு எதிராக ஓர் இளைஞர் கூட்டம் போராட்டக் களத்துக்கு வரும்போது, அவர்களுக்கு ஆதரவு தரவேண்டிய தார்மீக

உரிமை அனைத்து அரசியல் கட்சிகளுக்கும் இருக்கிறது. அந்த வகையில் பிரதான அரசியல் கட்சிகள் தொடங்கி பலரும் ஆதரவளிக்க வந்தபோது அவர்களுடைய ஆதரவை அடியோடு நிராகரித்தனர் இளைஞர்கள். எதிர்க்கட்சித் தலைவர் ஸ்டாலின் வந்தபோது அவர் மீது தண்ணீர் பாக்கெட்டை வீசி எதிர்ப்பு தெரிவித்தனர். இன்னும் சிலருக்கும் இதே ரீதியிலான எதிர்ப்புகள். இது முதிர்ச்சியற்ற அணுகு முறை. போராட்டத்துக்குக் கட்சி அரசியல் கடந்து ஆதரவு கொடுங்கள் என்று இளைஞர்கள் சொன்னால் அதில் நியாயம் இருக்கிறது. ஆனால் கட்சி அரசியலைத் துறந்துவிட்டு வாருங்கள் என்று சொல்வது சரியல்ல. ஏனென்றால், சல்லிக்கட்டுக்காகக் களமிறங்கிய இளைஞர் கள் போராட்டம் நிறைவுற்றதும் தங்கள் இயல்பான பணிகளுக்குத் திரும்பிவிடுவார்கள். ஆனால் அரசியல் கட்சியைச் சேர்ந்தவர்கள் தொடர்ந்து களத்திலேயே இருப்பவர்கள். ஆகவே, அவர்களை நிராகரித்துவிட்டுப் போராட்டம் நடத்த விழைவதும் அருவருப்பூட்டும் வகையில் எதிர்வினையாற்றுவதும் முதிர்ச்சியற்ற அணுகுமுறையே.

அப்படிச் சொல்வதற்குக் காரணம் இருக்கிறது. இந்தியாவிலும் சரி, தமிழகத்திலும் சரி, எந்தவொரு போராட்டமும் அரசியல், கட்சி, தலைவர்கள் இல்லாமல் சாத்தியமானதுமில்லை, தொடர்ச்சியாக நடைபெற்றதுமில்லை, வெற்றிபெற்றதுமில்லை. இந்தியச் சுதந்தரப் போராட்டம், சமூகநீதிப் போராட்டம், மொழியுரிமைப் போராட்டம், நெருக்கடி நிலைக்கு எதிரான போராட்டம் என்று எல்லாமே அரசியல், கட்சி, தலைவர் என்ற மூன்றின் பங்களிப்போடுதான் நடந்திருக் கின்றன. இவற்றைத் தவிர்த்தால் என்ன நடக்கும் என்பதற்கு இந்த மாணவர்கள் நடத்திய போராட்டத்தின் இறுதி நிமிடங்களே சாட்சியங்கள். அதைக் கட்டுரையின் இறுதியில் பார்க்கலாம்.

ஓ.பன்னீர்செல்வத்தின் சாகச முயற்சி

இளைஞர்களின் தொடர்ச்சியான போராட்டத்தைத் தொடர்ந்து அவர்களை அழைத்துப் பேசிய முதல்வர், சல்லிக்கட்டு நடத்தத் தேவையான அவசரச் சட்டத்தைப் பிறப்பிக்க மத்திய அரசைக் கேட்டுக் கொள்வதற்காக டெல்லி சென்றார். ஆனால் பிரதமர் மோடியோ உச்சநீதிமன்றத்தில் வழக்கு இருப்பதைக் காரணம் காட்டி அவசரச் சட்டத்துக்கு மறுப்பு தெரிவித்துவிட்டார். உண்மையில், பிரதமர் மோடியின் முதன்மைச் செயலாளர் நிர்பேந்திர மிஸ்ரா நியமிக்கப்பட்டதே ஓர் அவசரச் சட்டத்தின் வழியாகத்தான். ஆனால் நிலம் கையகப்படுத்தும் மசோதா விவகாரத்தில் பலமுறை அவசரச் சட்டம் நிறைவேற்றி, குடியரசுத் தலைவரின் அதிருப்திக்கு ஆளாகியிருந்ததால் மீண்டும் அவசரச் சட்டம் நிறைவேற்ற பிரதமர்

மோடி தயாராக இல்லை. தவிரவும், மத்திய அரசின் நிகழ்ச்சி நிரலின்படி அடுத்த அவசரச் சட்டம் எதற்காக என்பது அவர்களுக்கே வெளிச்சம். ஆகவே, சல்லிக்கட்டுக்காக அவசரச் சட்டம் என்ற ஆயுதத்தைப் பயன்படுத்துவதில் அவர்களுக்கு விருப்பம் இருந்திருக் காது. அதுவே சல்லிக்கட்டு அவசரச் சட்டத்தைத் தமிழக அரசின் பக்கம் தள்ளிவிட்டதற்குக் காரணமாக இருக்கும். என்றாலும், கிடைத்த வாய்ப்பைக் கொண்டு அவசரச் சட்டம் கொண்டுவந்தார் முதல்வர் ஓ.பன்னீர்செல்வம். சல்லிக்கட்டுக்கான தடை நீங்கி விட்டதாகவும் அறிவித்தார். இந்த இடத்தில் அரசின் அவசரச் சட்டத்தை இளைஞர்களும் மாணவர்களும் எப்படி எதிர்கொண்டார் கள் என்பது முக்கியமான கேள்வி.

அடிப்படையில் போராட்டத்தை இரண்டு வகையாகப் பிரிக்கலாம். அடையாளப் போராட்டம் மற்றும் தொடர் போராட்டம். அடையாளப் போராட்டத்துக்கு ஒற்றை இலக்கு இருந்தால் போதுமானது. அது உண்ணாவிரதம், சாலைமறியல், ஆர்ப்பாட்டம், பேரணி என்ற வடிவில் பெரும்பாலும் ஒரேநாளில் முடிந்துவிடும். ஆனால் தொடர் போராட்டம் என்றால், பலபேரை உள்ளடக்கியது. பல நாள்களுக்கு நடப்பது. சட்டம், நடைமுறை ரீதியாகப் பல்வேறு சிக்கல்கள் கொண்டது. போராட்டக்காரர்களை மட்டுமின்றி போராட்டத்துக்குத் தொடர்பற்றவர்களையும் பாதிக்கவல்லது. ஆகவே, தொடர் போராட்டங்களுக்குத் தெளிவான வழிமுறைகளும் துல்லியமான செயல்திட்டங்களும் இருக்கவேண்டும். போராட்டத்தை எப்படி வழிநடத்துவது என்பது தொடங்கி அரசு அணுகும் விதத்தைக் கொண்டு போராட்டத்தை அடுத்த கட்டத்துக்கு நகர்த்துவதுவரை எல்லாமே அதற்குள் அடங்கவேண்டும். போராட்டத்தின் வெற்றியோ தோல்வியோ கைக்குக் கிடைக்கும்போது அதை எதிர்கொள்ளும் விதமும் முக்கியமானது.

ஆனால் தன்னெழுச்சியாகத் தொடங்கிய இந்தப் போராட்டத்துக்குத் தெளிவான வழிமுறையோ, துல்லியமான செயல்திட்டமோ இல்லை. இது ஒருவகையில் பலவீனம்தான். உதாரணமாக, போராட்டக் காரர்களின் கோரிக்கைக்குச் செவிசாய்த்து ஓர் அவசரச் சட்டத்தைக் கொண்டுவந்தது தமிழக அரசு. அப்போது அது நல்லதா, கெட்டதா என்று தீர்மானிப்பதில் போராட்டத்தில் ஈடுபட்டோருக்குச் சிக்கல் உண்டானது. அவசரச் சட்டமா, நிரந்தரச் சட்டமா என்ற குழப்பம் எழுந்தது. காரணம், சட்டம் பற்றிய புரிதல் குறைவு. ஆனால் அந்தக் குழப்பத்தைச் சரிசெய்யவேண்டியவர்கள், புரிதலை ஏற்படுத்த வேண்டியவர்கள் என்ன செய்தார்கள் என்பதுதான் இங்கே முக்கியமான கேள்வி.

போராட்டத்துக்கு நேரடியாகவும் மறைமுகமாகவும் ஆதரவளித்த பிரபலங்கள், புதிய சமூக ஆர்வலர்கள் பலரும் அவசரச் சட்டம் குறித்த விளக்கங்களை நேரடியாக முதலமைச்சரைச் சந்தித்தே பெற்றுக் கொண்டனர். அவ்வளவு செல்வாக்கு மிகுந்த அவர்கள் நேரடியாகக் களத்துக்கு வந்து விரிவான விளக்கங்களைக் கொடுத்து, போராட்டத்தில் ஈடுபட்டோரைத் திருப்திசெய்யும் முயற்சியில் பெரிய அளவில் ஈடுபடவில்லை. செய்தியாளர் சந்திப்போடு தங்கள் கடமை முடிந்துவிட்டதாகக் கருதிய பலரும் அத்தோடு விலகிக்கொண்டனர். போதாக்குறைக்கு, போராட்டத்தில் ஈடுபட்டவர்கள் அந்தக் கட்சியை விமரிசிக்கிறார்கள், இந்தக்கலர் சட்டை போட்டார்கள், அந்தத் தலைவரைத் திட்டுகிறார்கள் என்று சல்லிக்கட்டு ஆதரவுப் பிரபலங்களே பேட்டி கொடுத்து, போராட்டக்காரர்கள் மத்தியில் குழப்பத்தை ஏற்படுத்தினார்கள்.

சரி, மாநில முதலமைச்சர் என்ன செய்திருக்கவேண்டும்? நேரடியாகக் களத்துக்கு வந்து அவசரச் சட்டத்தின் அம்சங்களை விளக்கி, நிரந்தரத் தீர்வுதான் இது என்பதை எடுத்துச்சொல்லி, போராட்டத்தைக் கைவிட வேண்டியதன் அவசியத்தை இளைஞர்களுக்கு உணர்த்தியிருக்க வேண்டும். அமைச்சர்கள், சட்டமன்ற உறுப்பினர்கள், சட்ட நிபுணர்கள், ஓய்வுபெற்ற நீதிபதிகள், மெய்யான சமூக ஆர்வலர்கள் கொண்ட குழுக்களை உருவாக்கி, அவர்களைக் கொண்டு மாணவர் களிடம் பேச்சுவார்த்தை நடத்தி, அவர்களைப் போராட்டத்திலிருந்து விலகுவதற்கு ஆயத்தப்படுத்தி இருக்கவேண்டும். ஆனால் அவற்றை எல்லாம் செய்யாமல், நேரே அலங்காநல்லூர் சென்று வாடிவாசலைத் திறப்பேன் என்று சொன்னது சாகச முயற்சியாக முடிந்ததே தவிர சரியான நிர்வாக நடவடிக்கையாக அமையவில்லை.

ஆக, போராட்டக்காரர்களை மேற்கண்ட இரண்டு தரப்பினரும் கைவிட்டுவிட்ட நிலையில் அவர்களை வழிநடத்தவேண்டிய தார்மிக நெறி யாருக்கு இருக்கிறது? சர்வநிச்சயமாக அரசியல் கட்சிகளுக்கும் அதன் தலைவர்களுக்கும்தான். ஏனென்றால், அவர்களுக்குத்தான் போராட்டம் நடத்திய அனுபவம் அதிகம். போராட்டத்தை அரசாங்கம் எப்படி அணுகும், நீதித்துறை எப்படிப் பார்க்கும், காவல்துறை எப்படிக் கையாளும், உளவுத்துறை எப்படி வியூகம் வகுக்கும் என்பதெல்லாம் அவர்களுக்குத்தான் தெரியும். அனுபவம் கொடுத்த பாடங்கள் அவை. ஆளுநர் மாளிகை வெளியிட்ட அறிக்கையில், 'கலைந்துசெல்லுங்கள்' என்ற ஒற்றைப்பதம் என்ன செய்தியைச் சொல்கிறது என்பது அரசியல் தலைவர்களுக்குத்தான் தெரியுமே தவிர அனுபவம் குறைந்த 'அரசியலற்ற' 'தலைவனற்ற' போராட்டக் காரர்களுக்குத் தெரிந்திருக்க நியாயமில்லை. ஆனால் அத்தகைய அனுபவமிக்க அரசியல்வாதிகள் நுழையவே கூடாது என்று

ஆரம்பத்திலிருந்தே அணை போட்டுத் தடுத்துவிட்டார்கள் மாணவர்கள். விளைவு, அவர்களுக்குரிய ஆலோசனைகளைச் சொல்லும் பாதைகள் முற்றிலுமாக அடைபட்டுவிட்டன. அந்த இடத்தில்தான் காவல்துறை களத்தில் இறங்கியது.

காவல்துறை: அன்புக்கரத்திலிருந்து இரும்புக்கரத்துக்கு

தொடக்கத்தில் காவல்துறையினரின் போராட்டப் பங்களிப்பு ரொமாண்டிசைஸ் செய்யப்பட்டது உண்மை. ஆனால் களத்திலோ வெறுப்போடும் விரக்தியோடும்தான் இருந்தார்கள் காவலர்கள். வெறும் நூறுபேரோடு முடிந்துவிடும் என்று கணித்த போராட்டம் அரைக்கோடியைத் தாண்டும் என்று அவர்கள் எதிர்ப்பார்த்திருக்கவில்லை. தவிரவும், அன்றைக்கு மாணவர்கள் இருந்த உணர்ச்சிக் கொந்தளிப்புக்கு, காவலர்கள் ஏதேனும் நடவடிக்கை எடுத்திருந்தால், நிலைமை படுமோசமாக ஆகியிருக்கும். ஆக, அமைதியாக இருப்பதைத்தவிர அவர்களுக்கு வேறு வழியில்லை, அப்போதைக்கு.

ஆனால், போராட்டத்துக்குத் தீர்வு என்ற ஒன்றை அரசாங்கம் முடிவுசெய்துவிட்டபிறகு போராட்டக்காரர்களை அப்புறப்படுத்தியே தீரவேண்டிய நெருக்கடி காவலர்களுக்கு வந்துவிட்டது. ஆனால் போராட்டக்காரர்கள் களத்தை விட்டு விலகுவதில் தயக்கம் காட்டினர். சிலர் கால அவகாசம் கேட்டனர். வேறு சிலர், முரண்டு பிடித்தனர். இத்தனை லட்சம் பேரையும் பேசிப்பேசி வழியனுப்புவது என்றால், அதற்குச் சில நாள்களேனும் பிடிக்கும். ஆனால் அதற்குள் குடியரசு தினம் வந்துவிடும். ஆகவே, போராட்டக்காரர்களை அவசர கதியில் வெளியேற்ற தங்களுக்கே உரித்தான நடவடிக்கைகளை எடுத்தது காவல்துறை. போராட்டக்காரர்கள் மத்தியில் சமூகவிரோத சக்திகள் ஊடுருவிவிட்டதாகச் செய்திகள் கசியவிடப்பட்டன. சில இடங்களில் வன்முறைச் சம்பவங்கள் நடந்தேறின. சில சம்பவங்களின் பின்னணியில் காவல்துறையினரே ஈடுபட்டிருப்பது ஊடகங்கள் வழியே வெளிவந்தாலும், கலவரச் சூழல் உருவானது. விளைவு, போராட்டத்தில் ஈடுபட்டவர்களை இரும்புக்கரம் கொண்டு வெளியேற்றும் முயற்சியைத் தொடங்கியது காவல்துறை.

கடற்கரையில் இருந்த மாணவர்களை ஓடஓட விரட்டியும், குண்டுக்கட்டாகத் தூக்கியும், கழுத்தைப் பிடித்துத் தள்ளியும் அப்புறப்படுத்தும் காரியத்தில் ஈடுபட்டனர் காவலர்கள். கடற்கரைக்குப் பகுதியில் இருக்கும் குடியிருப்புகளுக்கும் சென்று அத்துமீறிப் புகுந்து, அங்கிருந்தவர்களைக் கைதுசெய்தது, பெண்களை லத்தியால் தாக்கியது, அவர்களுடைய பொருள்களை அடித்து நொறுக்கியது, வாகனங்களைத் தாக்கியது என்பன போன்ற

அராஜகங்களில் ஈடுபட்டனர். காவல்துறையினரின் அதிகார அத்து மீறலுக்கு அரசியல் கட்சிகளிடமிருந்து கடும் கண்டனங்கள் எழுந்தன. என்றாலும், ஓய்வுபெற்ற நீதிபதி ஹரிபரந்தாமன் உள்ளிட்டோரின் அமைதி முயற்சிகளின் பலனாகப் போராட்டக்காரர்கள் களத்தில் இருந்து வெளியேறத் தொடங்கினர். ஒருவழியாகப் போராட்டம் முடிவுக்கு வந்துவிட்டது.

அமைதியான முறையில் இளைஞர்கள் தொடங்கிய போராட்டம், காவல்துறையினரால் அராஜகத்தனமாக முடிவுக்குக் கொண்டுவரப் பட்டுள்ளது. என்றாலும், பொதுவான கோரிக்கை ஒன்றுக்காகத் தமிழக இளைஞர்களும் மாணவர்களும் தன்னெழுச்சியாகக் களமிறங்கிய போராட்டம் தமிழ்நாட்டின் அரசியல் வரலாற்றின் குறிப்பிடத்தகுந்த அத்தியாயம். குறிப்பாக, தமிழக அரசைச் சட்டம் நிறைவேற்றச் செய்தது நல்லதொரு சமிக்ஞை.

கடந்த காலங்களில் நடந்த போராட்டங்களில் இருந்து இது முற்றிலும் மாறுபட்டிருந்தது. ஆட்சியாளர்களுக்கும் அரசியல் தலைவர்களுக்கும் முக்கியமான செய்தியை அது சொல்லியிருக்கிறது. நீங்கள் நியாயமாகச் செய்யவேண்டியதைச் செய்யத் தவறினால், நாங்கள் களத்தில் இறங்குவோம் என்பதுதான் அந்தச் செய்தி. அப்படிக் களமிறங்கும் இளைஞர்கள் வன்முறை தவிர்த்து ஆக்கபூர்வமான முறையில் போராடினால் பொதுமக்களும் ஆதரவளிப்பார்கள் என்பதும் உறுதியாகியுள்ளது.

வேறு அழுத்தமான படிப்பினைகளும் கிடைத்திருக்கின்றன. அரசியல், கட்சி, தலைவர்கள் இல்லாமல் எந்தவொரு போராட்டமும் முழுமையான வெற்றிபெற்றதில்லை. ஒருவேளை, இன்றைய அரசியல்வாதிகள் மீது உங்களுக்கு நம்பிக்கைக் குறைபாடு இருக்கலாம். அதற்காக அவர்களை, அவர்களுடைய கடந்தகாலப் பங்களிப்புகளை முற்றிலுமாக நிராகரித்துவிட்டு இங்கே எதையும் சாதிக்க முடியாது. உங்கள்மீது தாக்குதல் என்றதும் கண்டனக்குரல் எழுப்பியவர்கள் அவர்கள்தான். நீதிவிசாரணை கோருவதும் அவர்கள்தான். முக்கியமாக, உங்கள் கோரிக்கைக்குச் செவிசாய்த்து, சட்டம் இயற்றிய ஆட்சியாளர்களும் அரசியல்வாதிகள்தான். அதனை இளைய தலைமுறை புரிந்துகொள்ளவேண்டும்!

●

(ஆர்.முத்துக்குமார் ஒரு எழுத்தாளர், அரசியல் விமரிசகர், கட்டுரையாளர். ‘தமிழக அரசியல் வரலாறு’, ‘திராவிட இயக்க வரலாறு’ முதலான நூல்களின் ஆசிரியர்.)

ஜல்லிக்கட்டும் சட்டமும்

இரா. ஜவஹர்

வரலாற்றுப் புகழ்மிக்க போராட்டம் நடந்திருக்கிறது தமிழகத்தில். ஜல்லிக்கட்டைப் பாதுகாப்பதற்காக இளைய தலைமுறை ஆண்கள், பெண்கள், மாற்றுப் பாலினத்தார் எனப்படும் திருநர்கள், குழந்தைகள், பொது மக்கள் என்று லட்சக்கணக்கானோர் வீதிகளில் திரண்டு ஏழு நாட்கள் போராடினார்கள்.

உணவுக்காகவும், தொழிலுக்காகவும் தவிர கலாசாரம் என்பதற் காகவோ, விளையாட்டு என்பதற்காகவோ விலங்குகளைத் துன் புறுத்தக்கூடாது; உணவுக்காகவும், தொழிலுக்காகவும்கூட விலங்கு கள் வேதனையை உணராத வகையில் நவீன முறைகள் கையாளப்பட வேண்டும் என்பதே எனது கருத்து. ஆனால் ஒப்பீட்டளவில் துன்புறுத்தல் குறைவாக உள்ள, ஆயிரம் ஆண்டுகளாகப் பழக்கத்தில் உள்ள ஒரு கலாசார நிகழ்வைத் திடீரென்று ஓர் உத்தரவின் மூலம் தடை செய்வது சர்வாதிகார நடவடிக்கையாகும்.

எனவேதான் இதன் எதிர்விளைவாக மாபெரும் போராட்டம் நடந்தது. மத்திய, மாநில அரசுகள் பணிந்தன. தமிழகத்தில் ஜல்லிக்கட்டு நடத்த வகை செய்யும் அவசரச் சட்டம் பிறப்பிக்கப்பட்டது. அவசரச் சட்டத்தின் ஆயுள் ஆறு மாதம்தான். எனவே நிரந்தரச் சட்டத்துக்கான மசோதாவும் தமிழக சட்டமன்றத்தில் நிறைவேற்றப்பட்டது. ஜனாதிபதியின் ஒப்புதல் பெற்று, தமிழக அரசின் அரசிதழில் (கெஜட்) வெளியிடப்பட்டால்தான் இந்த மசோதா, சட்டமாகும். அதற்கான

நடவடிக்கைகள் எடுக்கப்படுகின்றன. எனவே மிக விரைவில் இது சட்டமாகிவிடும்.

சரி, இந்தச் சட்டமும் செல்லாது என்று உச்ச நீதிமன்றம் தீர்ப்பளித்தால் ஜல்லிக்கட்டு நடத்தமுடியாதே, என்ன செய்வது? 'அரசமைப்புச் சட்டத்தின் 9 வது அட்டவணையில் இந்தச் சட்டத்தைச் சேர்க்க வேண்டும். அப்படிச் சேர்த்துவிட்டால், இதில் கோர்ட் தலையிட முடியாது. இந்தச் சட்டத்தைப் பாதுகாத்துவிடலாம்' என்று இப்போது கூறப்பட்டுவருகிறது. நீதித்துறை, சட்டத் துறை சார்ந்த சிலரே இப்படிக் கூறுகிறார்கள். எனவே 'ஜல்லிக்கட்டுச் சட்டத்தை 9 வது அட்டவணையில் சேர்க்க வேண்டும்' என்ற கோரிக்கையை அரசியல் தலைவர்கள் சிலரும், மாணவர்கள், இளைஞர்கள், பொதுமக்கள் என்று பலரும் எழுப்பியதைப் பார்த்தோம்.

இது சரிதானா? இல்லை. ஒரு சட்டத்தை 9வது அட்டவணையில் சேர்த்தால்கூட நீதிமன்றம் தலையிட முடியும்; அந்தச் சட்டம் செல்லும் என்றோ, செல்லாது என்றோ நீதிமன்றம் தீர்ப்பளிக்க முடியும். அரசமைப்புச் சட்டத்தில் 9வது அட்டவணை என்று ஒன்று உள்ளது. இந்த அட்டவணையில் ஒரு சட்டத்தைச் சேர்க்க வேண்டுமானால், அதற்காக அரசமைப்புச் சட்டத் திருத்தச் சட்டத்தை நாடாளுமன்றம் நிறைவேற்ற வேண்டும். இதன்படி அந்தச் சட்டம், அட்டவணையில் சேர்க்கப்பட்டுவிட்டால், அந்தச் சட்டமோ, சட்டப் பிரிவுகளோ செல்லாது என்று நீதிமன்றம் தீர்ப்பளிக்கமுடியாது என்று அரசமைப்புச் சட்டத்தின் 31 பி பிரிவு கூறுவது உண்மைதான். அதே போல 31 சி பிரிவிலும் இருந்தது உண்மைதான்.

ஆனால் கேசவானந்த பாரதி வழக்கில் உச்ச நீதிமன்றத்தின் 13 நீதிபதிகள் கொண்ட அமர்வு 1973 ம் ஆண்டு ஒரு தீர்ப்பை அளித்தது. 'எந்தச் சட்டத்தையும் பரிசீலித்துத் தீர்ப்பு அளிப்பதற்கு நீதிமன்றத்துக்கு உள்ள அதிகாரமானது, அரசமைப்புச் சட்டத்தின் அடிப்படை அம்சமாகும். அடிப்படை அம்சங்களைத் திருத்துவதற்கு நாடாளுமன்றத்துக்கு அதிகாரம் இல்லை. அப்படித் திருத்தும் வகையில் அரசமைப்புச் சட்டத் திருத்தச் சட்டம் எதையும் நாடாளுமன்றம் நிறைவேற்றினால் அந்தத் திருத்தச் சட்டமும் செல்லாது' என்று தீர்ப்பில் கூறப்பட்டது.

எவையெல்லாம் அடிப்படை அம்சங்கள் என்று மொத்தமாகச் சொல்லமுடியாது என்றும், ஒவ்வொரு வழக்கின்போதும் அதன் தன்மையைப் பொருத்துத்தான் சொல்லமுடியும் என்றும் ராஜ்நாராயணன் வழக்கில் 1975ம் ஆண்டில் உச்ச நீதிமன்றம் தனது தீர்ப்பில் குறிப்பிட்டது. பிறகு நடந்த பல வழக்குகளில் மதச்சார்பின்மை உள்ளிட்ட பல விஷயங்கள் அடிப்படை அம்சங்களாகும் என்றும் தீர்ப்பளிக்கப்பட்டது.

அடிப்படை அம்சம் என்ற கோட்பாட்டை அளித்த கேசவானந்த பாரதி வழக்கின் தீர்ப்பு 24 ஏப்ரல் 1973 அன்று அளிக்கப்பட்டது. எனவே அந்தத் தேதியிலோ அல்லது அதற்குப் பிறகோ 9வது அட்டவணையில் சேர்க்கப்படும் சட்டங்களை நீதிமன்றம் பரிசீலித்துத் தீர்ப்புக் கூறலாம் என்று வாமன் வழக்கில் 1981 ம் ஆண்டில் உச்ச நீதிமன்றம் தீர்ப்பு அளித்தது.

இதையொட்டி 9வது அட்டவணையில் சேர்க்கப்பட்ட பல சட்டங்கள் செல்லாது என்றும், மற்ற பல சட்டங்கள் செல்லும் என்றும் தனித்தனி வழக்குகளில் தீர்ப்புக் கூறப்பட்டது. இந்தத் தீர்ப்புகளில் உருவான சில சந்தேகங்களைப் போக்கும் வகையில், கேய்லோ வழக்கில் 9 நீதிபதி களைக் கொண்ட அரசமைப்புச் சட்ட அமர்வு 2007ம் ஆண்டில் பல விளக்கங்களை அளித்தது. நீதிமன்றத்தின் அதிகாரம் உள்ளிட்ட அடிப்படை அம்சங்களைத் திருத்தமுடியாது என்ற முந்தைய தீர்ப்பை மேலும் தெளிவாக்கியது.

எனவே ஜல்லிக்கட்டுச் சட்டத்தை 9வது அட்டவணையில் சேர்த்தால், இதற்கும் இதே நிலைதான். இந்தச் சட்டத்தையும் நீதிமன்றம் பரிசீலித்து, இந்தச் சட்டம் செல்லும் என்றோ அல்லது செல்லாது என்றோ தீர்ப்பளிக்கமுடியும். அப்படியானால் தமிழ்நாட்டின் இட ஒதுக்கீடு சட்டத்தின்படி 69 சதவிகித இடஒதுக்கீடு பாதுகாக்கப்பட்டு உள்ளதே, அது எப்படி என்று சிலர் கேட்கிறார்கள்.

இட ஒதுக்கீடு எப்படிப் பாதுகாக்கப்படுகிறது?

அரசு, அரசு நிறுவன வேலை வாய்ப்பிலும், அரசு மற்றும் அரசு உதவி பெறும் கல்வி நிறுவனங்களிலும் மாணவர் சேர்க்கையிலும் 50 சதவிகிதத்துக்குக் கீழேதான் இட ஒதுக்கீடு அளிக்கப்படவேண்டும் என்று இந்திரா சஹானி வழக்கில் 1992ம் ஆண்டில் உச்ச நீதிமன்றம் தீர்ப்பளித்தது. உடனே, தமிழ்நாட்டில் மருத்துவக் கல்லூரிகளில் அளிக்கப்பட்டு வந்த 69 சதவிகித இட ஒதுக்கீடு செல்லாது என்று அறிவிக்கக் கோரி உச்ச நீதிமன்றத்தில் வழக்குத் தொடரப்பட்டது. இதைச் சமாளிப்பதற்காக ஒரு சட்டத்தைத் தமிழக அரசு இயற்றியது. அரசமைப்புச் சட்டத்தின் 9வது அட்டவணையில் இதைச் சேர்ப்பதற்காக நாடாளுமன்றத்தில் அரசமைப்புத் திருத்தச் சட்டமும் நிறைவேற்றப்பட்டது. இதன்படி தமிழ்நாட்டின் இட ஒதுக்கீட்டுச் சட்டம் 9வது அட்டவணையில் 1994ம் ஆண்டில் சேர்க்கப்பட்டது. எனவே இதில் நீதிமன்றம் தலையிடமுடியாது என்று கருதப்பட்டது.

ஆனால் நடந்தது வேறு. அந்த வழக்கை உச்ச நீதிமன்றம் விசாரணைக்கு எடுத்துக்கொண்டு விசாரித்தது. இடைக்கால

உத்தரவையும் 1994 ம் ஆண்டில் பிறப்பித்தது. 'தமிழ்நாட்டுக் கல்வி நிலையங்களில் 69 சதவிகித இட ஒதுக்கீட்டின் காரணமாகப் பொதுப் போட்டிக்கு 31 சதவிகிதம்தான் கிடைத்திருக்கிறது. இது உச்ச நீதிமன்றம் 1992 ம் ஆண்டில் அளித்த தீர்ப்புக்கு விரோதமானது. எனினும் இப்போது 69 சதவிகிதம் - 31 சதவிகிதம் என்று நிரப்பப்பட்டுள்ள இடங்களை ரத்து செய்யவில்லை. அது நீடிக்கட்டும். ஆனால் மாணவர் சேர்க்கை இடங்களை அதிகரிக்கவேண்டும். இப்போதுள்ள மொத்த இடங்களில் 50 சதவிகிதம் பொதுப் போட்டிக்கு ஒதுக்கப்பட்டிருந்தால் எவ்வளவு இடங்கள் கிடைத்திருக்குமோ அவ்வளவு இடங்களை அதிகரிக்கவேண்டும். அதில் இட ஒதுக்கீடு இல்லாமல் மதிப்பெண் அடிப்படையில் மட்டும் மாணவர்களுக்கு இடமளிக்கவேண்டும். 1994-95 என்ற ஓராண்டுக்கு மட்டும் இந்த உத்தரவைச் செயல்படுத்த வேண்டும்' என்று இடைக்கால உத்தரவு பிறப்பிக்கப்பட்டது. இந்த உத்தரவு இன்றுவரை ஒவ்வோர் ஆண்டும் பிறப்பிக்கப்பட்டு வருகிறது. வழக்கு இன்னும் நடந்துவருகிறது. எனவே தமிழ்நாட்டில் அரசு மருத்துவக் கல்லூரிகளில் இப்போது 69 சதவிகித இட ஒதுக்கீடு இல்லை. ஏறத்தாழ 58 சதவிகித இட ஒதுக்கீடுதான் இருந்துவருகிறது.

ஆகவே ஜல்லிக்கட்டுச் சட்டத்தை 9வது அட்டவணையில் சேர்ப்பதால் புதிதாக எந்தப் பாதுகாப்பும் கிடைக்கப் போவதில்லை. மக்களின் ஒற்றுமையும், மேம்பட்ட போர்க்குணமுமே பாதுகாப்பு.

●

(இரா. ஜவஹர் ஒரு மார்க்சிய ஆய்வாளர். தி இந்து நாளிதழில் வெளிவந்த 'ஜல்லிக்கட்டுச் சட்டத்தை 9வது அட்டவணை பாதுகாக்குமா?' கட்டுரையின் செழுமைப்படுத்தப்பட்ட வடிவம்.)

ஜல்லிக்கட்டுப் போராட்டமும் முஸ்லிம்கள் பங்கேற்பும்

கோம்பை எஸ். அன்வர்

தமிழகத்தில், குறிப்பாக தென் தமிழகத்தில், இஸ்லாமியருக்கும் பிற சமூகத்தவருக்கும் இடையே இன்றளவும் நிலவிவரும் மாமன் - மச்சான், சித்தப்பா - சித்தி, தாத்தா, அப்பு, சீயான் என்ற ஒரே குடும்பம் போன்ற உறவு முறைகள், உலகில் வேறெங்கும் காணப்படாத, தமிழகத்துக்கும் தமிழருக்கும் மட்டுமே உரிய சிறப்புக் குணாம்சம்!

ஜல்லிக்கட்டு தடைக்கு எதிராக, சமீபத்தில் நடந்த தமிழ்ச் சமூக எழுச்சி தமிழக வரலாற்றில் மிக முக்கியமானது. மாணவர்களால் முன்னெடுக்கப்பட்டாலும் சாதி, மதம், பாலினம் தாண்டித் தமிழகம் முழுவதும் பெருகிய ஆதரவு அனைவரையும் வியப்பில் ஆழ்த்தியது. இந்த எழுச்சியில் தமிழ் முஸ்லிம்கள் பெருமளவில் பங்குபெற்றது சிலருக்கு ஆச்சரியமாகவும் சிலருக்கு அதிர்ச்சியாகவும்கூட இருந்தது எனலாம். பாடப் புத்தகங்களைக் கடந்து தமிழக வரலாற்றைப் பார்த்தால் இதில் ஆச்சரியப்படுவதற்கு ஒன்றுமில்லை என்று புரியும்.

இந்தி எதிர்ப்புப் போராட்டம் தொடங்கி, இலங்கைத் தமிழருக்கு ஆதரவாக நடந்த போராட்டம், முல்லைப் பெரியாறு விவகாரம் என்று தமிழர் நலன் சார்ந்த போராட்டங்களில் தமிழ் முஸ்லிம்கள் தொடர்ந்து பங்கேற்றிருக்கிறார்கள். சுதந்திரத்துக்குப் பின் இந்திய அரசியல் சட்ட நிர்ணய சபையில், இந்தியை தேசிய மொழியாக ஆக்க நடந்த விவாதத்தில் தமிழைப் பரிந்துரைத்தவர், இந்திய யூனியன் முஸ்லிம்

லீகின் அன்றைய தலைவர் காயிதே மில்லத். தமிழ்ச் சமூகத்துக்குள் முஸ்லிம்களின் பங்களிப்பு குறித்துச் சொல்வதற்கு இன்னும் நிறைய உண்டு.

பன்மைத்துவத்தைக் கொண்டாடும் இஸ்லாம்

இந்தத் தமிழ் இனம் சார்ந்த தார்மீகமான, உணர்வுபூர்வமான ஆதரவுக்கான அடிப்படை, தமிழ் முஸ்லிம்கள் பின்பற்றும் இஸ்லாம் சார்ந்ததும் ஆகும். இன்று இஸ்லாத்தை ஒரு ஒற்றைத்தன்மை கொண்ட மதமாகப் பலரும் (சில முஸ்லிம்கள் உட்பட) தவறாகப் புரிந்து கொண்டுள்ளனர். ஓரிறைக் கொள்கையை வலியுறுத்தும் இஸ்லாம், அதே சமயத்தில் பன்மைத்துவத்தைக் கொண்டாடுகிறது என்பது பலருக்குத் தெரியாது. புனித நூலான குர்-ஆனிலிருந்தும், நபிகள் நாயகத்தின் வழிகாட்டுதல்களில் இருந்தும் இதற்குப் பல உதாரணங் களைக் கூற முடியும். புனித குர்-ஆனில் 'சூரத்துல் ஹுஜுராத் அறைகள்' என்ற 49-வது அத்தியாயத்தில் வரும் 13-வது வசனம், 'மனிதர்களே, நாம் உம்மை ஓர் ஆணிலிருந்தும் ஒரு பெண்ணிலிருந்தும் படைத்தோம். பிறகு, நீங்கள் ஒருவருக்கொருவர் அறிமுகமாகிக் கொள்ளும் பொருட்டு, உங்களைப் பல சமூகங்களாகவும் குலங்களாகவும் ஆக்கினோம்' என்கிறது. ஆக, மனிதர்கள் வெவ்வேறு சமூகங்களாக, இனங்களாகப் படைக்கப்பட்டிருப்பதை குர்-ஆன் உறுதி செய்கிறது.

வெவ்வேறு இனங்களை, சமூகங்களை நாம் எவ்வாறு அடையாளம் காண்பது? அது ஒவ்வொரு சமூகத்தின் தனித்தன்மை வாய்ந்த பண்பாட்டு விழுமியங்களைக் கொண்டதுதான். ஆக, தமிழ் அடையாளத்துக்கும் இஸ்லாத்துக்கும் எந்த முரண்பாடும் இல்லை. அதனடிப்படையில், இஸ்லாத்தின் அடிப்படைக் கொள்கையான ஓரிறைக் கொள்கையை விட்டு விலகாமல், தமது சமூகப் பண்புகளுடன் தங்கள் வாழ்க்கையைத் தொன்றுதொட்டே தமிழக முஸ்லிம்கள் நெறிப்படுத்திக்கொண்டனர்.

தமிழும் இஸ்லாமும்

அரேபியாவில் பரவிக்கொண்டிருந்த காலகட்டத்திலேயே வணிகம் மூலம் தமிழகம் வந்தடைந்த இஸ்லாம், தமிழ் மண்ணோடு தன்னை வெகு எளிதாக ஐக்கியப்படுத்திக்கொண்டது. முஸ்லிம்கள் அன்றாடம் ஐந்து வேளை இறைவனைத் தொழுவதற்காகக் கூடும் வழிபாட்டுத் தலமே பள்ளிவாசல். அன்றைய தமிழக மூவேந்தர்களின் உதவியுடன் கட்டப்பட்ட இந்தப் பள்ளிவாசல்கள், பிற சமயத் தமிழர்களின் வழிபாட்டுத் தலங்களைப் போல் திராவிட பாணியிலேயே கட்டப் பட்டன. பிற சமயத்தவர் உருவங்களுடனான கோயில்களை

நிர்மாணித்தனர் என்றால், அதே திராவிட பாணியில் இஸ்லாமியக் கோட்பாடுகளுடன் உருவங்களற்ற கல்லுப் பள்ளிகளை தமிழ் முஸ்லிம்கள் நிர்மாணித்தனர். கிட்டத்தட்ட இதே நடை முறையைத்தான் இலக்கியத்திலும் பின்பற்றினர்.

தமிழ் இலக்கியத்துக்குச் சமணம், சைவம், வைணவம், இஸ்லாம், கிறிஸ்துவம் என்று ஒவ்வொரு சமயமும் பெருந்தொண்டாற்றி இருக்கிறது. இதிலும் இஸ்லாமியர் ஓரிறைக் கொள்கையில் இருந்து மாறாமல், தமிழ் மரபுப்படி பெருங்காப்பியம், சிறு காவியம் என்று ஏராளமான படைப்புகளைப் படைத்துள்ளனர். நபிகள் நாயகத்தின் வரலாற்றைத் தமிழ் உலகத்தாருக்கு எடுத்துரைத்த உமறுப் புலவரின் சீறாப் புராணத்தில் சித்தரிக்கப்படும் அரேபியப் பாலைவனம், தமிழகத்தின் ஐந்திணைகளைக் கொண்டதாக விவரிக்கப்பட்டுள்ளது. வேறு பல தமிழ்க் கலாசாரக் கூறுகளையும் சீறாப்புராணத்தில் காணலாம். இஸ்லாமியர் என்றில்லாமல், கிறிஸ்தவர்களும் இதே பாணியையே தமிழ் இலக்கியத்தில் பின்பற்றியிருக்கிறார்கள். வீரமா முனிவர் இயற்றிய தேம்பாவணியில் காணப்படும் ஜெருசலேம் நகரத்து வீதிகள் தமிழ் நிலப்பரப்பை உணர்த்துவதைப் பார்க்கமுடியும். தமிழ் இலக்கிய உலகத்துக்கு இது ஒன்றும் புதிதல்ல. கம்ப ராமாயணத்தில் கம்பன் விவரிக்கும் கோசல நாட்டின் நிலப்பரப்பு, சோழ நாட்டு இயல்புகளைக் கொண்டதாகவும், சரயு நதி காவிரியை ஒத்திருப்பதாகவும் அமைந்திருக்கும்.

போற்றுதலுக்குரிய நடைமுறை

அதேபோல் பிள்ளைத் தமிழில் கடவுள் வாழ்த்து என்பது அனைத்து இந்து சமய கடவுள்களையும் வணங்கிவிட்டு ஆரம்பிப்பது பொது மரபு என்றால், இஸ்லாமியர் இயற்றிய பிள்ளைத் தமிழில் அதற்குப் பதிலாக ஓர் இறைவனை மட்டுமே வாழ்த்திப் பாடினார். தமிழ் முஸ்லிம்கள் இன்றும் உபயோகிக்கும் பசியாறுதல், ஆணம், சோறு போன்ற பல சொற்கள் தூய தமிழ்ச் சொற்கள்! குழந்தைகளுக்குப் பெயர் வைப்பதில்கூட இதே நடைமுறையைத் தமிழ் முஸ்லிம்கள் பின்பற்று கிறார்கள். நாச்சியார், நைனார் ஆகியவை தமிழ் முஸ்லிம்களிடையே பரவலாகக் காணப்படும் சில பெயர்கள். சமீபகாலம் வரை முத்து வணிகத்தில் பாரம்பரியமாகத் தமிழ் முஸ்லிம்கள் ஈடுபட்டிருந்ததால் முத்து முகம்மது, முத்து மீரான், முத்து லெப்பை, முத்துக் கனி, முத்து சுலைஹா என்று பல பெயர்கள் இன்றும் புழக்கத்தில் உள்ளன. இந்துக் கடவுள்களின் பெயரைத் தவிர்த்துவிட்டு பொதுவான தமிழ்ச் சொற்களுடன் பெயர் வைப்பது தமிழ் முஸ்லிம்களின் வழக்கம். மீரான் பிள்ளை, தம்பிதுரை, ரத்தின முகம்மது, ராஜா முகம்மது, செல்லம்மாள், ராசாத்தி என்று உதாரணத்துக்குச் சில.

எனது தாயார் வருடா வருடம் பொங்கலன்று சர்க்கரைப் பொங்கலுடன் 16 வகைக் காய்கறிகளைச் சமைத்துச் சிறப்பு விருந்து செய்து எங்களுக்குப் பரிமாறுவது வழக்கம். விவசாயக் குடும்பத்தில் பிறந்த என் தாயாரின் பெயர் செல்லம்மாள் என்பது குறிப்பிடத்தக்கது. பொங்கல் நாளில் வீட்டில் கட்டாயம் அசைவம் கிடையாது. அது இன்றளவும் தொடர்கிறது. முகநூலில் இதுதொடர்பாக எழுதியபோது தங்கள் வீட்டிலும் கிட்டத்தட்ட இதே நடைமுறைதான் பின்பற்றப்பட்டு வருகிறது என்று பல முஸ்லிம்கள் பின்னூட்டம் இட்டிருந்தனர்.

சிறப்புக் குணாம்சம்

அவை அனைத்துக்கும் முத்தாய்ப்பாகத் தமிழகத்தில், குறிப்பாகத் தென் தமிழகத்தில் இஸ்லாமியருக்கும் பிற சமூகத்தவருக்கும் இடையே இன்றளவும் நிலவிவரும் உறவு முறை இருக்கிறது. இது உலகில் வேறெங்கும் காணப்படாத, தமிழகத்துக்கும் தமிழருக்கும் மட்டுமே உரிய சிறப்பு குணாம்சம் என்றே கூறலாம். வெவ்வேறு மதங்களைச் சார்ந்தவரிடையே மாமன் - மச்சான், சித்தப்பா - சித்தி, தாத்தா, அப்பு, சீயான் என்ற ஒரே குடும்பம் போன்ற உறவு முறைகள் இஸ்லாமியரை இந்த மண்ணோடும் தமிழ்ச் சமூகத்தோடும் பின்னிப் பிணைத்திருக்கின்றன. கண்ணுக்குப் புலப்படாத இந்தப் பிணைப்பு களே ஜல்லிக்கட்டு தடைக்கு எதிரான போராட்டத்தில் தமிழ் முஸ்லிம்களைப் பெருவாரியாகக் கொண்டுவந்து நிறுத்தின.

ஆக, தமிழ்ச் சமூகத்தின் கலாசாரக் கூறுகளைத் தங்கள் இறை நம்பிக்கைக்கு ஏற்ப உள்வாங்கிக்கொண்ட ஒரு சமூகமாகவே தமிழ் முஸ்லிம் சமூகம் இயங்குவதால், தமிழ்ப் பண்பாட்டுக்கு எதிரானதாகக் கருதப்பட்ட ஜல்லிக்கட்டுத் தடையைத் தீவிரமாக எதிர்த்ததில் வியப்பேதும் இல்லை. இன்னும் சொல்லப் போனால் 'இஸ்லாம் எங்கள் வழி, இன்பத் தமிழ் எங்கள் மொழி' என்பதே முஸ்லிம்களின் நிலைப்பாடு. ஜல்லிக்கட்டு மீதான தடை எதிர்ப்புப் போராட்டம் அவற்றைப் பொது உலகுக்குப் பறை சாற்றியிருக்கிறது!

•

(தி இந்துவில் 9 பிப்ரவரி 2017 அன்று வெளிவந்த கட்டுரை. கோம்பை எஸ். அன்வர், தமிழ் முஸ்லிம்களின் வேர்களைப் பதிவுசெய்த 'யாதும்' எனும் ஆவணப்படத்தை இயக்கியவர், வரலாற்று ஆய்வாளர்.)

வரலாற்று முக்கியத்துவம் வாய்ந்த போராட்டம்

மார்கண்டேய கட்ஜு

பெரும்பாலான இந்தியர்கள் மட்டுமல்ல, தமிழர்களுமேகூட ஜல்லிக்கட்டுப் போராட்டத்தின் வரலாற்று வெற்றியை உணராமல்தான் இருக்கின்றனர். இது தமிழ்நாடு தொடர்புடைய ஒரு நிகழ்வு என்றும் ஜல்லிக்கட்டு விளையாட்டு பற்றியது மட்டும்தான் என்றும் பலர் நினைக்கின்றனர். இந்தியா எதிர்கொள்ளும் தீவிரமான சவால்களான ஏழைமை ஒழிப்பு, வேலையில்லாத் திண்டாட்டம், மருத்துவ வசதியின்மை, சுகாதாரக்குறைபாடு, கல்வித் துறை சிக்கல்கள் ஆகியவற்றுக்கும் இந்தப் போராட்டத்துக்கும் தொடர்பில்லை என்றும் அவர்கள் கருதக்கூடும்.

உண்மையில், ஜல்லிக்கட்டு எழுச்சியும் அது ஈட்டிய வெற்றியும் ஒட்டுமொத்த இந்தியாவும் கவனிக்கவேண்டிய விஷயங்களாகும். ஏறு தழுவுதலுக்கு அப்பாற்பட்ட போராட்டம் இது. உள்ளடக்கத்தில் இந்தப் போராட்டம் ஒரு தீப்பொறி. நாடு முழுவதும் பரவிச்சென்று ஒளியை அளிக்கக்கூடிய ஆற்றல் இந்தத் தீப்பொறிக்கு இருக்கிறது. நம்முடைய எல்லாப் பிரச்னைகளையும் தீர்ப்பதற்கான முதல் அடி இது.

ஜல்லிக்கட்டுப் போராட்டத்தின் வெற்றி நமக்கு உணர்த்தும் செய்தி இதுதான். நூற்றுக்கணக்கில், ஆயிரக்கணக்கில் மக்கள் ஒற்றுமையுடன்

திரண்டு ஒரு புயல்போல் எழும்போது வலுவான சக்தி ஒன்று உருவாகிறது. இந்தச் சக்தி மகத்தானது மட்டுமல்ல, பலமிக்கதும்கூட. இந்தப் பூமியில் உள்ள ஒருவராலும் இதை எதிர்க்கமுடியாது.

சாதி, மதம், பிரதேசம் ஆகியவற்றால் பிளவுண்டு கிடக்கும் மக்களைப் பார்த்து நான் அடிக்கடி நம்பிக்கையிழந்துபோவதுண்டு. இந்திய மக்கள் இத்தகைய தடையரண்களைக் கடந்து ஒன்றாகத் திரள்வது சாத்தியம்தானா என்று பலமுறை ஐயப்பட்டதும் உண்டு. வேற்றுமைகளை மறந்து இப்படி ஒன்றிணையாவிட்டால் நம்மால் எந்தவொரு சவாலையும் சந்திக்கமுடியாது என்பதை நான் அறிவேன். நடந்துமுடிந்த ஜல்லிக்கட்டுப் போராட்டம் சாதி, மத வேறுபாடுகளைக் கடந்திருந்ததைக் கண்டு மகிழ்ந்தேன். நான் எதிர்பார்த்திருந்த ஒற்றுமை அதில் மேலோங்கியிருந்தது. உண்மையில், சாதி, மத உணர்வுகளை மட்டுமல்ல, தேச எல்லையையும்கூட அது கடந்துவிட்டது. ஆம், உலகெங்கிலும் இருந்து இந்தப் போராட்டத்துக்கு ஆதரவு குவிந்தது.

அந்த வகையில், தமிழ் மக்களின் வெற்றி என்பது ஒட்டுமொத்த இந்தியர்களின் வெற்றியாகும். நம்மால் வேறுபாடுகளைக் கடந்து ஒன்றிணையமுடியும் என்பதை அவர்கள் நிரூபித்துக்காட்டியிருக்கிறார்கள். நம் பிரச்னைகளை இப்படியான ஒருங்கிணைப்புமூலம் மட்டுமே தீர்க்கமுடியும் என்பதையும் அவர்கள் உணர்த்தியிருக்கிறார்கள்.

இந்தியர்கள் கடைபிடிக்கவேண்டிய பாடம் இது. நம் எதிரிகள் நாம் பிளவுண்டு சிதறவேண்டும் என்று விரும்புகிறார்கள். சாதியும் மதமும் பிராந்திய உணர்வும் நம்மைத் தனித்தனிக் குழுக்களாகப் பிரித்துவைக்கும் என்று அவர்கள் எதிர்பார்க்கிறார்கள். நாம் அவர்களுடைய எதிர்பார்ப்பைப் பொய்யாக்கி ஒன்றிணைய வேண்டும்.

நம் அரசியல்வாதிகளைப் பற்றி நமக்குத் தெரியும். அவர்களில் பெரும்பாலானோர் சுயநலன் கொண்டவர்கள், தேசப்பற்று அற்றவர்கள். அதனால்தான் அரசியல்வாதிகளின் தலையீட்டைப் போராட்டக்காரர்கள் மிகச் சரியாகத் தடுத்துநிறுத்திவிட்டனர். ஜல்லிக்கட்டுப் போராட்டம் தன்னிச்சையானது.

பல இடங்களில் போராட்டக்காரர்கள்மீது காவல்துறையினர் ஏவிவிடப்பட்டனர். இருந்தும் அவர்கள் மனம் கலங்கவில்லை; உறுதியையும் இழக்கவில்லை.

ஒட்டுமொத்த இந்தியாவும் கடைபிடிக்கவேண்டிய ஒரு முன்மாதிரியாகத் தமிழகம் உயர்ந்திருக்கிறது. நமக்கான சரியான பாதையை அவர்கள் காட்டியிருக்கிறார்கள். அவர்கள் வழியில் நாம் ஒன்றிணைவோம், போராடுவோம்.

தமிழ் மக்கள் நீடுழி வாழ்க!

•

(உச்ச நிதிமன்ற முன்னாள் நீதிபதி. தன் வலைப்பதிவில் அவர் வெளியிட்ட குறிப்பின் அனுமதிபெற்ற தமிழாக்கம்.)

ஜல்லிக்கட்டு: சாதித்ததும் இழந்ததும்

அரவிந்தன் கண்ணையன்

ஒரு மாத காலம் தமிழகத்தையே கட்டிப்போட்டதோடு ஒட்டுமொத்த இந்தியாவையும் திரும்பிப் பார்க்க வைத்திருக்கிறது ஜல்லிகட்டுப் போராட்டம். பெருவாரியான மக்களால் விதந்தோதப்பட்ட இந்தப் போராட்டம் சாதித்தது என்ன? அலசுவோம்.

பண்பாடு எனும் முக்காடு

ஜல்லிக்கட்டை ஏன் காப்பாற்றவேண்டும் என்பதற்குச் சொல்லப்படும் முக்கியமான காரணம், பண்பாடு. இந்த ஒற்றைச் சொல்லைக் கொண்டு நீதிமன்றத்தைச் செயலிழக்கச் செய்யும் தாரக மந்திரம் ஒன்று உருவானது. இந்தியாவில் கொண்டுவரப்பட்ட பல சீர்திருத்தங்கள் ஆரம்பம் முதலே பண்பாடு என்னும் பெயரால்தான் எதிர்க்கப்பட்டு வந்தன. தேவதாசி முறை, குழந்தைத் திருமணம், உடன் கட்டை ஏறுவது, தீண்டாமை என்று ஒரு நீண்ட பட்டியலையே தயாரிக்கலாம். இவையனைத்துமே பண்பாட்டின் பெயரால் நியாயப்படுத்தப்பட்டன. அந்த எஃகு கோட்டையைத் தகர்த்துதான் சீர்திருத்தங்கள் சாத்தியமாயின.

இதன் பொருள் பண்பாடு என்றாலே பழமை, எனவே எல்லாவற்றையும் குப்பையில் வீச வேண்டும் என்பதல்ல. அதே போல் பண்பாடு என்பதற்காகவே கேள்விகள் எதையும் எழுப்பக்கூடாது என்று சொல்லப்படுவதும் ஏற்கத்தக்கதல்ல. ஜல்லிக்கட்டு, தமிழர்கள் அனைவரின் பண்பாடு வெளிப்பாடா? இதைப் பாதுகாக்கத்தான் வேண்டுமா? இதில் சாதியம் இல்லையா? இப்படி எதிர்க்கேள்விகளை

எழுப்பினால் 'தமிழ் விரோதி' என்று முத்திரை குத்தப்படுகிறது. விவாதங்கள் எதுவுமின்றி ஒட்டுமொத்த சமூகமும் ஒருவித மயக்க நிலையில் ஒன்றை ஏற்றுக்கொள்வதும் செயல்படுத்துவதும் பெருமைப்படத்தக்கதல்ல.

ஜல்லிக்கட்டில் சாதியம் உள்ளது என்று அதன் ஆதரவாளர்களே ஒப்புக்கொள்கிறார்கள். ஜல்லிக்கட்டை ஆதரித்து எழுதும் என் உற்ற நண்பர்கள் சிலரிடம் பேசினேன். எல்லோரும் இங்கே அமெரிக்காவில் இருப்பவர்கள், பல தரப்பட்ட அரசியல் சார்புடையவர்கள். ஜல்லிக்கட்டு நிச்சயம் நடத்தப்பட்டே தீரவேண்டும் என்பது அவர்கள் திடமான கருத்து. சரி, தலித்துகள் பங்கேற்பு இல்லை என்று சொல்லப் படுவதைப் பற்றி என்ன நினைக்கிறீர்கள் என்று கேட்டபோது அவர்கள் அளித்த பதில்கள் இவை. 'தலித்துகள் பங்கேற்பில் எனக்குத் தனிப்பட்ட முறையில் ஆட்சேபணை எதுவுமில்லை'. 'சமூகம் மாற நாம் அதன் போக்கில் விட்டுப் பிடிக்கவேண்டும்'. 'ஒரே நாளில் இதற்கெல்லாம் தீர்வு காணமுடியாது'. 'முதலில் ஜல்லிக்கட்டு. மற்ற விஷயங்களைப் பிறகு பார்த்துக்கொள்ளலாம்'. ஆக இவர்கள் எல்லோருக்கும் தங்கள் பண்டிகை தடையில்லாமல் கோலாகலமாக நடக்கவேண்டும் என்பதில் மட்டும்தான் அக்கறை இருக்கிறது. அனைவருக்குமான பண்டிகையாக அது இருக்கவேண்டும் என்பது அவர்களுக்கு முக்கியமல்ல. இன்று பாரம்பரியத்தைக் காட்டி நாம் சட்டத்தை நிராகரிக்கும்போது, நாளை தலித்துகள் உரிமை கோரினால் இதே காரணம் சொல்லப்படும். இந்த விஷயத்தில் தலித்துகள் ஏமாற்றப்படுகிறார்கள்.

ஒருவர் மிகவும் அதிர்ச்சி தரத்தக்க எதிர் வாதங்களை முன்வைத்தார். அமெரிக்காவில் அவர் குடியிருக்கும் பகுதியிலிருந்து சிறிது தூரம் தள்ளி ஹிஸ்பானிக் மக்கள் குடியிருக்கிறார்களாம். அவர்களுடைய பழக்கவழக்கங்கள் வேறுபட்டவை. தலித்துகளும்கூட ஒருவகையில் ஹிஸ்பானிக்குகளைப் போன்றவர்கள்தாம் என்றார் அவர். 'அவர்கள் பகுதியில் அவர்கள் மாடு பிடி நடத்துவது சரிதானே?' என்றார். தவிரவும், அலங்காநல்லூரில் தலித்துகள் ஜல்லிக்கட்டில் பங்கேற்ப தாகவும் அவர் சொன்னார். ஆனால் மற்ற இனத்தவரின் மாடுகளை தலித்துகள் அடக்கினால் பல கிராமங்களில் கலவரம் வெடிக்கும் அல்லவா? அதை எப்படிப் புறக்கணிக்கமுடியும்?

ஒன்றிணைந்திருக்கிறார்களா?

ஜல்லிக்கட்டு விஷயத்தில் தமிழினமே பாகுபாடின்றி ஒன்றிணைந் திருக்கிறது என்பதெல்லாம் பசப்பு. இந்த மாணவர்கள் மட்டும் 'இனி ஜல்லிக்கட்டில் சாதிப் பாகுபாடு இருக்கக்கூடாது' என்று சொல்லிப் போராடியிருந்தால் இவ்வளவு பெரிய கூட்டம் சேர்ந்திருக்குமா?

மாணவர்களிடையே சாதி இல்லை என்பதெல்லாம் வீண் பேச்சு. சென்னை சட்டக் கல்லூரியில் படிக்கும் தேவர் மாணவர்கள் அக்கல்லூரியின் முழுப் பெயரான 'அம்பேத்கர் சட்டக் கல்லூரி' என்பதைச் சொல்ல மறுத்தும் அதைத் தொடர்ந்து கலவரம் வெடித்ததும் நமக்கெல்லாம் தெரியும்.

'அரசாங்க மேற்பார்வைக் குழு ஒன்று அமைத்து, போட்டி பாது காப்பாகவும் எல்லாரும் பங்கேற்பதாகவும் இருக்கும்படி விதிகளைச் சட்டத்தில் சேர்த்துக்கொள்ளலாம்' என்று நண்பரிடம் சொன்னேன். 'அதெல்லாம் சரி வராது. உள்ளூர் மட்டத்தில்தான் இதையெல்லாம் கையாளவேண்டும்' என்று மறுத்துவிட்டார் அவர். 'ஐயா, உள்ளூர் வழக்கங்களுக்குக் கட்டுப்பட்டால் சமூக நீதி கிடைக்காதே' என்றேன். அதற்கு அவர் 'நீங்கள் ஐரோப்பிய மனநிலையில் பேசுகிறீர்கள்' என்று முடித்துக்கொண்டார்.

இங்கே காந்தியின் பூனா ஒப்பந்தத்தை நினைவுகூற வேண்டும். பிரச்னை தனித் தொகுதி கொடுப்பதில் ஆரம்பித்தது. ஆனால் அதுவே ஆலய நுழைவு, தீண்டாமை ஒழிப்பு என்று விரிவடைந்தது. சிறையில் இருந்து மீண்ட மகாத்மா, தேச விடுதலைப் போராட்டத்தைக் கிடப்பில் போட்டுவிட்டு சமூக விடுதலைக்காக நடைப்பயணம் மேற்கொண்டார். எல்லோருக்கும் வாக்குரிமை, இட ஒதுக்கீடு, தீண்டாமை ஒழிப்பு, மதச் சுதந்தரம் ஆகிய லட்சியங்களை உள்ளடக்கி 1950ல் இந்திய அரசியல் சாசனம் உருவெடுத்தது. 'லோக்கல் உணர்வுகள்' என்று புறக்கணித்திருந்தால் தலித்துகள் மட்டுமல்ல அவர்களை இன்று ஒடுக்கும் பலரும்கூட ஒடுக்கப்பட்ட நிலையிலேயே இருந்திருப்பார்கள்.

சட்டத்தின் முக்கியத்துவம்

ஜல்லிக்கட்டுப் போராட்டத்தில் என்னை மிகவும் வருத்தத்தில் ஆழ்த்திய விஷயம் சராசரி தமிழருக்கு, குறிப்பாக மாணவர்களுக்கு, சட்டம் பற்றியும் நீதிமன்றம் குறித்தும் இருந்த பாமரத்தனமான புரிதலே. கும்பலின் எண்ணிக்கை எனும் அளவுகோலுக்குச் சட்டத்தைக் கைப்பாவையாக்கியது காணச் சகிக்காதது. ஜல்லிக்கட்டுப் போராளிகள் பலரும் நீதிமன்றத் தடையுத்தரவை எப்படியெல்லாம் சட்டசபையின் துணையோடு முறியடிக்கலாம் என்பதில்தான் முனைப்பாக இருந்தனர். மேலும் காவிரி பிரச்னையில் உச்ச நீதிமன்றத்தின் தீர்ப்பை மத்திய அரசு கண்டுகொள்ளாதது சுட்டிக் காட்டப்பட்டு 'நாமும் அப்படியே செய்யலாமே' என்றொரு கோஷம் எழுந்தது.

ராஜிவ் காந்தி அரசு ஷா பானோ வழக்கில் நடந்துகொண்ட விதம்தான் இதற்கான உந்துசக்தி. இஸ்லாமியப் பெண்ணான ஷா பானோ

ஜீவனாம்சம் கேட்டு உச்ச நீதிமன்றத்தை அணுகி அதற்கான உரிமையைப் பெற்றார். அன்று நாடாளுமன்றத்தில் அறுதிப் பெரும் பான்மை கொண்டிருந்த ராஜிவ் அரசு ஓட்டு அரசியலுக்காக அத்தீர்ப்பை மறுத்துச் சட்டமியற்றியது. பின்னர் நீதிமன்றம் அச்சட்டத்தை ரத்து செய்தது. அதனால் இஸ்லாமியப் பெண்கள் நன்மையடைந்தனர்.

இந்தியாவின் உச்ச நீதிமன்றம் இன்னும் உயிர்ப்புடன் செயல்படும் ஒன்று. காவிரி பிரச்னையில் தவறு நீதிமன்றத்தில் இல்லை. மத்திய அரசும், மாறி மாறி மத்திய அமைச்சரவைகளில் அங்கம் வகித்த தமிழ் நாட்டு மாநிலக் கட்சிகளும்தான் இதற்குப் பொறுப்பு. மிக முக்கியமான உரிமைகள் சம்பந்தப்பட்ட வழக்குகளில் உச்ச நீதிமன்றத்தின் தீர்ப்பே நமக்கு அரணாக நிற்கிறது. மெரினாவில் கூடிய கும்பலிடம் கேஷவானந்த பாரதி வழக்கு, நக்கீரன் கோபால் வழக்கு, 356 சட்டப் பிரிவு குறித்த எஸ்.ஆர். பொம்மை வழக்கு ஆகியன பற்றிய அறிமுகமாவது உண்டா என யாராவது கேட்டால் இல்லையென்றே பதில் வந்திருக்கும். தமிழகத்தில் பலரும் கோரிய ராஜிவ் கொலையாளிகளின் மரண தண்டனை குறைப்பைக் கடைசியில் உச்ச நீதிமன்றமே செய்தது. மத்திய அரசு அவர்களின் கருணை மனுக்கள்மீது 20 வருடங்களுக்கு மேலாக முடிவெடுக்காததால் நீதிமன்றம் இந்த வரலாற்று சிறப்புமிக்க தீர்ப்பை அளித்தது.நமக்கு ஒரு தீர்ப்பு பிடிக்கவில்லை என்பதற்காகச் சட்டத்தின் இடுக்குகளில் புகுந்து போராட்டம் என்ற பெயரில் கும்பல் சேர்த்துவிட்டால் அதையே சாதனையாக எடுத்துக்கொள்ளமுடியுமா?

இதில் கவனிக்கவேண்டிய இன்னொரு விஷயம் இருக்கிறது. ஜல்லிக்கட்டில் மாடுகள் துன்புறுத்தப்படுவதை நிறுத்துவதற்காகச் சில விதிமுறைகளை நீதிமன்றம் அறிமுகப்படுத்தியது. ஆனால் அவை பின்பற்றப்படுவதில்லை என்பதற்கான வீடியோ ஆதாரம் சமர்ப்பிக்கப் பட்ட நிலையில்தான் தடையுத்தரவு பிறப்பிக்கப்பட்டது. ஆனால் போராட்டக்காரர்களோ பீட்டாவைத் தடை செய்யவேண்டுமென்று குதிக்கிறார்கள். அவர்கள் அப்படி என்ன செய்துவிட்டார்கள்? இந்தத் தடை இல்லையென்றால் மாடுகள் நடத்தப்பட்ட நிலை பற்றியும் ஜல்லிக்கட்டில் நிலவும் சாதி வெறி பற்றியும் உரையாடலாவது நடந்திருக்குமா?

இன்னமும் இவர்கள் யாரும் மாடுகள் நடத்தப்படும் விதம் மட்டுறுத்தப்படும் என்றோ, ஜல்லிக்கட்டில் சாதியத்துக்கு இடமில்லை என்றோ விதிமீறல்களைக் கண்டறிய மேற்பார்வை அவசியம் என்றோ சொல்லவில்லை. பீட்டாவைத் தடை செய்து மிருக வதை தடுப்புச் சட்டத்தில் மாற்றம் வேண்டும் என்று அவர்கள் கோருவதற்குக் காரணம் மேற்பார்வை என்பதே இருக்கக்கூடாது என்பதற்காகத்தான்.

நிச்சயம் பீட்டா விமரிசனத்துக்கு அப்பாற்பட்டதல்ல. அந்நிறுவனம் அமெரிக்காவிலேயே அதிகம் விமரிசிக்கப்படும் ஓர் அமைப்புதான். ஆனால் மிருக வதை குறித்து விழிப்பூட்டுவதில் அவர்களுடைய பங்களிப்பு முக்கியமானது என்பதை மறந்துவிடக்கூடாது.

இந்து தெய்வங்களோடு சம்பந்தப்பட்ட மிருகங்களின் பட்டியலைப் போட்டுவிட்டு, 'எங்களுக்கா மிருகங்களை நடத்தத் தெரியாது?' என்று கேள்வி எழுப்புகிறார்கள் சிலர். நடத்தத் தெரியாது என்பதுதான் உண்மை. கோயில் யானைகளின் நிலை பரிதாபகரமானது. மாட்டு வண்டிகள் பரவலாக இருந்த காலத்தில் அவை பெருமளவில் கொடுமைப்படுத்தப்பட்டன. மிருகங்களை நடத்தும் விதம் பற்றிப் பல நாடுகளில் சமீபத்தில்தான் விழிப்புணர்வு மேம்பட்டிருக்கிறது. மருத்துவப் பரிசோதனைகளுக்கு மிருகங்களை உட்படுத்தும் வழக்கம் இன்று பெருமளவு கட்டுப்படுத்தப்பட்டுவிட்டது. ஆனால் தமிழ் நாடோ இந்த விஷயத்தில் பின்னோக்கிச் சென்றுகொண்டிருக்கிறது.

அவசரச் சட்டம் இயற்றிய பிறகு நடந்த ஜல்லிக்கட்டுகளில் பலர் காயமுற்று இருக்கின்றனர். இறந்தவரில் ஒருவர் அவருடைய கிராமத்தின் முதல் பட்டதாரி. பார்வையாளர்கள் பலர் காயப் பட்டுள்ளனர். ஆக, மாடுகளுக்கு மட்டுமல்ல மனிதர்களுக்கும்கூட பாதுகாப்பு இல்லை என்பதே யதார்த்தமான நிஜம்.

மாலுமியில்லாத கப்பல்

ஜல்லிக்கட்டுப் போராட்டம் தலைவனில்லாத போராட்டம் என்று பெருமையுடன் கூறப்படுகிறது. பேருந்துகளின் கண்ணாடிகள் உடைபடவில்லை. ஆண்களும் பெண்களும் சகஜமாகத் தோளோடு தோள் நின்று போராடுகிறார்கள். தீக்குளிப்புகள் நிகழவில்லை. இப்படி நல்ல மெச்சத்தக்க, வியக்கத்தக்க வகையில் போராட்டம் நடத்தும் மாணவர்கள் பாராட்டுக்குரியவர்கள். அதே சமயம், இவையனைத்தும் இயல்பாக நடக்கவேண்டிய விஷயங்கள்தாம். இவற்றை வியந்து பாராட்டவேண்டிய துர்பாக்கிய நிலைக்கு நாம் தள்ளப்பட்டிருக்கிறோம் என்பதே உண்மை.

மெரினா போராட்டத்தை வைத்து, தமிழகம் பெண்களைப் போற்றும் மாநிலம் என்று யாராவது நம்பினால் அது தவறு. இதே தமிழகத்தில்தான் பெண்கள் பற்றி மிக, மிக ஆபாசமான மொழிகளில் வசைகளும் வந்து விழும். இப்போராட்டத்திலும் அதைப் பார்க்க முடிந்தது. ஆஹா என்று எழுந்தது பார் யுகப் புரட்சி என்று பலர் சிலாகித்தார்கள். அரபு வசந்தம்போல் இது தமிழ் வசந்தம் என்றும் சிலர் உணர்ச்சிவசப்பட்டனர். அரபு வசந்தம் மட்டுமல்ல, பிளாக் லைவ்ஸ் மேட்டர், வால்ஸ்ட்ரீட் முற்றுகை போராட்டம் ஆகியவையும் கூட சமூக ஊடகங்கள் வழியாக முகிழ்ந்தவைதாம். இந்தப்

போராட்டங்களுக்கும் ஜல்லிக்கட்டுப் போராட்டத்துக்கும் இடையில் நிறைய ஒற்றுமைகள் உள்ளன என்பதும் உண்மைதான். ஒரு சமூகத்தில் பல காரணங்களுக்காகக் கனன்று கொண்டிருக்கும் கோபம் ஏதோவொரு பொறியில் வெடிக்கும். அத்தருணத்தை யாராலும் கணிக்கமுடியாது. இந்தக் கோபம் சமூக ஊடகம் தரும் இணைப்பு காரணமாக காட்டுத் தீயாகப் பரவி சுயம்பு போராட்டமாக உருவெடுக்கும்.

இப்போராட்டங்களுக்கு மையத் தலைமைகள் இராது. அத்தகைய தலைமைகள் உருவாவதை இவர்கள் நிராகரிக்கவும் செய்வார்கள். மேலும், சமகால அரசியல் அமைப்புகள் அனைத்தையும் இவர்கள் குற்றவாளிக் கூண்டில் ஏற்றவும் செய்வார்கள். அமெரிக்காவின் மதிக்கப்படும் போராளியும் தற்கால காங்கிரஸ் உறுப்பினருமான ஜான் லூயிஸை, 'நீயும் அமைப்பின் ஒரு பகுதிதான்' என்று சொல்லி வெளியேறச் சொன்னார்கள். இத்தகைய போராட்டங்கள் அனைத்தும் ஒரு கட்டத்தில் தோல்வியைத் தழுவின அல்லது பிசுபிசுத்துப் போயின. ஜல்லிக்கட்டு இந்த இடத்தில் மாறுபடுகிறது. அது பிசுபிசுக்கவில்லை என்பதோடு வெற்றியும் பெற்றது. அதற்குக் காரணம் தெளிவாக வரையறுக்கக்கூடிய குறிக்கோளை அது கொண்டிருந்ததுதான். 'இது நிறைவேறினால் வெற்றி' என்று சொல்லத்தக்க ஒரு விஷயத்தை அவர்கள் எடுத்துக்கொண்டனர்.

ஜல்லிக்கட்டை விமரிசித்தவர்களைப் போராட்டக்காரர்களும் அவர்களைப் பின்னாலிருந்தும் தொலைவிலிருந்தும் ஆதரித்தவர்களும் உதாசீனப்படுத்தியதையும் எட்டப்பர்கள் என்று வசை பாடியதையும் இங்கே நினைவில் கொள்ளவேண்டியிருக்கிறது. 'அரசு வன்முறைக்குப் பலியாகாதீர்கள்' என்று சொன்ன மனுஷ்யபுத்திரன், ராகவா லாரன்ஸ் போன்றோர் அரசின் ஏஜெண்டுகள் என்று அழைக்கப்பட்டனர். போராட்டத்தின் இறுதிக் கணங்களில் காவல் துறையினரிடம் அடிபட்டு மாணவர்கள் கொடுத்த விலை அதிகம் என்றாலும் அது தவிர்க்கவியலாதது என்று சிலர் நியாயப்படுத்தினார். அவர்களுடைய சொந்த மகனோ மகளோ இப்படி அடிபட்டிருந்தால் அவ்வாறு சொல்லியிருப்பார்களா?

காவல் துறை எங்களுடைய நண்பர்கள் என்று சொல்லிவந்த போராட்டக்காரர்கள் ஒரு கட்டத்தில் மோதலைச் சந்திக்கவேண்டிய சூழல் ஏன் ஏற்பட்டது? அதற்கான காரணத்தை இரண்டு தரப்பிடமும் தேடவேண்டும். காவல் துறை பல இடங்களில் தன் கோர முகத்தைக் காட்டியிருக்கிறது. அதேபோல்தான் போராட்டக்காரர்களும். சரியான தலைமை இருந்திருந்தால் அல்லது தலைமையை ஏற்கும் பண்பிருந்தால் இது நடந்திருக்காது. ஆனால் இந்த இரண்டு பண்புகளுமே இத்தகைய போராட்டங்களின் தன்மைக்கு ஒவ்வாதவை.

மாணவர்களின் அறியாமை அப்பட்டமாக வெளிப்பட்டதையும் நாம் பார்த்தோம். போராட்டக்களத்தில் இருந்து அவர்கள் அளித்த பேட்டிகள் அவர்களுடைய புரிதல் திறனை மட்டுமல்ல தமிழ்நாட்டில் கல்வியின் தரம் குறித்த சந்தேகத்தையும் எழுப்பின. ஒரு காணொளியில், சுடிதார் அணிந்த ஒரு பெண் சேலைதான் தமிழர் பண்பாடு என்றும் சுடிதார் அணிவது தனக்கு ஏற்புடையதல்ல என்றும் குறிப்பிட்டார். மேலும் ஜெர்சி மாடுகளின் இறக்குமதி, A1/A2 பால் பற்றியெல்லாம் இணையத்தில் உலாவும் வதந்திகளைப் பட்டியலிட்டார். பாரம்பரியம் பற்றிய வாதங்கள் இப்படிப்பட்ட மொண்ணைத்தனங்களிலும் பழமைவாதத்திலும்தான் போய்முடியும்.

தமிழ் நாட்டில் கல்வி தனியாருக்குத் தாரை வார்க்கப்பட்டுவிட்டது. இந்தியாவிலேயே கல்விக் கடன் பெறுவதில் தமிழ் நாடு முதலிடம் வகிக்கிறது. இருந்தும் தமிழ் நாட்டுப் பொறியியல் கல்லூரி மாணவர்களில் 18% பேர் மட்டுமே ஒரு நேர்முகத் தேர்வில் தேர்ச்சிப் பெறமுடியும் என்று அரசாங்க ஆய்வு சொல்கிறது. 2015ம் ஆண்டு சமச்சீர் கல்வியில் பயின்ற மாணவர்களில் 9 பேர் மட்டுமே IIT-JEE தேர்வில் வெற்றி பெற்றிருக்கிறார்கள். பல கல்வி நிலையங்களில் 'நன்கொடை' பிரச்னை தலைவிரித்தாடுகிறது. இதற்கெல்லாம் போராடாத மாணவர்களை எக்காலத்திலும் மதித்துவிடமுடியாது.

அறப் போராட்டமா?

காந்தியைப் பற்றி அறியாதவர்கள் மட்டுமே இந்தப் போராட்டத்தை காந்திய போராட்டம் என்று அழைக்கமுடியும். ஹிப் ஹாப் ஆதியின் 'டக்கர்' பாட்டு இப்போராட்டத்துக்கு முக்கியக் காரணி. ஆனால் அந்தப் பாட்டு விவரிக்கும் சூழல் என்பது ஒரு சதி கேட்பாடு மட்டுமே. காந்தியம் என்பது வெறும் போராட்ட உத்தியல்ல. ஆரம்பம் முதல் கடைசி வரை சத்தியம் என்பதுதான் காந்தியம். காந்தியம் என்பது எதிர் கருத்துடையவனை மட்டுமல்ல விலகிச் செல்பவனைக்கூட எதிரியாகவோ துரோகியாகவோ பார்க்காது. பண்பாடு என்னும் பெயரில் மிருக வதையை அவர் ஒப்புக்கொண்டிருப்பாரா? மக்களில் ஒரு சாரார் விலக்கி வைக்கப்படுவதை நீக்கினாலொழிய காந்தியின் கையொப்பம் இதற்குக் கிடைத்திருக்காது. பண்பாடு, கலாசாரம் என்று கங்கணம் கட்டிக்கொண்டு போராடுபவர்களின் பதில் என்ன? ஆக காந்தியம் குறித்தும்கூட இவர்கள் அரைகுறையாகத்தான் தெரிந்து வைத்திருக்கிறார்கள்.

முதலில் போராட்ட இடத்தில் சிறார்களையும் பெண்களையும் அஜாக்கிரதையாக காந்தி அனுமதித்திருக்க மாட்டார். போராட்டங்களில் பெண்களை மிகக் கவனமாகவே காந்தி ஈடுபடுத்தினார்;

அவருடைய போராட்டங்கள் மிகத் துல்லியமாகத் திட்டமிடப் பட்டவை. மார்டின் லூதர் கிங் தன் பேரணியைத் திட்டமிட்டபோது, காந்தி தன் கூட்டங்களை எப்படி ஒழுங்குபடுத்தினார், கழிப்பறை வசதிகளை எப்படிப் பார்த்துக்கொண்டார் என்பதைத் தன்னுடைய உதவியாளரைக் கொண்டு ஆராயச் சொன்னார். பல்லாயிரக்கணக்கான கறுப்பினத்தவர் உரிமைக்குரல் எழுப்பும் இடத்தில் ஒரு சின்ன அசம்பாவிதம் நடந்தாலும் பெரும் இழுக்கு வந்துசேரும் என்பதால் கிங் அதே கவலைகளைக் கொண்டிருந்த காந்தியை ஆராய்ந்தார். நம் போராட்டக்காரர்களுக்கு இதெல்லாம் ஒரு பொருட்டாகவே இல்லை.காந்தியிடம் இவர்கள் பயிலாத இன்னொன்று, போராட்டத்தை எப்போது திரும்பப்பெறவேண்டும் என்பதை. இதுவே பெரிய அவலத்தை ஏற்படுத்தியது.

அமெரிக்காவில் ஆதரவு

அமெரிக்காவில் தமிழ் சங்கங்கள் என்பவை கேளிக்கை விரும்பிகளின் கூடாரங்களாகவே இருக்கின்றன. படித்த பண்பாளர்கள்கூடத் தங்கள் மாண்புகளை இழந்து சராசரிகளாகும் இடம் தமிழ்ச் சங்கம். 'மீசையை முறுக்கு, பீட்டாவை நொறுக்கு' என்று தொண்டைக் கிழிய இங்குள்ள பெண்கள் கத்தும்போது சிரிப்புதான் வருகிறது. இப்படி முழங்குவதன் மூலம் உங்கள் பிள்ளைகளுக்கு நீங்கள் என்ன கற்றுக்கொடுக்கிறீர்கள்? ஓர் அமைப்பின் செயல் பிடிக்கவில்லையா? அதை எதிர்த்து கோஷம் போடலாம், அவர்களை நீதிமன்றத்தில் நிறுத்தித் தோற்கடிக்கலாம். ஆனால் தடை செய்யக் கோருவது அநாகரிகம் இல்லையா? பிடிக்காதவர்களை 'நொறுக்க' வேண்டும் என்று சொல்வது அறுவறுப்பு இல்லையா? அதுவும் மீசையை முறுக்கிக்கொண்டு? ஒரு வேளை இந்த ஆபாசங்கள்தான் தமிழர் பண்பாடோ?

ஒவ்வொருமுறை தமிழ் சங்கங்களுக்குச் சென்று வரும்போதும் தோன்றுவது இதுதான். 'காப்பாற்றத்தக்க எந்தப் பண்பாடும் நம்மிடையே இல்லையா?' இந்தச் சிந்தனைதான் ஜல்லிக்கட்டு விஷயத்திலும் தோன்றியது. அமெரிக்காவில் தனியார் கம்பெனியில் டாலரில் சம்பாதித்துக்கொண்டு கோக் குடித்துக்கொண்டே தமிழ் நாட்டுக்காரனுக்கு 'கோக் குடிக்காதே, தனியார்மயமாக்கலை எதிர்த்துப் போராடு' என்று உபதேசம் செய்ய நம் தமிழர்களைப் போல் நெஞ்சுரம் யாருக்கு வரும்? வெறும் நடிப்பு சுதேசிகள்.

அநேகருக்கு இந்திய இலக்கியமோ வரலாறோ கிஞ்சித்தும் தெரியவில்லை என்பதும்கூட அவர்களுடைய அர்த்தமற்ற முழக்கங் களில் வெளிப்பட்டது. சுமார் இருபது ஆண்டுகளுக்கு முன்பு நான் கல்லூரிகளில் கேட்ட அதே 'பனைமரத்துல வவ்வாலா, தமிழனுக்கே சவாலா' போன்ற முழக்கங்களைத்தான் இன்றும் கேட்கமுடிகிறது.

மாநிலமும் நாடும்

தேசம் குறித்தும் சட்டம் குறித்தும் உரிமைகள் குறித்தும் நாம் தெரிந்துகொள்ளவேண்டும். நீதிமன்றமும் நாடாளுமன்றமும் செயல் படும்விதம் குறித்துத் தெரிந்துகொள்ளவேண்டும். நம்முடைய நிறை, குறைகளைத் தெரிந்துகொள்ளவேண்டும். போராடுவது தவறல்ல, ஆனால் நோக்கத்தில் தெளிவு தேவை. இதைச் சொல்வதற்குக் காரணம் தனித் தமிழ்நாடு குரல்களும் இந்திய வெறுப்புக் குரல்களும் இந்தப் போராட்டத்தில் வெளிப்பட்டதைப் பார்த்தோம். இந்தியா ஒரு தேசம் என்பதை ஏற்கமுடியாது என்றும்கூடச் சிலர் ஜல்லிக்கட்டை முன்வைத்து வாதிட்டனர். தேசம் என்பதே கற்பிதம் என்றால் மொழி, இனம் என்பதெல்லாமும் கற்பிதங்களே. பண்பாடு, கலாசாரம் ஆகியவையும்கூட கற்பிதங்கள்தாம். அமெரிக்காவில் உட்கார்ந்து கொண்டு தனித் தமிழ்நாடு பற்றி நீட்டி முழக்குபவர்கள் பரிதாபத்துக் குரியவர்கள். தேசம் சிதறுவதைத் தடுப்பதற்காகவே உள்நாட்டுப் போரொன்றை முன்னெடுத்து ஆறில் ஒரு பங்கு மக்கள்தொகையை இழந்த நாடு அமெரிக்கா. இந்தியாவை அறிந்திராத, அதன் பண்பாடு பற்றி அறிந்திராதவர்களின் அறிவு வீழ்ச்சிதான், குடியரசு தினத்தைத் தமிழர்கள் கொண்டாடக்கூடாது என்னும் முழக்கமும் தனித் தமிழ்நாடு என்னும் கோரிக்கையும் ஆகும்.

சுதந்திர தினம், குடியரசு தினம் ஆகியவை வெறும் விடுமுறை தினங்களல்ல அவை பெரும் குறியீடுகள். அதனால்தான் ஒரு சாரார் அதனைத் துக்க நாள் என்று குறிக்கத் துடிக்கிறார்கள். அது சரியல்ல. ஏன்? முதலில் உங்களைச் சுற்றிப் பாருங்கள். பாகிஸ்தான், மியான்மர், சீனா, ஆப்கானிஸ்தான், கொஞ்சம் தள்ளி ரஷ்யா, சிங்கப்பூர் என்று ஆசியக் கண்டத்தில் இந்தியா போன்ற நிலப் பரப்பும், வேற்றுமை களையும் உள்ளடக்கி ஒரு முதிர்ந்த ஜனநாயகமாகவும் எந்த நாடும் இல்லை என்பது தற்செயல் அல்ல.

அரசியல் சாசனம் எழுதப்பட்ட காலத்தில் *(1947-1950)* இந்தியாவின் சூழலைக் கவனித்துப் பாருங்கள். மிகப் பெரிய மனித இடப்பெயர்வு, உள்நாட்டுப் போருக்கு இணையான கலவரங்கள், எல்லையில் அடுத்தடுத்த போர்கள் இவற்றுக்கிடையே இந்தியா உருவாக்கிய அரசியல் அமைப்பு அபாரமானது. முப்பது வருடங்களுக்கு முன்பு லெனினால்கூடச் செய்யமுடியாதது அது. இந்தியனாகப் பிறந்த யாரும் எந்த மதத்தையும் பின்பற்றலாம் என்றும் அதற்காகப் பரப்புரையும் மேற்கொள்ளலாம் என்று அக்காலத்தில் சொல்வதற்கு அசாதாரணமான நெஞ்சுறுதி வேண்டும். தீண்டாமை ஒழிப்பு, மனித உரிமைகள், எல்லோருக்குமான ஓட்டுரிமை, பேச்சுரிமை என்று நம்மைச் சுற்றியுள்ள பல நாடுகளிலும் இல்லாத உரிமைகள் சராசரி இந்தியர்கள் அனுபவிக்கிறார்கள்.

நேருவின் முதல் அமைச்சரவையைப் பார்த்தால் அதில் இந்தியாவை ஒருவர் பார்க்கமுடியும். பாகிஸ்தானில் ஓர் இந்து ஜனாதிபதியாக முடியுமா என்று கேட்பதற்குப் பதிலாக இந்தியாவில் ஒரு சீக்கியர், இஸ்லாமியர், தலித் ஜனாதிபதியாகலாம் என்று நாம் பெருமிதம் கொள்ளவேண்டும். கர்நாடகாவில் திருவள்ளுவர் சிலையைத் திறக்க முடியுமா என்பதைவிட கர்நாடக இலக்கியவாதிக்குச் சென்னையில் சிலை வைக்கும் மாண்பு தமிழனுக்கு இருக்கிறது என்பது முக்கிய மானது. காமராஜரும் கக்கனும் ஆட்சி செய்த அரசியல் அமைப்பு நம்முடையது.

தமிழகம் இந்தியாவில் இருந்து பெற்றதும் அதிகம், கொடுத்ததும் அதிகம். எதை இழந்தோம் என்று கணக்குப் பார்த்தாலும் பெற்றதே அதிகம். 'என் மகள் தமிழ் படிக்க வேண்டும் என்பது என் விருப்பம்' என்றார் நேரு. தேசிய அளவில் தமிழர்களின் பங்களிப்பு முக்கிய மானது. இந்தியாவுக்குத் தமிழகமும் தமிழகத்துக்கு இந்தியாவும் ஒன்றுக்கொன்று இன்றியமையாதவை.

எந்தத் தேசத்திலும் எந்த அரசியல் அமைப்பிலும் குறைகளோ அக்குறைகளால் உண்டாகும் கோபங்களோ இல்லாமல் இல்லை. 250 வருடப் பாரம்பரியம் கொண்ட அமெரிக்க அரசியல் அமைப்பை இன்று எகானமிஸ்ட் பத்திரிக்கை 'குறைபாடுள்ள ஜனநாயக நாடுகள்' பட்டியலில் சேர்த்திருக்கிறது. உலக நாகரிகங்கள் குறித்து எழுதிய வில் டூரண்ட், நாகரிகம் என்பது ஒவ்வொரு தலைமுறையும் புதுப்பிக்க வேண்டிய ஒன்று என்கிறார். நமக்கான நாகரிகத்தை நாம்தான் உருவாக்கவேண்டும்.

தமிழர்களுக்குத் தனிப்பட்ட செய்தி ஒன்று பகிர்ந்துகொள்ள விரும்புகிறேன். இந்தியாவோ, உலகமோ, வேற்று மொழிகளோ உங்களுக்கு எதிரிகளோ உங்களுக்கு எதிரான சதிவலைகளோ அல்ல. அவ்வாறு பார்ப்பது உங்களுக்குப் பெருமை சேர்ப்பதல்ல.

அறிவை விரிவு செய்; அகண்டமாக்கு!
விசாலப் பார்வையில் விழுங்கு மக்களை!
அணைந்துகொள், உன்னைச் சங்கம மாக்கு
மானிட சமுத்திரம் நானென்று கூவு!
பிரிவிலை எங்கும் பேதம் இல்லை...

(பாரதிதாசன்)

•

(அரவிந்தன் கண்ணையன் சமகாலநிகழ்வுகள் பற்றிய தன் பார்வையைச் சமரசமின்றி, தொடர்ச்சியாக முன்வைத்துவருபவர். அமெரிக்காவில் வசிக்கிறார். வலைத்தளம் http://contrarianworld.blogspot.in)

சல்லிக்கட்டு இன்றைய தேவை என்ன?

நலங்கிள்ளி

ஜல்லிக்கட்டு விளையாடி மனிதர்கள் காளைகளுடன் மல்லுக் கட்டுவது, சண்டையிடுவது அந்த விலங்குகளைச் சித்திரவதை செய்வதாகாதா என விலங்கு நல ஆர்வலர்கள் கேட்பது நியாயந்தானே?

முதலில் ஒரு செய்தி. ஜல்லிக்கட்டு என்று சொல்வது தவறு. சல்லிக்கட்டு எனச் சொல்வதே சரி. ஒரு காலத்தில் காளைக் கொம்பு களில் துணியால் முடிந்து வைத்த பொன் சல்லிக் காசுகளைக் கவர மாடுபிடி வீரர்கள் போட்டியிடும் விளையாட்டு என்பதால் சல்லிக்கட்டு எனப் பெயர் பெற்றது.சலம் திரிந்து ஜலம் ஆனது போல், சல்லிக்கட்டு திரிந்து ஜல்லிக்கட்டு ஆனது. ஆனால் இன்றைய வீரர்கள் காளைத் திமில் பிடித்து அதன் ஓட்டத்துக்கு ஈடுகொடுத்து தழுவிச் செல்லும் விளையாட்டு என்பதால், ஏறுதழுவல் எனக் கூறுவதே சாலப் பொருந்தும். மேலும், ஏறுதழுவல் என்பதே பண்டைத் தமிழ் வழக்க மாகும். ஆனால் சல்லிக்கட்டு என்றதும் ஏதோ, காளையுடன் மல்லுக்கட்டி அதனை அடக்கும் விளையாட்டு என்பதாகச் சிலர் புரிந்து கொள்கின்றனர். வீரபாண்டிய கட்டபொம்மன் படத்தில் ஜெமினி கணேசன், விருமாண்டி படத்தில் கமல்ஹாசன் எனத் தமிழ்க் கதாநாயகர்கள் காளைக் கொம்பைப் பிடித்துச் சாய்த்து அடக்கும்

காட்சிகளும் சல்லிக்கட்டு என்றாலே அது காளைச் சண்டை என்ற சித்திரத்தை உருவாக்கிவிட்டன. காளையை ஏறி அடக்குவதல்ல, ஏறித்தழுவுவதே இந்த ஆட்டத்தின் சிறப்பு. எனவே இங்கு விலங்கு சித்திரவதை என்பதற்கே இடமில்லை.

ஆனால் பீட்டா, நீலச் சிலுவைச் சங்கம் போன்ற அமைப்புகளும், இந்திய ஒன்றிய அரசின் விலங்குகள் நல வாரியமும் சல்லிக்கட்டுக்குத் தடை கேட்டு உச்ச நீதிமன்றத்தில் வழக்குக்கு மேல் வழக்கு மேல் தொடுத்து வருகின்றனவே? விலங்குக்கு ஒரு சித்திரவதையும் இல்லை என்றால், நீதிமன்றமும் தடைக்கு மேல் தடை விதிக்கிறதே, ஏன்?

1960 விலங்கு சித்திரவதைக்கு எதிரான சட்டம் ஒன்று பல காலமாய் இருக்கிறது. அந்தச் சட்டத்தின்படி, காட்சிப்படுத்தும் விலங்குகள் என்ற தலைப்பில் பட்டியல் ஒன்று உருவாக்கப்பட்டு, அந்த விலங்குகளைக் காட்சிப்படுத்திக் காசு சம்பாதிப்பது தவறு என்று 2001இல் ஒரு பிரிவு சேர்க்கப்பட்டது. அதன்படிதான் இந்தியா வெங்கும் அதுவரை நடைபெற்றுவந்த சர்க்கஸ் காட்சிகள் முடிவுக்கு வந்தன. ஏனென்றால் சர்க்கசில் இடம்பெறும் சிங்கம், புலி, யானை, குரங்கு உள்ளிட்ட காட்டு விலங்குகள் ஒன்றிய அரசின் பட்டியலின் கீழ் வந்தன. மேலும் இந்த விலங்குகளைப் பயன்படுத்திய சில திரைப்படங்களும் சிக்கலுக்குள்ளாயின. அப்போது தொடங்கி திரைப்படங்கள், 'இந்தப் படத்தில் விலங்குகள் எதையும் வதை செய்யவில்லை' என்ற அறிவிப்புடன் வெளிவரத் தொடங்கின. ஆனால் 2011இல் சுற்றுச்சூழல் மற்றும் வனத்துறை அமைச்சகம் காட்சி விலங்குப் பட்டியலில் காளை மாட்டையும் சேர்த்த செய்தி தமிழர் நெஞ்சங்களில் பேரிடியாய் வந்து இறங்கியது. ஆனால் பீட்டா உள்ளிட்ட மிருகாபிமானிகளின் காதில் தேனாய்ப் பாய்ந்தது. போதாக் குறைக்கு உச்ச நீதிமன்றம் ஒரு கட்டத்தில், மிருகவதை சல்லிக்கட்டு விளையாட்டிலேயே பின்னிப் பிணைந்துள்ளதாகக் கூறியது. இது மிருகங்களுக்காக மட்டுமே வாழும் மேனகா காந்தி, ராதா ராஜன் உள்ளிட்ட மிருகாபிமானிகளை இன்னும் உசுப்பிவிட்டது. சல்லிக்கட்டு என்பதே சித்திரவதைதான், எனவே சல்லிக்கட்டு விளையாட்டைப் பாதுகாப்பாக நடத்துவது என்பதே கேலிக்கூத்து எனக் கூச்சலிடத் தொடங்கினர். கடைசியில் 2014இல் உச்ச நீதிமன்றம் சல்லிக்கட்டுக்கு முழுத் தடை விதித்தது.

ஆனால் சல்லிக்கட்டில் மிருகவதை இல்லை என்று எப்படிக் கூற முடியும்? போட்டிக்குத் தயராகும்காளையைச் சாராயம் கொடுத்தும்,

கண்களில் மிளகாய்ப் பொடி தூவியும் மூர்க்கமாக்கிக் களத்தில் இறக்குவது தவறல்லவா? மிருகவதை எனக் குரல் கொடுப்போரின் பக்கம் நியாயமே இல்லை எனச் சொல்லி விட முடியுமா?

ஒன்றை முதலில் ஒத்துக் கொள்வோம், மனிதர்கள் விலங்குகளைச் சொந்தத் தேவைக்குப் பயன்படுத்தும் எந்த வழிமுறையும் மிருக வதைதான். அதனால்தான் மிருகவதைத் தடுப்புச் சட்டமே மாட்டுக்கு இழைக்கப்படும் பல கொடுமைகளையும் அங்கீகரிக்கிறது. மாட்டுக் கொம்புகளைத் தீயவைத்தல், காளைகளைக் காயடித்தல், உரிமையாளர் பெயரை மாட்டின் உடம்பில் பழுக்கக் காய்ச்சிய இரும்பால் முத்திரை பதித்தல் என ஆண்டு முழுக்க, விலங்கின் வாழ்நாள் முழுதும் செய்யும் செயல்கள் மிருகவதை ஆக மாட்டா என்கிறது சட்டம். ஆனால் சல்லிக்கட்டுக் காளைகளோ 365 நாளும் உயர்தரத் தீனி தின்று கொழுத்து, செல்லப் பிள்ளைகளாய் வளர்கின்றன. சல்லிக்கட்டில் மாடுபிடி வீரர் காளைத் திமிலைப் பிடித்துக் கொண்டு நாலரை மீட்டர் தூரம் காளையுடன் ஓடியபடி 30 வினாடி நேரத்துக்கேனும் தாக்குபிடிக்கிறாரா என்பதுதான் போட்டி. ஆக, சல்லிக்கட்டுக் காளை ஓராண்டில் அரை நிமிடத்துக்குப் படும் பாட்டைத்தான் இந்த மிருகாபிமானிகளாலும் நாட்டின் உச்ச நீதிமன்றத்தாலும் சகித்துக் கொள்ள முடியவில்லையாம். ஐயகோ, எனதுயிர்க் காளைகள் சல்லிக்கட்டு வாடிவாசலில் கால் கடுக்க நிற்கின்றனவே என மிருகநேய நீதிபதிகள் கண்ணீர் விடுகின்றனர். அரை நூற்றாண்டுக்கு மேல் கர்நாடகச் சிறையிலிருந்து மீண்டு காவிரித்தாய் வர மாட்டாளா என ஏங்கி நிற்கும் தமிழர்களைப் பார்த்து, காவிரி மேலாண்மை வாரியத்துக்கு அப்பஜ என்ன அவசரம்? எனத் திமிராய்க் கேட்ட உச்ச நீதிமன்றந்தான் சில மணி நேரமே நிற்கும் மாடுகளுக்காகத் துன்பப்பா பாடுகிறது.

எல்லாம் சரிதான், மாட்டைச் சாராயம் கொடுத்து, மிளாகாய்ப் பொடி தூவி கொடுமைப்படுத்துவதை எப்பஜ ஏற்க முடியும்?

பொறுமை, பொறுமை. ஒவ்வொன்றாகப் பார்ப்போம். நாமும் அதனை ஏற்கவில்லை. ஆனால் இந்தச் சிக்கலைச் செடுக்காக்கியது மிருகாபிமானிகளே. சல்லிக்கட்டு நடத்துவதே மிருகவதை எனக் கூறிவிட்டு அதனைத் தடை செய்ய வேண்டுமெனச் சனநாயக விரோதமாகப் பேசுவது பீட்டா போன்ற அமைப்புகள்தான். சல்லிக்கட்டே அடிப்படையில் மிருகவதைதான் என இலக்கணம் வகுப்பவர்களிடம் என்ன பேச முடியும்? அவர்களுடைய வாதத்தை ஏற்றுக்கொண்டால், நாமும் அவர்களைப் போல் சல்லிக்கட்டுத் தடை

என்ற அராஜக முடிவுக்குத்தான் செல்ல வேண்டியிருக்கும். எப்படியும் சல்லிக்கட்டையே ஒழித்துத்தான் ஆகவேண்டும் என்று முடிவெடுத்து விட்டு, சும்மா தொட்டுக் கொள்வதற்காக வாலை இழுக்கிறார்கள், மிளகாய்ப் பொடி தூவுகிறார்கள் எனக் கூறுவோரிடம் என்ன பேசமுடியும்? நாம் சொல்கிறோம். எந்தக் கருத்துக்கும் கலைக்கும் தடை கூடாது. எனவே சல்லிக்கட்டுக்கும் தடை கூடாது. ஆனால் ஏறுதழுவல் என்ற விளையாட்டின் அடிப்படை விதிமுறைகள் தாண்டி மிருக வதைகளேதும் செய்யப்படுமானால், அவற்றைச் சட்டப்படித் தடுத்து நிறுத்த வேண்டும். இதை விடுத்துத் தடை தடை எனக் கூச்சலிடும் எவரும் சனநாயக விரோதியே.

'தடை செய், தடை செய், பீட்டாவைத் தடை செய்' என இன்றைய இளைஞர்கள் முழங்குகிறார்களே, அது மட்டும் தவறில்லையா?

முதலில் ஒன்றை நினைவுகூர வேண்டும். 2017 சனவரியில் அரங்கேறி முடிந்துள்ள, தைப் புரட்சி எனப் பலராலும் வர்ணிக்கப்படும் இந்தப் பெரும் மாணவர் போராட்டம் ஒரு தன்னெழுச்சிப் போராட்டம் என்பதை மறந்துவிடக் கூடாது. அவர்கள் முறைப்படுத்தப்பட்ட ஓர் இயக்கத்தின் கீழ், தலைமையின் கீழ் நின்று போராடவில்லை. நம் பாரம்பரிய விளையாட்டுக்குத் தடைபோட இந்த பீட்டா யார்? என்ற கோபத்தில் போராட வந்தவர்கள். மேலும், பீட்டா போன்ற அமைப்பினரின், அவர்களை ஆதரிப்போரின் சல்லிக்கட்டு எதிர்ப்பில் உள்ள சந்தர்ப்பவாதமும் போலித்தனமும் இளைஞர்களின் கோபத்துக்கு முக்கியக் காரணம்.

விலங்குகளின் நலத்துக்காகப் போராடும் அவர்களை சந்தர்ப்பவாதிகள் எனக் கூறி விட முடியுமா?

நாம் நேசிக்கும் ஒருவருக்காகக் குரல் கொடுப்பது என்றால் என்ன செய்வோம்? அவருக்கு எந்த ஒன்றால் பேரதிகப் பாதிப்போ, அதற்கு எதிராகத்தானே குரல் கொடுப்போம், போராடுவோம். முழுஆண்டில் மாடுபிடி வீரர்களால் வெறும் 30 வினாடி நேரம் அந்தக் காளைகளுக்கு நடப்பது கொடுமை என்றால், உலகில் அன்றாடம் அரங்கேறி வரும் மற்ற விலங்குக் கொடுமைகள் பற்றி என்ன சொல்ல?

சல்லிக்கட்டு ஒன்றுதான் ஒரே விலங்கு விளையாட்டா என்ன? உலகே கையொலி எழுப்பி வரவேற்கும் ஒலிம்பிக்கில் குதிரையை வைத்து விளையாட்டு நடைபெறுகிறது. உலகெங்கும் குதிரைப் போட்டிகள் பல பெயர்களில் நடைபெறுகின்றன. பல நாள் ஓடி களைத்துப் போன, காயம்பட்ட குதிரைகளை இந்தப் போட்டிகளில் நன்கு ஓடச் செய்யும்

நோக்கில் அவற்றுக்கு தைராக்சின், லேசிக்ஸ் எனப் பல வேதிப் பொருள்களும் மருந்துகளும் தரப்படுவதாக பீட்டா அமைப்பே சொல்கிறது. இந்த மருந்துகளைத் தொடர்ந்து சாப்பிடும் குதிரைகள் ஓடிக் கொண்டிருக்கும்போதே திடீரென அவற்றின் எலும்பு கண்ணாடி போல் பொலபொலவென்று ஓடிந்து நொறுங்கிப் போகும் நிலையில், அவை அப்படியே விழுந்துவிடுகின்றனவாம். எனவே இம்மருந்து களை பீட்டா தடை செய்யப் போராடி வருவது உண்மைதான். ஆனால் இதைச் சொல்லி பீட்டாவால் ஒலிம்பிக் போட்டியில் குதிரைகளை ஓட விடாமல் தடுக்க முடிந்ததா? குதிரை ஓட்டும் வீரர் அதனைத் தன் கட்டுப்பாட்டில் வைத்துக்கொள்ள 8 முறைக்கு மேல் குத்தக் கூடாது என்றெல்லாம் போராடி பீட்டா கட்டுப்பாடுகள் வாங்கி வைத்துள்ளதும் உண்மைதான். ஆனால் ஒலிம்பிக்கில் குதிரை விளையாட்டுக்கே மொத்தமாகத் தடை வாங்கி விட்டதா என்ன? ஒலிம்பிக்கிலும் உலகப் போட்டிகளிலும் மோசமான போதை மருந்துகளை உண்டு, குத்தடி பட்டு மனிதர்களுக்குக் கேளிக்கை யளிக்கும் குதிரைகள் நலனுக்கு வழக்காடி, அதற்குத் தடை கோருவது தானே இவர்களின் முதல் இலக்காக இருக்க வேண்டும்?

இந்த உலக மகா மிருகவதைகளை எல்லாம் விட்டு விட்டு, நேராகத் தமிழ்நாடு வந்து, அங்கும் ஒரு சில ஊர்களில் ஒரு சில வினாடிகள் மட்டுமே தொல்லைப்படும் மாடுகளுக்குக் குரல் கொடுப்பதாக நீலிக்கண்ணீர் வடித்து, அதற்காக மாபெரும் வழகுக்குரைஞர்களை அமர்த்தி கோடிக் கணக்கான பணம் செலவழித்து எப்படியாவது சல்லிக்கட்டுக்குத் தடை வாங்குகிறேன் பாரென வரிந்து கட்டிக் கொண்டு நிற்கும்போதுதான் இளைஞர்களுக்கு சந்தேகம் ஏற்படுகிறது. பாரிசிலும், லண்டனிலும் வெள்ளையரின் ஐரோப்பியக் குதிரைகள் ஜாம் ஜாம் என்று ஓடலாம், ஆனால் அலங்காநல்லூரிலும், அவனியாபுரத்திலும் கறுப்புப் பாமரர்களின் தமிழ்க் காளைகள் சீறிப் பாயத் தடை என்பது எந்த ஊர் நியாயம் எனக் கேட்கின்றனர் தமிழர்கள்.

காட்டு விலங்கு யானைகளைக் கோயில்களில் பிச்சையெடுக்க வைத்துத் துன்புறுத்துவதை என்னவென்று சொல்வது? பீட்டா முதலில் குரல் கொடுக்க வேண்டியது கோயில்களில் துன்புற்றுச் சாகும் காட்டு விலங்கு யானைகளுக்கா, அரை நபிமிடமே விளையாடிச் செல்லும் வீட்டு விலங்குக் காளைகளுக்கா? எனக் கேட்கின்றனர் இளைஞர்கள்.

பீட்டா கதை இப்படி என்றால், அந்த அமைப்பு தாண்டிய மிருகாபிமானிகளின் இரட்டை வேடமும் இளைஞர்களை மென் மேலும் கடுப்பேற்றுகிறது. அவர்கள் மாட்டுக்கறி சாப்பிடுவது தவறு என்பவர்கள். ஆனால் மாட்டுப்பால் குடிப்பது பற்றி கவலைப்

படாதவர்கள். மாட்டிடம் பால் கறக்க நடக்கும் கொடுமைகளை அறியாதவர்களா இவர்கள்? மாட்டுக்குப் புல் கொடுத்துக் கட்டுப்படியாகாதாம். அதற்கு எது சிக்கன உணவு எனச் சோதிக்க அதன் உடம்பில் ஓட்டை போட்டு, அந்தத் திறப்பை மூடியும் திறந்தும் ஆய்வு செய்கிறார்கள், அது விரும்பி உண்ணும் புல்லை, வைக்கோலைக் கொடுக்காமல் காசு மிச்சப்படும் ஏதோ ஒரு தீவனத்தைக் கொடுத்து மாடுகளைச் செரிமானக் கோளாறில் துயர்படச் செய்கிறார்கள், பால் மிகுந்து சுரக்க எத்தனையோ ஊசிகள் போட்டு துன்புறுத்துகின்றனர், இத்தனைக் கொடுமைகளுக்குப் பிறகு இவர்களுக்குப் பால் குடிக்கத் தடையில்லை. ஆனால் பாமரர்களுக்கு எப்போதோ ஒரு முறை கிடைக்கும் கேளிக்கையினால்தான் காளைகளுக்குத் துன்பம் எனச் சொல்வது நீதியாகுமா என இளைஞர்கள் கேட்கின்றனர்.

இப்படித்தான் வடஇந்திய மிருகாபிமானி கிரண்பேடி சல்லிக்கட்டில் மாடுகளுக்கு நேரும் கொடுமை கண்டு திடுக்குற்றுப் போனதாகக் கூறினார். உடனே ஆர். ஜே. பாலாஜி கேட்டார், வட நாட்டில் சுமைகள் சுமந்து வதைபடும் ஒட்டகங்கள் உங்கள் கண்ணுக்குத் தென்படாமல் போனது ஏனோ? சரி, காலில் மாட்டுத் தோலில் செய்த செருப்பு போட்டுக் கொண்டு எங்கள் காளைகளுக்கு இரக்கப்படுவதாகக் கூறுவது சந்தர்ப்பவாதம் இல்லையா?

நாட்டின் உச்ச நீதிமன்றமோ, தமிழர்கள் சல்லிக்கட்டை வீடியோ கேமில் விளையாடலாமே எனக் கிண்டலாக யோசனை சொல்கிறது. ஏன், புலி சிங்கங்களுடன் மோதிப் பாருங்களேன் எனக் கேட்டு தமிழர்கள் உணர்வுகளை வதைக்கிறது.

துளியும் மனிதாபிமானமற்ற இந்த மிருகாபிமானிகளின் வதைப் பேச்சுகளைக் கேட்கும் தமிழ் இளைஞர்கள் வெறுப்பின் உச்சத்தில்தான் பீட்டாவை எதிர்க்கிறார்கள். குதிரைக்கு ஒரு நீதி, மாட்டுக்கு ஒரு நீதி என்ற அவர்களின் சந்தர்ப்பவாத மிருகநலத்தைக் கண்டிக்கிறார்கள். இதன் தொடர்ச்சியாகவே பீட்டாவுக்குத் தடை கேட்கின்றனர்.

என்ன இருந்தாலும் தடை என்ற முழக்கம் தவறுதானே?

பீட்டா தடை என்ன? எந்த அமைப்புக்குமே தடை கூடாதென முதலிலேயே சொல்லியாயிற்று. ஆனால் ஏன் மாணவர்கள் பீட்டா தடை கோருகிறார்கள் என்பதற்கான காரணங்களை ஆராய வேண்டியதும் நம் கடமை. ஆனால் அது அவர்களின் தடைக் கோரிக்கையை நியாயப்படுத்துவதாகாது. பீட்டா சல்லிக்கட்டுக்குத் தடைகேட்டுத் தமிழரின் சனநாயக உரிமையை மதிக்கத் தவறுகிறது

என்பதற்காக நாமும் அவர்களைப் போல் சனநாயக விரோதிகளாக நடந்து கொள்ள வேண்டியதில்லை.

மேலும், இங்கு பிரச்சினை பீட்டா அல்ல. பீட்டா போன்ற பிசாசு அமைப்புகளுக்கு இடங்கொடுக்கும் நடுவணரசே இதற்கு முதன்மைப் பொறுப்பேற்க வேண்டும். காளையைக் காட்சிப்படுத்தும் விலங்குகள் பட்டியலில் சேர்த்த நடுவணரசு, நீதி மன்றத்தில் சல்லிக்கட்டுக்கு எதிராக வழக்குத் தொடுத்த நடுவணரசின் விலங்கு நல வாரியம் ஆகியோரே தமிழ்க் காளைகளின் முதன்மைப் பகைவர்கள். ஆக, முதன்மையாக மத்திய அரசை எதிர்த்தே சல்லிக்கட்டு ஆதரவாளர்கள் முழக்கமிட்டிருக்க வேண்டும். அதை விடுத்து பீட்டா எதிர்ப்புக்கு முக்கியத்துவம் தந்தது ஒரு வகையில் நடுவணரசுக்கு வசதியாய்ப் போயிற்று. சல்லிக்கட்டுப் போராட்டக் காலத்தில் தொலைக்காட்சி விவாதங்களில் பங்கேற்ற பாஜகவினர் மாணவர்களின் எதிர்ப்பு பீட்டாவுக்கு எதிராகத்தான் ஓங்கி ஒலிக்கிறதே தவிர, எங்களுக்கு எதிராக இல்லை எனச் சமாளிக்கக் கண்டோம்.

கிரீன் பீஸ் மூவ்மென்ட் போன்ற நேர்மையான சுற்றுச்சூழல் இயக்கங்களை தில்லி அரசு தடை செய்கிறது. இதனை எதிர்க்கும் அற உரிமையை பீட்டா தடை முழக்கத்தினால் நாம் இழந்துவிடுவோம் என்பதையும் நினைவில் கொள்ளவேண்டும். மேலும், இந்த முழக்கத்தையே காரணங்காட்டி நேர்மையான இன்னும் பல அமைப்புகளையும் தடைசெய்ய நடுவணரசுக்கு நாமே வசதி செய்து கொடுப்பதாகிவிடும்.

எதற்கும் தடை கேட்கும் குரல்களைத் தடை செய்வோம் எனக் கூறுகூது சிறப்பே. ஆனால் பீட்டா, மத்திய அரசு, உச்ச நீதிமன்றம் ஆகியோருக்குச் சல்லிக்கட்டுக்குத் தடை போட்டுக் கிடைக்கப் போகும் பலன் என்ன? அவர்கள் இரட்டை வேடம் போடுவது ஏன் எனத் தெளிவாகப் புரியவில்லையே?

சிறப்பான ஏ2 பாலளிக்கும் தமிழக நாட்டு மாடுகளை அழித்து, கேடான ஏ1 பாலளிக்கும் கலப்பின மாடுகளைத் தலையில் கட்டுவதே பீட்டாவின் நோக்கம் என்பது ஒரு கருத்து. எந்தப் பால் உள்ளபடியே சிறந்தது என்பதற்கான அறிவியல் காரணங்கள் ஒருபுறம் இருக்கட்டும். பாலே மனிதர்களுக்குத் தேவையில்லை எனக் கூறும் சித்த மருத்துவர் களும் உண்டு. எப்படியும், நாட்டு மாடுகளை அழித்து, கலப்பின மாடுகளைத் தமிழர்கள் தலையில் கட்டும் திட்டம் பன்னாட்டுக் குழுமங்களுக்கு உண்டு என்பதில் ஐயமில்லை. ஆனால் ஏற்கெனவே நாட்டு மாடுகளை நாம் இழந்து வரும் நிலையில், அந்த வேலையைச்

சல்லிக்கட்டை அழித்துத்தான் செய்ய வேண்டுமா என்ற கேள்வியும் கூடவே எழுகிறது.

எப்படியும், மிக எளிமையான கேள்வி உள்ளது. கோடிக்கணக்கான பணத்தைக் கையில் வைத்திருக்கும் சான்றோர் எவரும் அதனைப் பார்த்து பார்த்து நல்ல விளைவுகளை அறுவடை செய்யும் பணிகளுக்கே செலவிடுவர். ஆனால் இந்த பீட்டா அமைப்பினர் சல்லிக்கட்டை ஒழிக்க வேண்டும் என்ற ஒற்றை நோக்கத்தை நிறைவேற்றிக் கொள்ள, அதுவும் வெறும் 30 வினாடிகள் ஓடும் காளைகள் நலன் காக்க கோடி கோடியாகப் பணம் செலவழிப்பதில் தான் ஐயம் எழுகிறது. இவ்வளவு பணம் வைத்திருப்பவர் உருப்படியாக ஏதாவது செய்ய விரும்பினால், விலங்குநேயக் கருத்தை மக்களிடம் கொண்டு செல்ல அதனைப் பயன்படுத்தலாம். இரு சக்கர வாகனங்களின் பின்புறம் வதைபட்டுத் தொங்கிச் செல்லும் கோழிகள், கூட்டம் கூட்டமாக வண்டிகளில் அடைத்து எடுத்துச் செல்லப்படும் மாடுகள் ஆகியவற்றுக்காகக் குரல் கொடுத்தால் எவரும் குறை சொல்லப் போவதில்லை. தமிழகத்தின் தட்பவெப்பத்துக்குத் துளியும் பொருந்தாத ஐரோப்பிய நாய்களைக் கொண்டுவந்து வீட்டில் வைத்துக் கொண்டிருக்கும் பணக்காரர்களுக்கு எதிராகப் பரப்புரை செய்யலாம். ஏன், குறைந்தது ஏறுதழுவல் தவிர வேறெந்த வகையிலும் மாடுகளைத் துன்புறுத்தாதீர் என மாடுபிடி வீரர்களிடம் பரப்புரை செய்யலாம். ஆனால் எல்லாவற்றையும் விட்டுவிட்டு ஒரு குறிப்பிட்ட விளையாட்டை ஒழித்தால்தான் ஆயிற்று என அடம்பிடிக்கிறார்கள்.

ஆக, இவர்கள் விலங்குநேயத்தில் உண்மை நோக்கம் கொண்ட பேர்வழிகள் அல்ல. இவர்களுக்கு விலங்குநேயம் ஒரு ஃபேஷன், அவ்வளவே. சிங்கத்துடன் மோதிப் பார்க்க வேண்டியதுதானே என நம்மைக் கேட்கிற இவர்கள் எவருக்கும் ஒலிம்பிக் குதிரைகளுக்கு எதிராகப் போராடத் துணிவில்லை. ஆக பணக்கார வெள்ளையர்கள் விளையாட்டுக்கு ஒரு சட்டம், பாட்டாளிக் கறுப்பர்களின் விளையாட்டுக்கு ஒரு சட்டம் என்ற நிறவெறிப் பாகுபாடே இவர்களிடம் தெரிகிறது.

காட்சிப்படுத்தும் விலங்குகள் பட்டியலில் கரடி, குரங்கு, புலி, சிறுத்தை, சிங்கம் ஆகிய ஐந்து காட்டு விலங்குகளுடன் வீட்டு விலங்குக் காளையைக் கொண்டு போய் சேர்த்ததன் மர்மம் என்ன? மற்ற 5 விலங்குகளில் ஆண், பெண் ஆகிய இரண்டு பாலினத்துக்கும் இடமிருக்க, மாட்டினத்தில் பெண் பசுவை விட்டு, ஆண் காளையை மட்டும் தனித்துத் தேர்ந்தெடுத்ததன் பின் உள்ள சதி என்ன? அதில் ஆண் காளை மட்டும் இடம்பெற்றிருப்பதே

சல்லிக்கட்டுக்கு எதிராகச் செய்யப்படும் பிரசாரங்களைத் தேர்ந்தெடுத்த மிருகநேயம் என்றுதானே புரிந்து கொள்ள முடியும்? வீட்டு விலங்குக் காளைகளுக்கு எதிராக மட்டும் மிருகாபிமானிகளுக்கு அப்படி என்ன ஆவேசம்? வன்மம்?

விலங்குநேயத்தில் மிருகாபிமானிகளுக்குள்ள தன்முரண்பாடுகளை, இரட்டைநிலைப்பாடுகளைப் பட்டியலிடுவதன் நோக்கம் சல்லிக்கட்டு எதிர்ப்பில் அவர்களின் போலிஅக்கறையைத் தோலுரித்துக் காட்டவே. பீட்டா போன்ற அமைப்புகள் வள்ளலார் போன்று வாடிய பயிரைக் கண்ட போதெல்லாம் வாடிப் போகும் உயிர்நேயக் கூட்டமன்று. நானும் தொண்டு செய்கிறேன் பார் எனக் காட்டிக் கொள்ள விரும்பும் படித்த மேட்டுக்குடி மக்களின் உளஅரிப்புக்குக் களிம்பிடும் கூட்டமே. அவர்கள் சந்தர்ப்ப வாதத்திலும் இரட்டை நிலைப்பாட்டிலும் உழல்வதற்குக் காரணம் அவர்களின் போலி மிருகநேயமே.

பீட்டாவின் மிருகநேயம் சந்தர்ப்பவாதம் என்பது சரி, ஆனால் சல்லிக்கட்டுக்கு எதிராக இவ்வளவு கடுமை காட்டுவதற்கு பீட்டாவுக்கு உள்நோக்கம் ஏதும் உண்டா?

பீட்டா சல்லிக்கட்டு ஒன்றுக்கு மட்டும் இவ்வளவு தீவிரமாக எதிர்ப்பு காட்டுவது உண்மைதான் என்றாலும், அவர்களின் இச்செயலுக்கு உள்நோக்கம் உண்டு என மெய்ப்பிப்பது கடினம். இருக்க பெரும் வாய்ப்புண்டு என வேண்டுமானால் கூறலாம். ஆனால் கிரீன் பீஸ் போன்ற உண்மையான போராட்ட அமைப்புகளைத் தடைசெய்யும் இந்திய அரசு பீட்டா போன்ற அமைப்புகளை மட்டும் வளர்த்துவிடுவதற்கு உள்நோக்கம் உண்டு. அதனைப் பயன்படுத்திக் கொண்டு வளர்வதில் கண்டிப்பாக பீட்டா போன்ற அமைப்புகளுக்கு உள்நோக்கம் உண்டு. ஏனென்றால் பீட்டா அமைப்பினர் தாங்களே திட்டமிட்டு விலங்குகளைச் சித்திரவதை செய்யும் படங்களை ஏற்பாடு செய்து உருவாக்கி, அதனைப் பயன்படுத்தி போலி நாடகங்கள் நடத்தி எப்படி உலகெங்கும் பண வசூல் செய்கிறார்கள், அவற்றை எப்படி மோசடியாகச் செலவிடுகிறார்கள், என்னென்ன ஊழல்கள் செய்கிறார்கள் என்பதற்கு ஆதாரங்கள் நிறைய உள்ளன.

பீட்டா போன்ற அமைப்புகளை வளர்த்து விடுவதில் அரசுகளுக்கு என்ன லாபம் இருக்கப் போகிறது?

அடிப்படையில் மக்களின் சமூகநீதி, மொழியுரிமை, பண்பாட்டுரிமை போன்ற அரசியல் முழக்கங்கள் நோக்கி நவீன இளைஞர்கள் நகராமல்

பீட்டா போன்ற அரசியலற்ற அமைப்புகள் பார்த்துக் கொள்கின்றன. சன்னலைத் திறந்து விடு காற்று வரட்டும் எனத் தன்னம்பிக்கை உரை நிகழ்த்தும் சாமியார்கள், நிறைய சம்பாதிப்பது குற்றமில்லை எனப் புதுப் பணக்காரர்களின் குற்ற உணர்வு போக்கும் ஸ்ரீ ஸ்ரீக்கள், சாலையில் குப்பைகளை, குறிப்பாக ரெண்டு பிளாஸ்டிக் பைகளையேனும் பொறுக்கிவிட்டு, உலகச் சுற்றுச் சூழலையே திருத்தி விட்டதாகப் பெருமைப்பட்டுக் கொள்ளும் தூய்மை பாரத பிரசாரகரர்கள் எனப் பலரின் உபதேசங்களுக்கும் குறைவில்லை. இதன் பின்னால் ஈர்க்கப்படும் படித்த இளைஞர்கள் பல அமைப்புகளின் பேரில் அரசியலற்றுச் செயல்படுவது, லாப வேட்டை அரசியல் வாதிகள் தடையற்று முன்னேறிச் செல்ல வழியமைத்துக் கொடுக்கிறது. எனவே ஆளும் வர்க்கங்கள் அவர்களுக்குச் சிவப்புக் கம்பளம் விரிக்கிறார்கள். இராணுவத்தை அனுப்பி அவர்களின் கூட்டங்களுக்கு யமுனைக் கரையின் சூழலழித்து அரங்கமைத்துக் கொடுக்கிறார்கள். தேசிய இனங்களின் மொழி, பண்பாடு, இயற்கைவளம் அழிவு குறித்துக் கவலைப்படாமல், மனிதாபிமானம் மறந்து மிருகாபிமானம் பேசுவோரை அரவணைத்து வளர்க்கிறார்கள்.

இந்த அரசியலற்ற அமைப்புகள் தேசிய இனத் தொன்மங்களை, அடையாளங்களை அழிக்கும் வேலையில் இறங்கினால், ஆளும் வர்க்கங்கள் அவர்களை உணர்வுபூர்வமாக ஆதரிக்கின்றன.

உலகை ஒற்றைப் பொருளியலில் இணைக்க விரும்பும் பன்னாட்டுக் குழுமங்கள், இந்தியத் தேசிய இனங்களின் பண்பாடுகளை ஒற்றை இந்துத்துவப் புள்ளியில் கரைக்க விரும்பும் தில்லி ஆளும் வர்க்கம், சமூகஅநீதித் தீர்ப்புரைகள் எழுதிவரும் உச்ச நீதிமன்றம் ஆகிய அமைப்புகள் அனைத்தும் தமிழர்களின் பல்லாயிரம் ஆண்டுப் பழமையான ஏறுதழுவல் என்ற சாகச விளையாட்டை ஒழித்துக் கட்டகைகோத்திருப்பதில் வியப்பேதுமில்லை.

தில்லி ஆளும் வர்க்கம் நீ ஆங்கிலத்தை, இந்தியை, சமற்கிருதத்தைப் படி, உன் தமிழைப் படிக்காதே என்கிறது. உன் சிவனை, திருமாலை, முருகனை சமற்கிருதத்தில் வழிபடு, தமிழில் வழிபடாதே என்கிறது. உலகமயம், இந்தியமயம் உன் இளநீரையும் பதநீரையும் பருகாதே, கோக் பெப்சி குடி என்கிறது. உன் பாரம்பரிய சல்லிக்கட்டை விளையாடாதே, சூதாட்டம் கொழிக்கும் கிரிக்கெட் விளையாடு என்கிறது.

ஏறுதழுவலைக் காளைச் சண்டை எனப் பொய்யாக வர்ணித்த அமைப்புகளுக்கு எதிராகத் திரண்டு தமிழ் இளைஞர்கள் ஒரு புதிய ஊழிக்கு வித்திட்டுள்ளனர். அதன் விளைவாக கோக் பெப்சிக்குத் தடை

ஏற்படும் சூழல் தமிழகத்தில் உருவாகியுள்ளது. இது அடுத்து தமிழ் மொழிக் காப்புக்கும், காவிரி மீட்புக்கும் இட்டுச் செல்லும் என உறுதியாக நம்பலாம்.

சல்லிக்கட்டு போன்ற பழம்பெரும் கலைச்செல்வங்கள் அழிந்து போவது தமிழர் ஓர்மையை, எழுச்சியைக் கெடுக்கும் என ஆளும் வர்க்கம் தெளிவாகப் புரிந்து வைத்துள்ளது. எனவேதான் கீழடிப் பழமையைக் கூட குழி தோண்டிப் புதைக்கப் பார்க்கிறது.

தமிழர் பழமை என்பதற்காகவே ஒன்றைக் கட்டிக் கொண்டு அழுவது சரியா? உடன்கட்டை ஏறும் பழக்கம் தமிழர்களின் பழைய பண்பாடு என்பதற்காக, அதே கொடும் பழக்கத்தை இன்றைய பெண்களையும் கடைப்பிடிக்கச் சொன்னால், அது நியாயமாக இருக்குமா?

பழமை என்பதற்காகவே ஒன்றைப் பின்பற்ற வேண்டும் என்பது எப்படி மூடநம்பிக்கையோ, அதே போல் பழமை என்பதற்காகவே ஒன்றைக் கைவிட வேண்டும் என்பதும் மூடநம்பிக்கையே. இரண்டுக்கும் எந்த வேறுபாடுமில்லை என்பதைப் பகுத்தறிவு பேசும் அறிவாபிமானிகள் புரிந்து கொள்ள வேண்டும். உடன்கட்டை ஏறுதல் ஒரு பெண்ணின் உயிர்வாழும் உரிமையையே மறுக்கிறது. சல்லிக்கட்டு எவர் ஒருவரின் தனி மனித உரிமையையும் பறிக்க வில்லை. அந்த விளையாட்டால் எவர் ஒருவருக்கும் பாதிப்புமில்லை.

சல்லிக்கட்டில் காளை முட்டுபட்டு எத்தனை பேர் இறக்கிறார்கள் என நன்கு தெரிந்தும், சல்லிக்கட்டால் யாருக்கும் பாதிப்பில்லை என மனிதநேயமற்றுக் கூறலாமா?

சல்லிக்கட்டில் உயிர்கள் பலியாவது வெள்ளிடை மலை. அதனை எவரும் மறுக்க முடியாது. அது மாடுபிடி வீரர்களுக்கு அழிவுதான். அவரின் குடும்பத்தினருக்குப் பேரிழப்புதான். பெண் எவளும் கணவன் இறந்ததும் புன்முறுவல் பூத்து நேராகச் சிதை நோக்கிச் செல்ல மாட்டாள். அவள் உடன்கட்டைக்குக் கட்டாயப்படுத்தப்பட்டாள். சல்லிக்கட்டில் ஈடுபடுபவர்கள் அந்த ஆட்டத்தின் ஆபத்துகள் அறிந்தேதான் உவப்புடன் கலந்து கொள்கிறார்கள். அவர்களின் உரிமையில் குறுக்கிட எவருக்கும் உரிமையில்லை.

இருப்பினும் உயிர்ப்பலி உயிர்ப்பலிதானே! கட்டாயப்படுத்தி உயிர் போவது தவறு, கட்டாயப்படுத்தாமல் உயிர் போவது சரி எனக் கூறுவது என்ன வகை தர்க்கம்?

சல்லிக்கட்டில் விளையாடுவோரை விட, விளையாட்டைப் பார்க்க வரும் கூட்டத்தினர்தான் பெரிதும் உயிரிழக்கின்றனர். மக்கள் போராட்ட வெற்றிக்குப் பின் நடைபெற்ற சல்லிக்கட்டுகளில் இறந்துள்ள நால்வரில் இருவர் பார்வையாளர்களே. எனவே பார்வையாளர்களுக்குப் பாதுகாப்பான அரங்கு அமைத்துக் கொடுத்தாலே பெரும்பாலான உயிரிழப்புகளைத் தடுத்துவிடலாம்.

நேரடிக் கேள்விக்குப் பதில் இல்லையே? மாடுபிடிப்பவர் உயிரிழந்தால் பரவாயில்லை என நினைப்பதே கூட கொடுமையாக இருக்கிறதே?

மாடுபிடிப்பவர் உயிர் இழந்தால் பரவாயில்லை எனக் கூறவில்லை. கிரிக்கெட்டில் ஒரு காலத்தில் தலையில் காயம் பட்டு வீரர்கள் உயிரிழக்கும் நிலை இருந்தது. உடனே எவரும் கிரிக்கெட்டைத் தடை செய்யக் கோரவில்லை. தலையில் வீரர்கள் தலைக் கவசம் அணிந்து விளையாடுவது கட்டாயமானது. அதைத் தொடர்ந்து தலைக்காயம் ஏற்படுவதும், மரணம் ஏற்படுவதும் முடிவுக்கு வந்தன. விளை யாட்டில் ஆபத்து என்றால், தற்காப்பு நடவடிக்கைகள் எடுக்க வேண்டுமே தவிர, விளையாட்டுக்கே தடை கோருவது சனநாயக மன்று. கிரிக்கெட் வீரர்கள் பந்தடி படாது இருக்க காலில் பட்டிகள் கட்டி பாதுகாப்பாக விளையாடுவது போல், வீரர்கள் வயிற்றின் மேல் பாதுகாப்புக் கவசங்கள் எதையும் கட்டிக் கொண்டு விளையாடலாம். மாட்டின் கொம்பில் ரப்பர் குப்பிகள் மாட்டலாம். இப்படி மனித உயிரிழப்பைக் கிட்டத்தட்ட முடிவுக்குக் கொண்டு வந்துவிடலாம்.

கிரிக்கெட்டையும் சல்லிக்கட்டையும் எப்படி ஒப்பிட முடியும்? கிரிக்கெட் விளையாட்டில் ஆபத்து இருக்கிறது, ஆனால் சல்லிக்கட்டே ஆபத்தான விளையாட்டாக அல்லவா இருக்கிறது?

ஆபத்து எந்த விளையாட்டில் குறைவு, எந்த விளையாட்டில் மிகுதி என்பதல்ல வாதம். பாதுகாப்பைக் கூட்டினால் உயிரிழப்பைக் குறைக்கலாம் என்பதற்கான ஒப்பீட்டுக்கு கிரிக்கெட் எடுத்துக்காட்டு உதவியது, அவ்வளவுதான்.

கிரிக்கெட்டை விட்டுவிடுவோம். கிரிக்கெட்டை விட ஆபத்தான விளையாட்டு குத்துச்சண்டை. இந்த விளையாட்டில் மண்டையில் அதிரடிக் குத்துபட்டு இறந்த நூற்றுக்கு மேற்பட்ட வீரர்கள் ஒருபுறம் இருக்க, குத்தில் மூளை கலங்கிப் போய் கோமாவிலும் கடும் மூளைக்கட்டி நோய்களிலும் இறந்து போனோர் எண்ணிக்கை மிக அதிகம். பலரையும் நாக் அவுட்டில் காலி செய்த முகமது அலி

பார்கின்சன் என்னும் நரம்பியல் நோயினால் கைகள் செயலிழந்து போனார். எதிரிகளைப் பேரிடியாகக் குத்தி வீந்ழ்த்தியதே, அவரது கைகள் செயலிழந்து போனதற்கும் காரணமாயிற்று. உலகத்தில், ஏன், தமிழகத்திலும் முகமது அலிக்கு வீர வணக்கம் செலுத்திய எவரும் குத்துச் சண்டைக்குத் தடை கோரவில்லை.

அண்மையில் வெளிவந்த தங்கல் படத்தைத் தமிழக முற்போக் காளர்கள் உள்ளிட்டப் பலரும் பாராட்டினர். இளம்பெண்கள் மல்யுத்தம் எனப்படும் ரெஸ்லிங் விளையாட்டில் கடும்பயிற்சி எடுத்து உலக அரங்கில் பதக்கங்கள் பெற்றுச் சாதனை புரிவதே படத்தின் மையக்கரு. ஆனால் இந்த மல்யுத்தமும் உலக அரங்கில் பெண்கள் உள்ளிட்ட பல வீரர்களின் உயிரைத் தொடர்ந்து பறித்து வருகிறது. ஜப்பானைச் சேர்ந்த ப்ளம் மரிகோ என்ற மல்யுத்த வீராங்கனை 1997இல் நடைபெற்ற ஒரு போட்டியின் போது எதிராளியால் தூக்கியெறியப் படுகையில், பின் மண்டையில் அடிபட்டு, மூளைச் சீழ் பிடித்து மாண்டு போனார். இப்படி மனித உயிர் பறிக்கும் எத்தனையோ ஆபத்தான வீர விளையாட்டுக்களைக் கூறிக் கொண்டே செல்லலாம்.

ருஷ்யாவும், சீனாவும் ஒலிம்பிக் ஜிம்னாஸ்டிக் போட்டிகளில் எப்படியாவது தங்கப் பதக்க வேட்டையில் வெற்றி பெற்று விட வேண்டும் என்ற நோக்கில் தங்கள் தேசத்துச் சிறுமிகளைப் படுத்தும் பாடுகள் உலகறிந்த செய்திகள். நான்கைந்து வயதுச் சிறுமியரின் கால் பாதங்களை வளைப்பது, இறுக்கமான ஷூக்களை மாட்டி விட்டு பாத வடிவத்தைக் குறுகியதாக மாற்றுவது எனப் பல கொடுமைகளை அந்நாடுகள் செய்கின்றன. ஒலிம்பிக் போட்டியில் மெல்லிய கட்டையில் உடலை வில்லாய் வளைத்து அசத்தி, தங்கப் பதக்கங்களைப் புன்னகை பூக்கப் பெற்றுக் கொள்ளும் அப்பெண் களின் பின் மறைந்துள்ள சித்திரவதைக் கதைகளை நம்மில் பலரும் அறிய மாட்டோம்.

நன்கு முறைப்படுத்தி, சீரிய பயிற்சியளித்து நடைபெறும் போட்டி களில்தான் இவ்வளவு ஆபத்துகள். இந்த விளையாட்டு ஆபத்து களுடன் ஒப்புநோக்கின், எந்த முறைப்படுத்தலோ, பயிற்சியோ இல்லாமல் நடைபெறும் சல்லிக்கட்டு ஆபத்துகளைக் காட்டி பயமுறுத்துவது எவ்வளவு அபத்தமானது எனப் புரியும். நன்கு முறைப்படுத்தி விளையாடும் சல்லிக்கட்டில் உயிர் ஆபத்துகள் கிட்டத்தட்ட ஒழிந்தே போகும் என்பது விளங்கும்.

இதெல்லாம் மனிதர்களும் மனிதர்களும் மோதும் விளையாட்டுக்கள் தானே? சல்லிக்கட்டில் மனிதர்கள் சுமார் 1 டன் எடையுடன் நிற்கும் காளையுடன் அல்லவா மல்லுக்கட்டுகிறார்கள்?

எதனுடன் மல்லுக்கட்டினால் என்ன? இறப்பு இறப்புதானே? காரை அதிவிரைவாக ஓட்டிக் காட்டுகிறேன் பார் எனக் கூறி அதிவேக கார்ப் பந்தயங்களில் கால் கை இழக்கும், இறந்து போகும் இளைஞர்களின் சாகசம் பற்றி என்ன சொல்வது?மாடு அஃறிணை என்றால், கார் என்ன உயர்திணையா? மனிதர்களுக்குள் இடைப்பட்ட மோதலில் சாவு விழுந்தால் கவலையில்லை, மனித மிருக மோதலில், கார் பந்தயத்தில் சாவு வந்தால் மோசம் எனக் கூறுவது மட்டும் பொருத்தமான வாதமா என்ன?

மனித மனித மோதலில் இருவருக்கும் தன் எதிரே இருப்பது மனிதர் என்பது தெரியும். ஆனால் மாட்டுக்கு என்ன தெரியும். அது எந்த அறிவுமற்று வரைமுறையின்றித் தாக்குமே?

சொல்லப் போனால், எந்த அறிவுமற்ற மாடுதான் ஆபத்து குறைவானது. எந்த அடிப்படையில் குத்தி எதிராளியை வீழ்த்த வேண்டும் என்ற அறிவியல் புரிதல் எல்லாம் அதற்குக் கிடையது. அது குத்துமதிப்பாகக் குத்தும், அவ்வளவுதான். ஆனால் குத்துச் சண்டையில் மண்டையில் எங்கு குத்தினால் எதிராளிகள் கதிகலங்கிப் போவார்கள் என அறிவியல் அடிப்படையில் அவ்வீரர்களுக்கு முறையான பயிற்சி அளிக்கப்படுகிறது. எனவே அவர்கள் எதிராளிகளை அடித்து வீழ்த்தும் பெருந்திட்டத்துடன் களமிறங்குவர். இப்போது தெரிகிறதா, எது ஆபத்தென்று? மேலும், குத்துச்சண்டை, மல்யுத்தம் எல்லாம் உலகளவில் அங்கீகாரம் பெற்று ஒலிம்பிக், காமன்வெல்த் என அனைத்துப் போட்டிகளிலும் இடம்பெறுகின்றன. எனவே இந்தியாவிலும், தமிழகத்திலும் நாள்தோறும் இந்த விளையாட்டுகளுக்குப் பல பயிற்சிப் பட்டறைகள் நடைபெற்று வருகின்றன. பிரம்மாண்ட அளவில் நடக்கும் இந்த விளையாட்டு களை எதிர்க்காமல், ஆண்டுக்கொருமுறை அங்கொன்றும் இங்கொன்றுமாய் நடக்கும் சல்லிக்கட்டின் மேல் மட்டும் இந்த அறிவாபிமானிகள் சீறிப் பாய்வதுதான் இன்னும் பெரிய ஆபத்தாக உள்ளது.

எவ்வளவுதான் விளக்கமளித்தாலும் மனிதர்கள் விலங்குடன் போய் மல்லுக்கட்டி நிற்பது மனத்துக்குப் பிடிக்கவில்லையே?

மீண்டும் மீண்டும் காளையுடன் மல்லுக்கட்டி நிற்பதாகப் பார்ப்பதால் தான் குழப்பம் வருகிறது. கலித்தொகை கூறும் ஏறுதழுவல், நாயக்கர் ஆட்சிக் காலத்தில் உருவானதாகக் கருதப்படும் சல்லிக்கட்டு ஆகிய இரண்டுக்கும் பெரிய வேறுபாடு இல்லை. சங்க காலத்தில் காளைகளின் திமில் பிடித்து நின்ற இளைஞனிடம் பெண்கள் மையல்

கொண்டனர், கூடிக்கலந்தனர். இதுவே பின்னர் காளைத் திமில் பிடித்து கொம்பில் சல்லிக்காசெடுக்கும் விளையாட்டானது. இதற்கு வாடி மஞ்சு விரட்டு என்ற பெயரும் உண்டு.இன்று திமில் அணைத்து வென்றோருக்கு மிதிவண்டிகளும், குடங்களும் பரிசாய்க் கிடைக்கின்றன. சில பகுதிகளில் நடைபெறும் வடமஞ்சுவிரட்டு கூட காளைகளுடன் மல்லுக்கட்டிச் சண்டையிடும் நிகழ்வன்று, 15 மீட்டர் கயிறொன்றில் கட்டி வைக்கப்பட்டு வட்டமிடும் காளையை அதிகபட்சம் 10 பேர் சேர்ந்து மடக்கி சல்லிக்காசெடுப்பர். எனவே சல்லிக்கட்டு ஒரு மல்லுக்கட்டு விளையாட்டல்ல.

சரி, விலங்குடன் மனிதன் போய் விளையாடுவது மனத்துக்கு அவ்வளவு பிடிக்கவில்லை என்கிறார்களே அறிவாபிமானிகள், அவர்கள் குதிரையேற்றத்தை மட்டும் ரசிக்கலாமா? நாம் ஏறுதழுவல் = குதிரையேற்றம் எனக் கூறலாம். சல்லிக்கட்டில் காளையின் திமில் தழுவியபடி விழாது ஓடிச் செல்வதே வெற்றி என்றால், குதிரையேற்ற விளையாட்டில் குதிரை மீதமர்ந்து பல மேடு பள்ளங்களையும் விழாது கடந்து செல்வது வெற்றியாகக் கருதப்படும்.

இது தவிர, அமெரிக்காவில் ரோடியோ என்ற மிகவும் புகழ்வாய்ந்த பழமை விளையாட்டு உள்ளது. இந்த விளையாட்டில் அமெரிக்கக் காளை மாட்டின் மேல் வீரர் உட்கார்ந்து கொள்வார். அந்த மாடு தறிகெட்டு அங்குமிங்கும் மேலும் கீழும் குதிக்கும். பிடியை விடாது கீழே விழாமல் இருப்போர் வெற்றி பெற்றவர். கீழே விழுந்தவர் தோல்வியடைவார். அவர் தப்பித் தவறி மாட்டின் கால்களுக்கு இடையில் மாட்டிக் கொண்டால் உயிரும் இழப்பார். அங்கு இந்த மிருகவதை தேவையா என்ற குரல்தான் ஒலிக்கிறதே தவிர, மனித உயிர் போவது பற்றி எவரும் கவலைப்படுவதில்லை. இன்று சென்னை உள்ளிட்ட தமிழக நகரத்தின் மால்களில் காணப்படும் துள்ளிக் குதிக்கும் பொம்மைக் காளைகளின் மீது சிறுவர்கள் ரோடியோ விளையாடக் காண்கிறோம். ஒரு வகையில் இதுவும் ஏறுதழுவலை ஒத்ததே. ஆனால் அமெரிக்காவில் ரோடியோவைத் தடுத்து நிறுத்த வக்கில்லாத பீட்டா கூட்டம் இந்தியக் காளைகளுக்குத் தடைகண்டு மதுவுண்ட நரிகளாய் ஊளையிடுகிறது. இளிச்சவாயர்கள் தமிழர்கள்தானோ?

நம்மூர் அறிவாபிமானிகளுக்குங்கூட தமிழ்ப் பாமரர்களின் ஏறுதழுவல் முட்டாள்தனமாகவும், ஐரோப்பியர்களின் குதிரையேற்றமும் அமெரிக்கர்களின் காளையேற்றமும் அறிவாளித்தனமாகப் படுவது ஏனோ?

ஏறுதழுவல் போல், குதிரையேற்றத்தில் உயிரிழப்பு உண்டா என்ன?

ஏன் இல்லாமல்? உலகில் நடைபெறும் அனைத்துக் குதிரையேற்ற விளையாட்டுச் சாவுகளையும்கணக்கில் கொண்டால் எண்ணி மாளாது. நாம் உலகளவில் நடைபெறும் குதிரையேற்றப் போட்டிகளில் கலந்து கொள்ளும் அளவுக்கு நன்கு பயிற்சி பெற்ற குதிரை வீரர்களை மட்டும் எடுத்துக் கொண்டாலே, 1993 முதல் இது வரை 59 பேர் இறந்துள்ளனர். ஆஸ்திரேலியாவில் குதிரையேற்றப் பரம்பரையில் வந்த ஒலிவியா இங்க்லிஸ் என்ற 17 வயது இளம்பெண் 2016 மார்ச்சில் நடைபெற்ற போட்டியில் குதிரையேறி ஒரு தடையைக் கடக்க முயன்ற போது குப்புற விழுந்து அந்த இடத்திலேயே இறந்து போனது உலகெங்கும் அதிர்ச்சி அலைகளை ஏற்படுத்தியது. ஏன், ஒலிம்பிக் போட்டியில்கூட குதிரையிலிருந்து தலைகுப்புற விழுந்து தண்டுவடம் முறிந்து, கழுத்தெலும்பு உடைந்து வாழ்நாள் படுக்கை நோயர்களாகிப் போன பலர் உண்டு. ஆலிவுட் திரைப்படங்களின் சூப்பர்மேன் கதாநாயக னாகிய கிறிஸ்டோஃபர் ரீவ் இறந்தது குதிரையேறி விளையாடித்தான். இவ்வளவு இருந்தும் குதிரையேற்றத்துக்குத் தடை வேண்டும் என எவரும் சொல்லித் திரியவில்லை. இன்னும் பாதுகாப்பு ஏற்பாடுகளை முன்னேற்றுவது எப்படி என்றுதான் யோசிக்கின்றனர், புதுப் புது உயிர்ப் பாதுகாப்பு வழிமுறைகளையும் கண்டறிகின்றனர். இதுதான் அறிவியல் அணுகுமுறை. எதற்கெடுத்தாலும் தடை கேட்பதே அறிவீனம். நல்ல வேளையாக இத்தகைய தடைகள் கேட்பதற்கு நம்மூரைப் போன்ற அறிவாபிமானிகள் எவரும் அங்கு இல்லாமல் போனார்கள்!

மிருகாபிமானிகளுக்கு அலங்காநல்லூர்க் காளை நலனில் அதீத அக்கறையும், லண்டன் குதிரைகள் நலனில் ஒப்புக்கான அக்கறையும் காணப்படுவது போல், நம்மூர்அறிவாபிமானிகள் தமிழன் விளையாடும் சல்லிக்கட்டில் வெறுப்பும், ஐரோப்பியர்களின் குதிரையேற்றத்தில் பாராமுகமும் காட்டுகின்றனர். ஐரோப்பியன் ஐரோப்பியன்தானோ?

குதிரையேற்றமானால் என்ன? சல்லிக்கட்டானால் என்ன? மனித உயிர் பறிக்கும் எல்லா விளையாட்டுக்கும் தடை கோருவதுதானே அறம்?

காளையானாலும், குதிரையானாலும் அதனுடன் மனிதர்கள் ஆபத்து எனத் தெரிந்தும் விளையாட விரும்புவதென்னவோ உண்மைதான். இதற்கெல்லாம் மனிதர்களின் இயல்பில் காணப்படும் சாகச உணர்வே அடிப்படை என்பதைப் புரிந்து கொள்ள வேண்டும். சாகச விளையாட்டுகள் அனைத்துக்கும் தடை போட வேண்டும் எனக் கிளம்பினால் உலகில் ஒரு விளையாட்டும் மிஞ்சாது. ஏன்,

உடல்வதை, மனவதை என்ற நோக்கில் பார்த்தால், ஜிம்னாஸ்டிக்ஸ், பளுதூக்கல், ஓட்டப்பந்தயம் எனப் பல விளையாட்டுகளையும் கூட தடை செய்ய வேண்டியிருக்கும்.

மாடுகளை நம்பி மனிதர்கள் இருந்த பிரபுத்துவக் காலத்தில் சல்லிக்கட்டுச் சாகசத்துக்கு ஒருவேளை தேவை இருந்திருக்கலாம். ஆனால் மாடுகளின் இடத்தில் இன்று டிராக்டர்களும் லாரிகளும் வந்துவிட்ட பிறகு பிரபுத்துவ விளையாட்டுகள் தேவைதானா?

சாகசங்களை அவ்வளவு எளிதில் கொச்சைப்படுத்தி விட முடியாது. அந்தக் கால மலையேறிகளைப் போல் இப்போதும் பாடுபட்டு எவரெஸ்டில் ஏன் ஏறிக் கொண்டிருக்க வேண்டும், ஹெலிகாப்டர்தான் கண்டுபிடித்து விட்டோமே, அதில் பறந்து நேராக எவரெஸ்டில் இறங்கிவிடலாமே என எவரும் கேட்பதில்லை. விசைப் படகுகள் வரை வந்து விட்டனவே, இனியும் ஏன் வேலை மெனக்கெட்டு நீச்சலடித்துக் கொண்டிருக்க வேண்டும். இதில் கண்டம் விட்டுக் கண்டம் நீந்தும் நீச்சல் வீரர்களின் சாதனை வேறு! மனித சாகசங்கள் நவீனக் கண்டுபிடிப்புகளால் அடங்கிவிடுவதில்லை. அது மனிதக் குருதியிலேயே ஊறியது.

தவிர, விளையாட்டில் பிரபுத்துவ விளையாட்டு, முதலாளித்துவ விளையாட்டு, சோசலிச விளையாட்டு என்றெல்லாம் ஒன்றுமில்லை. குத்துச் சண்டைப் பதக்கங்கள் வென்று பெருமை கொள்ளும் நாடுதான் சோசலிச கியூபா.

பிரபுத்துவத்துக்கு முந்தைய வேட்டைச் சமூக மனிதனின் வில்வித்தைப் போட்டியை இன்றைய நவீன ஒலிம்பிக்கில் வெல்ல சோசலிச, முதலாளித்துவ நாடுகள் போட்டியிடவில்லையா என்ன? துப்பாக்கி வந்த பிறகு வேடுவர்களின் வில் எதற்கு என வில் விளையாட்டுகளையும் தடை செய்துவிட வேண்டியதுதானா?

இப்போதுதான் விவாதம் மையப் புள்ளிக்கு வந்துள்ளது. சாகசம் என்ற பெயரில் ஏறுதழுவல் போன்ற ஒன்றுக்கும் உதவாத விளையாட்டு களில் மதிப்பற்ற மனித உயிர்களை இழப்பதில் என்ன பலன் இருக்கிறது?

மனிதர்களுக்கு சாகச விளையாட்டுகளில் என்ன பலன் கிடைக்கிறது எனக் கேட்பதே தவறு. சாகசத்தில் மனிதர்களுக்குக் கிடைக்கும் மகிழ்ச்சிதான் பலனே. இதையும் தாண்டி, சாகசங்களில் உயிரியல் அறிவியல் உண்மைகளும் புதைந்துள்ளன.

கிடைக்கும் சில வினாடி இன்பத்துக்காக உயிர் துறப்பதுதான் சாகசம் என்றால், அப்படி ஒன்றே நமக்கு ஏன்? அதற்கும் மேல், மனிதர்களின் வெட்டி சாகசத்தில் அறிவியல் வேறு இருப்பதாகச் சொல்வதுதான் கொடும் நகைச்சுவையாக இருக்கிறது. விளக்கம் கிடைக்கட்டுமே, அந்த அறிவியல் கடலில் தொபுக்கடீர் எனக் குதிக்க வேண்டியதுதான்!

இந்த நையாண்டியும் கிண்டலும்தான் பகுத்தறிவுக்குப் பெரும் ஆபத்து. மாட்டின் சாணம் கழுவிக் கொட்டுபவன்தானே, இவன் என்ன பெரிதாகக் கிழித்துவிடப் போகிறான், மாடுபிடிக்கிறேன் என்ற பெயரில் குத்து பட்டுச் சாவதுதான் வீரமா? என்ற இளக்காரப் பார்வையே, மேட்டுக்குடி மனோபாவமே இந்தப் பகுத்தறிவுக் கேலிப் பேச்சுக்களுக்குக் காரணமாகிறது. பாட்டாளி மக்கள்தான் நம் பேராசான்கள். எனவே சமூக இயக்கத்திலிருந்து நாம் உண்மைகளைக் கண்டறிய வேண்டுமே தவிர, நமது பகுத்தறிவு அரிப்புகளைக் கொண்டுபோய் அவர்கள் மேல் திணிக்கக்கூடாது.

சல்லிக்கட்டு வீர விளையாட்டு என வர்ணிக்கப்பட்டாலும், அது அடிப்படையில் சாகச விளையாட்டுதான். சாகசமே வீரமாகிவிடாது என்றாலும், வீரத்துக்கு அடிப்படை சாகசமே. உயிரினங்களின் அடிப்படைப் பண்பாடாகத் திகழும் சாகச உணர்வுதான் உயிர்ப் பரிணாமத்துக்கு அடிப்படை என மெய்ப்பிக்கின்றனர் உயிரியல் அறிவியலர்கள்.

என்னது? பரிணாம வளர்ச்சிக்கு சாகசம் உதவுகிறதா? தமிழில் எல்லா அறிவியலும் இருப்பதாகக் கூறித் திரிவது போல் அல்லவா இருக்கிறது?

அமெரிக்காவில் தேசிய சுகாதார நிறுவனத்தின் (என்ஐஎச்) கிளையாகிய தேசிய மருத்துவ நூலகத் துறையின் (என்எல்எம்)ஒரு பகுதியாக அரசின் நிதியுதவியில் இயங்கும் உயிரித்தொழில்நுட்பத் தகவலுக்கான தேசிய மையம் (என்சிபிஐ) என்ற அமைப்பு டிஎன்ஏ ஆய்வுத் தரவுகளைத் திரட்டி, அதன் அடிப்படையில் மரபீனி வங்கி ஒன்றை நிர்வகித்து வருகிறது. இந்த அமைப்பு உலகின் தரமிக்க உயிரித்தொழில்நுட்ப அமைப்பாகும். இதன் பொதுமருத்துவ மையம் (பிடிஎம்சி) உலகின் சிறந்த அறிவியல் ஆய்விதழ்களை என்சிபிஐ இணையத்தளத்தில் வெளியிடுகிறது.

இந்த இணையத்தளத்தில் காணக்கிடைக்கும் செரிப்ரம் என்ற ஆய்விதழில் வெளிவந்த அறிவியல் ஆய்வுரை ஒன்று நமது சாகச

விவாதத்துக்கு மிகவும் ஏற்றது. ஏனென்றால் அந்த ஆய்வுரையில் மனிதர்களும், ஏனைய பல விலங்கினங்களும் ஆபத்தை விரும்பித் தேர்ந்தெடுப்பது ஏன்? என்பதற்குரிய ஆராய்ச்சி முடிவுகள் அடங்கியுள்ளன. இந்த ஆய்வுக் கட்டுரையை முன்வைத்தவர் டேவிட் ஸ்லோவான் வில்சன். எத்தாலஜி எனப்படும் விலங்கு நடத்தையியல் நிபுணர் இவர். தெரிந்தே ஆபத்தில் குதிக்கும் குணம் கொண்ட விலங்கை இடர்த்தேர்வு விலங்கு (risk-taking animal) என்றும், ஆபத்தைத் தவிர்த்துக் கூசி ஒதுங்கும் குணம் கொண்டதைக் கூச்ச விலங்கு (shy animal) என்றும் வகை பிரிக்கிறார் வில்சன்.

அவர் அமெரிக்கக் கார்னெல் பல்கலைக்கழகத்தில் சோதனைக் குளங்களில் பம்ப்கின்சீட் சன்ஃபிஷ் எனும் மீன் இனத்தைக் கொண்டு ஆராய்ச்சியைத் தொடங்கினார். அவ்வினமீன்களுக்குத் தேவையான நல்ல உணவுகளைக் குளத்தில் புனல் போன்று குறுகிச் செல்லும் குழாய்க்குள் இடர்ப்பாடு மிகுந்த இடத்தில் வைத்தார். அந்தக் குறுகிய புனலுக்குள் நீந்தித் திரும்புவது கடினம் என்பதால், பயணம் இடர்ப்பாடு மிகுந்ததாகிறது.எப்படியாவது இடர்ப்பாடுகள் மிகுந்த புனலுக்குள் செல்கிற முடிவை எல்லா மீன்களும் தேர்ந்தெடுத்து விடுவதில்லை. சில மீன்களே இடர்கள் கடந்து செல்லும் ஆபத்தான முடிவைத் துணிந்து தேர்ந்தெடுத்து, அவ்வுணவைச் சுவைக்கக் கண்டார் வில்சன். இவற்றை வில்சன் இடர்த்தேர்வு மீன்கள் என அழைத்தார். மற்ற மீன்கள் என்ன செய்தன? அவை அந்த ஆபத்தான காரியமெல்லாம் நமக்குத் தேவைதானா என உணவுண்ணச் செல்லும் இடர்த்தேர்வு மீன்களை வேடிக்கை பார்த்தன. நாமும் அவ்விடம் செல்லலாமா? வேண்டாமா? என்ற தயக்கத்தில் கூசி ஒதுங்கி நின்றன. இந்த மீன்களே வில்சனின் பார்வையில் கூச்ச மீன்கள். இந்த இரு வகை மீன்களையும் ஆய்வுக்கூடத்துக்குக் கொண்டு வந்த வில்சன் அவற்றின் முன் வித்தியாசமான பொருள் ஒன்றை வைத்தார். அந்தப் பொருளைக் கண்டதும் தயங்காது நீந்திச் சென்று, அதென்ன என்று ஆராய முற்பட்டனஅந்த இடர்த்தேர்வு மீன்கள்!

அடுத்து கப்பி (guppy) எனப்படும் மீன்களைக் கொண்டு இன்னும் வித்தியாசமான சோதனை ஒன்றை மேற்கொண்டார் வில்சன். அந்த மீன்களைச் சாப்பிடும் பகைமீன் ஒன்றை எதிரே வைத்தார். இங்கும் இடர்த்தேர்வுக் குணம் கொண்ட கப்பி மீன்களே துணிச்சலாக நீந்தி பகைமீனை ஆராய்ந்து பார்க்கச் சென்றன. இந்த இடர்த்தேர்வு கப்பி மீன்கள் பகைமீனின் வாயில் மாட்டிச் சாகும் வாய்ப்புள்ளதே, இதனால் என்ன பயன் என்ற கேள்வி எழுவது நியாயமே என்கிறார் வில்சன். ஆனால் டார்வினின் இயற்கைத் தேர்வு முறையில் இடம்பிடிப்பதற்கு இடர்த்தேர்வு கப்பி மீன்கள் தரும் விலையிது என்கிறார் வில்சன்.

இயற்கைத் தேர்வெல்லாம் ஒரு பக்கம் இருக்கட்டும். ஆபத்தில் துணிந்து இறங்கும் மீன்கள் மட்டும் நல்ல வனப்பான நிறத்தில் மிளிரும்! கேட்கவா வேண்டும், அந்த மீன்களைத்தான் பெண் கப்பி மீன்கள் விரும்பிக் காதலிக்கும் என்கிறார் வில்சன்! இதற்கு என்ன விலையும் கொடுக்கலாந்தானே! துணிச்சல் மீன்களின் குறும்பு இத்துடன் முடியவில்லை, அவை எப்போதெல்லாம் தம்மைப் பெண் மீன்கள் கவனிக்கின்றனவோ, அப்போதெல்லாம் பகைமீன்கள் நோக்கி நீந்தி அவற்றை அசத்தப் பார்க்கும், உடனே பெண்களுக்கும் காமம் பொங்கி வழியும் என்கிறார் வில்சன்! ஆனால் பாவம், அந்தக் கூச்ச மீன்களின் நிலைதான் அந்தோ பரிதாபம்! அவற்றைப் பெண்கள் கண்டுகொள்வதே இல்லை! காளைக் கொம்புக்கு அச்சப்படும் ஆண்மகனை எந்தப் பெண்ணும் மறுபிறவியிலும் அணைக்க விரும்பாள் எனக் கூறும் கலித்தொகைப் பாடல் எவ்வளவு பொருத்தம்.

பழம் நினைவுகள் ஒரு பக்கம் இருக்கட்டும், உயிரினம் இயற்கை இடர்களிலிருந்து தப்பிப் பிழைத்துப் பரிணாம வளர்ச்சி கண்டு தழைத்தோங்குவதற்கு சாகச உணர்வு ஓர் இன்றியமையா அடிப்படை.

விலங்குகள் தப்பிப் பிழைப்பதற்கு, காதல் கொள்வற்கு சாகச உணர்வு தேவைப்படுகிறது என்பதெல்லாம் சரி, ஆனால் மனிதர்கள் சமூக விலங்காயிற்றே. சமூகக் கூட்டுணர்வுக்கு இந்த சாகசங்களால் என்ன பயன்? உள்ளபடியே இல்லாதவருக்கு உதவி வாழும் பண்புகள்தானே இன்றைய மனிதருக்குத் தேவை? இன்னும் குறிப்பாக அறிவு வளர்ச்சி மிக முக்கியமில்லையா?

வில்சனின் கதையை முடிப்பதற்குள் குறுக்கே நுழைந்தால் என்ன செய்வது? துணிச்சலான கப்பி மீன்களுக்குக் காதல் கைகூடுவது பேரின்பந்தான். ஆனால் கதை காதலுடன் முடிவதில்லை, அவற்றிடம் குறிப்பான வேறு சிறப்பியல்புகளும் இருப்பதாகக் கண்ட வில்சனின் ஆய்வு இன்னுங்கூட முக்கியத்துவம் பெறுகிறது. இந்த மீன்கள்தான் பல இடர்ப்பாடு கடந்து பெற்ற உணவை மற்ற மீன்களுடன் பகுத்துண்டு வாழ்கின்றன என்கிறார் வில்சன். அதாவது கூடிவாழும் பண்பு இடர்த்தேர்வு கப்பி மீன்களுக்கே மிகுதி என்கிறார்! எதையும் மிக விரைவாகப் புரிந்து கொள்ளும் திறனும் இந்த மீன்களுக்கு அதிகம் என்கிறார்!

இதே செரிப்ரம் இதழில் பீட்டர் ட்ரெ என்பவரின் ஆய்வுரையும் இடம்பெறுகிறது. அவர் டிட் எனப்படும் பறவை இனத்தை ஆய்வு செய்தார். டிட் பறவைகளில் வேகமாகப் பறப்பனவற்றை

இடர்த்தேர்வுப் பறவைகள் என்றும், மந்தமாகப் பறப்பனவற்றைக் கூச்சப் பறவைகள் என்றும் வகை பிரித்தார். பறவைகளை வேலைகள் செய்யப் பயிற்றுவிக்கும் பறவைப் பயிற்றுனர்களிடம் இவ்விரு வகைப்பட்ட பறவைகளையும் ஒப்படைத்தார் பீட்டர். இடர்த்தேர்வு டிட் பறவைகளே பயிற்றுனர் தரும் பயிற்சிகளை மிக வேகமாகப் பயின்றன! அறிவுத் திறத்தில் மிளிர்ந்து நின்றன!

பீட்டர் பிறகு நாய்களிடம் சோதனை செய்தார். பல ஆபத்தான சூழல்களை அவற்றுக்குக் கொடுத்து, சோதனைகள் நடத்தி இடர்த் தேர்வு நாய்களையும் கூச்ச நாய்களையும் பிரித்தார். இரண்டுக்கும் பயிற்சியளித்து பார்வையிழந்தோரின் உதவிக்கு அனுப்பிவைத்தார். இடர்த்தேர்வு நாய்களே பார்வையிழந்த அந்த மனிதர்களுக்கு மாய்ந்து மாய்ந்து உதவின என்கிறார் பீட்டர்!

ஆக, இரைதேடல், காதல் உணர்வு, அறிவுத்திற மேம்பாடு, உதவும் நன்னோக்கம் என அனைத்திலும் ஒரு கூறாய் இருப்பது சாகசம்!

இந்த ஆராய்ச்சிகள் மனிதர்களிடமும் தொடர்ந்து நடைபெற்று வருகின்றன. கிடைக்கும் முடிவுகள் விலங்குகளிடம் செய்த ஆராய்ந்ச்சிகளைப் பெரிதும் ஒத்துள்ளன. இன்னும் மனித ஆராய்ச்சி முடியவில்லை என்றாலும், இந்தப் பயணம் இடர்த்தேர்வு மனிதர்களுக்கே வெற்றியளிக்கும் என்பதில் ஐயமில்லை.

நேச்சர் என்ற புகழ்வாய்ந்த அறிவியல் ஆய்விதழ்மனித டிஎன்ஏவில் காணப்படும் இருவகை மரபீனிகள் குறித்து ஆராய்ச்சி செய்து ஆய்வுரைகள் வெளியிட்டு வருகிறது. ஒன்று, சாகச மரபீனி (adventure gene), மற்றொன்று அலுப்பு மரபீனி (boring gene). சாகச மரபீனி கொண்டோரே புத்தம் புதியனவற்றை நோக்கி நகர்வதை ஆய்வுகள் உறுதிப்படுத்தி வருகின்றன. சாகச மனநிலை கொண்டோர் போதை மருந்துகளுக்கும் மதுவுக்கும் அடிமையாகும் வாய்ப்பு குறைவு என்கின்றன இந்த ஆய்வுகள். இந்த அடிப்படையில் மருத்துவர்கள் தரும் அறிவுரைகளை ஏற்று, ஐரோப்பிய நாடுகளில் பெற்றோர்கள் போதைப் பழக்கங்களில் மாட்டிக் கொண்ட பிள்ளைகளை மீட்கும் நோக்கில், அவர்களை மலையேற்றம், பக்கி ஜம்பிங் போன்ற சாகசச் செயல்களில் ஈடுபடுத்தும் போக்கு அதிகரித்து வருகிறது.

கூடிவாழும் பண்பு சாகச விலங்குகளுக்கு இருப்பது போல் மனிதர்களுக்கும் உண்டா என்ற சோதனைகளும் நடந்து வருகின்றன. உரங்குட்டான் குரங்குகளில் நடந்த ஆய்வுகள் இடர்த்தேர்வுப் பண்புக்கும் கூட்டுவாழ்வுப் பண்புக்கும் இடையிலான உறவை உறுதிசெய்துள்ளன என்றாலும், மனிதர்களிடம் இன்னும் முடிந்த பாடில்லை.

ஆராய்ச்சிகள் ஒரு பக்கம் இருக்கட்டும், நாம் நம் கண் முன்னே காண்கிறோம். சாலையில் ஒருவர் அடிபட்டுக் கிடக்கிறார். நாம் உண்டு நம் வேலையுண்டு நமக்கெதுப்பா இந்த போலீஸ் வம்பு தும்பெல்லாம் என நினைக்கும் கூச்ச மனிதர்கள் ஒதுங்கிப் பறந்து விடுவர். போலீசாவது, வேலையாவது சாகக் கிடக்கும் உயிரைக் காப்பாற்றுவதே முக்கியம் எனத் துணிந்து களமிறங்குவோர் இடர்த்தேர்வு மனிதர்களே!

தமிழகமெங்கும் சல்லிக்கட்டுப் போராட்டத்தில் ஈகஉணர்வுடன் கலந்து கொண்ட ஒவ்வொருவரும் இடர்த்தேர்வு மனிதர்களே! சென்னைக் கடற்கரையில் வெறிபிடித்த போலீஸ் கும்பல் தாக்கி இளைஞர்களைக் கடல் நோக்கித் தள்ளி முற்றுகையிட்டபோது, துணிந்து களமிறங்கிய மீனவர்களும் இடர்த்தேர்வு மனிதர்கள்தாமே?

ஆபத்தான சூழலைத் தவிர்ந்ப்பது யார்? அது கூச்சப்பட்டு ஒதுங்கிச் செல்லும் கூட்டமே என்பது நமக்கே தெரியும். இடர்த்தேர்வு என்பது பாட்டாளிகளின் சாகசப் பண்பாடு, கூச்சம் என்பது மேட்டுக்குடியினரின் அலுப்புப் பண்பாடு. வர்ண அடுக்கில் மேலிருந்து கீழே வரவர, இடர்த்தேர்வு பண்பாடு, எனவே பகுத்துண்டு வாழும் கூட்டுப்பண்பாடு மிகுந்து செல்லக் காணலாம்.

எனவே சல்லிக்கட்டில் களமிறங்கும் ஆகப் பெரும் தகுதி படைத்தோர் தலித் பெருமக்களே!

புரிகிறது, சாகசம் மாட்டுடன் சண்டையிடவும் பயன்படுகிறது, கூட்டுணர்வுக்கும் அறிவுக்குங்கூட பயன்படுகிறது என்பது புரிகிறது. ஆனால் விலங்குகளுடன் வாழ்ந்த பழங்கால மனிதர்களுக்கு வேண்டுமானால் அவற்றை மல்லுக்கட்டி அடக்கும் சாகச உணர்வு தேவைப்பட்டிருக்கலாம். விலங்கு ஆபத்தேதும் இல்லாமல் வாழும் இன்றைய நவீன மனிதனுக்கு எதற்கு இந்த மாட்டுச் சண்டை சாகசம்? இந்தக் கேடான சாகச உணர்வை மடைமாற்றிஅறிவு வளர்ச்சி போன்ற நல்லனவற்றுக்குப் பயன்படுத்திக் கொள்வதுதானே பகுத்தறிவு?

பரிணாம வளர்ச்சிக்கே உதவும் சாகச உணர்வு உயிர்களின் பிரிக்கவியலாத அடிப்படைப் பண்பு என்பதறிந்தோம். மார்க்சிய நோக்கில், மனிதச் சமுதாயம் நாம் திட்டமிட்டு வார்க்கும் அச்சுப்பதிப்பு அல்ல. பல மனிதர்களின் கூட்டில் செயல்படும் தொகுப்பியக்கம் அல்லது கூட்டியக்கம். நாம் நம் போக்குக்கு சாகச உணர்வை இதற்குப் பயன்படுத்தலாம், அதற்குப் பயன்படுத்தலாகாது

என்றெல்லாம் பிரித்து இயற்கையான சமூக இயங்கியல் போக்குக்குக் கட்டளையிட முடியாது. நமக்குப் பிடிக்கிறதோ இல்லையோ, அது அப்படித்தான். சாகச உணர்வு சிலரிடம் மாட்டுச் சண்டையில் வெளிப்படும், சிலரிடம் மலையேற்றத்தில், சிலரிடம் பாராசூட் குதிப்பில் வெளிப்படும். இந்த சாகசமே சிலரிடம் இன்னும் வளர்ந்து ஆபத்து நேரத்தில் உதவுவதில், அறிவு உழைப்பில் வெளிப்படும். இந்த சாகசமே இன்னும் மேம்பட்டு சிலரை மொழிப் போராட்டங் களிலும், சாதியொழிப்புக் களங்களிலும், விடுதலைப் போர்களிலும் கொண்டு போய் நிறுத்தும். இந்த சாகசக் குணங்களில் ஒன்றில்லாமல் மற்றது இல்லை. ஒன்றின் சங்கிலிப் பிணைப்பே மற்றது. இந்த அனைத்து சாகசக் குணங்களின் கலவையாக ஒருவர் இருக்கலாம். வேறொருவரிடம் ஏதோ ஒரு சாகசக் குணம் மட்டும் விஞ்சி வெளிப்படலாம். இயங்கியல் நோக்கில் இவற்றில் எந்த ஒன்றும் உயர்ந்ததும் இல்லை, தாழ்ந்ததும் இல்லை. மூட சாகசம், அறிவு சாகசம் என்ற சிந்தனைதான் அதீதப் பகுத்தறிவுவாதத்துக்கு வித்திடுகிறது. யாருக்கு எது சாகசமாக இருக்க வேண்டுமென முடிவு செய்யப் புறப்படுவது சமூகச் செயற்பாடுகளை இயற்கை இயங்கியலாகப் பார்க்காமல், வெறும் நாடக அரங்காகப் பார்க்க ஆசைப்படும் சிறுபிள்ளைத்தனமே ஆகும்.

இந்தக் கடின அறிவியலை எளிய எடுத்துக்காட்டின் உதவியில் புரிந்து கொள்ளலாம்.

சிகரம் என்பது தனித்து உதித்து நிற்பதில்லை. சிறு சிறு குன்றுகளும், அதன் மேல் உயர்ந்து செல்லும் பெருமேடுகளும், அதன் மேல் பெரும் மலைகளும் ஒன்றாய்ச் சூழ, அதற்கும் மேல் ஒய்யாரமாய் உயர்ந்து நிற்பதே சிகரம். அதே போல் கைவிட்டு மிதிவண்டி ஓட்டுதல், மாடுபிடிப்பு, மலையேற்றம் போன்ற சிறு சிறு சாகசங்கள், அதற்கு மேல் துணிந்து இறங்கும் தொழில்முனைவு, அஞ்சாது உயரும் வானேற்றம் போன்ற இன்னும் பெரிய சாகசங்கள் என வளர்வதுதான் சாதனை மனிதர்களின், விடுதலைப் போராளிகளின் பெரும் சாகசங்களாகக் கிளைவிட்டு வளர்ந்து, இறுதியில் அது வரலாற்று நாயகர்களின் வடிவத்தில் உச்சபட்ச சாகசமாக நெடிதுயர்ந்து நிற்கிறது.

நாம் சரியாகச் சொல்வோம், சல்லிக்கட்டிலும் குதிரையேற்றத்திலும் வெளிப்படும் அந்த சாகச உணர்வுதான் மனித இனத்தின் உச்சத்திற்கு அடிப்படை. அதுதான் தாலமுத்து நடராசனை ஈகியர்களாக்கியது. முத்துக்குமாரைத் தமிழீழத்துக்காக உயிர் துறக்கச் செய்தது. தமிழீழத்தில் பல கரும்புலிகளை உருவாக்கியது. டென்சிங்கை

எவரெஸ்ட் சிகரமேற்றியது. கொலம்பசை ஆபத்தான கடல் பயணத்தில் தள்ளியது. பீலேயைக் கால்பந்து மன்னனாக்கியது. ஐன்ஸ்டைனைச் சார்பியல் உச்சத்தில் நிறுத்தியது. ஆம்ஸ்ட்ராங்கை நிலவில் கால் பதிக்கச் செய்தது.பெரியாரையும் அம்பேத்கரையும் வர்ணப்புற்று மண்டிய இந்தியாவில் சாதியொழிப்பு வீரர்களாய்க் களமிறக்கியது. தமிழீழத் தலைவர் பிரபாகரனைத் தமிழர் வரலாற்றின் நாயகனாக்கியது. மார்க்சை முதலாளித்துவப் பூதமழிக்கும் கருத்துப் படைக்கலனாய் மூலதனம் படைக்கச் செய்தது. சமூக அறிவியல் நோக்கில், இயற்கை இயங்கியல் பார்வையில், இது ஒரு தொடர் சாகசச் சங்கிலி.

சல்லிக்கட்டு சாகசத்தின் பின்னணியில் இவ்வளவு அறிவியலா? வியப்பாய்த்தான் உள்ளது. சல்லிக்கட்டுக்குத் தடை கோருவது சனநாயக மறுப்பே எனத் தெளிவாகப் புரிகிறது. ஆனால் சல்லிக்கட்டில் சனநாயகம் இல்லாமல், அதன் சாகசச் சாதனைகள், தொன்மை பற்றி எல்லாம் பேசுவதில் என்ன பொருள்? சல்லிக்கட்டில் கலந்துகொள்ள ஆகப் பெரும் தகுதி படைத்தோர் தலித் மக்களே என முழங்குவது கேட்க நன்றாகத்தான் இருக்கிறது. ஆனால் அது ஒற்றைச் சாதியினரின் ஆதிக்கத்தில் இருப்பதை மறுக்க முடியுமா? மேலும், வீரமும் சாகசமும் ஆண்களுக்கு மட்டுமே எனக் கூறுவதில் என்ன சனநாயகம் உள்ளது?

சல்லிக்கட்டுக்கு ஆகப் பெரும் தகுதி படைத்தோர் தலித்துகளே எனச் சொல்வதில் இருந்தே, சல்லிக்கட்டில் சாதிச் சமத்துவம் வேண்டும் என்ற கோரிக்கையும் அடங்கியுள்ளது எனத் தெளிவாகப் புரிந்து கொள்ளலாம். அதே போல், சல்லிக்கட்டு ஒற்றைச் சாதியினரின் விளையாட்டு என்பதில் முழு உண்மை இல்லை என்றாலும், அங்கு சாதிய இறுக்கம் இருப்பதை மறுக்கவியலாது. தென் மாவட்டங்களில் தலித் மக்கள் மீது நடைபெறும் சாதியத் தாக்குதல்களுக்குச் சல்லிக்கட்டும் ஒரு காரணமாக இருப்பதைப் பல கள ஆய்வுகள் வெளிப்படுத்துவதும் உண்மையே. எதையும் மறைத்துப் பேச வேண்டியதில்லை. ஆனால் இதைக் காரணம் காட்டி சல்லிக்கட்டை ஒழிக்க வேண்டும் எனக் கூறுவதுதான் தவறு.

சாதியற்ற தமிழகத்தில் பிறந்த தமிழர்களின் ஏறுதழுவல் இன்று சாதியச் சேற்றில் மூழ்கிக் கிடப்பது உண்மை என்றாலும், நாம் நல்ல வருங்காலத்தில் நம்பிக்கை வைத்துள்ளோம். ஆம், சாதியற்ற தமிழ்ச் சமூகம் வருங்காலத்தில் மலரும் என்பதில் நம்பிக்கை வைத்துள்ளோம். அப்போது சல்லிக்கட்டிலும் சாதியழுக்கு நீங்கும்.

ஏன்? இப்போதே கூட தலித் சமூகத்தினர் தைப் பொங்கலை ஒட்டி பல தென்மாவட்டக் கிராமங்களில் சல்லிக்கட்டு நடத்தி வருகின்றனர். சாதியெல்லை கடந்த சமத்துவச் சல்லிக்கட்டைத்தான் நாம் விரும்புகிறோம். அது வரை சல்லிக்கட்டு உரிமை காப்பது கடமை என இளைஞர்கள் தெளிவாகவே புரிந்து வைத்துள்ளனர்.

தமிழ் இலக்கியத்தில் சாதியம் கலந்துள்ளது எனத் தமிழை அழிக்கச் சொல்வதற்கும், சல்லிக்கட்டில் சாதிய ஆதிக்கம் உள்ளது எனக் கூறி சல்லிக்கட்டை ஒழிக்கச் சொல்வதற்கும் எந்த வித்தியாசமும் இல்லை. தமிழர்களிடம் சாதி உள்ளது, எனவே தமிழர்களே அழிந்து விட வேண்டும் என்ற பெருங்கொடுமைக்கல்லவா இந்த வாதம் இட்டுச் செல்லும்.

எனவே ஒழிக்கப்பட வேண்டியது சாதியே தவிர, சல்லிக்கட்டன்று.

தமிழ்த் தேசம் ஒரு சாதியச் சமுதாயம் என்பதை ஏற்றுக் கொண்டால், அந்தச் சாதியம் விளையாட்டில் மட்டுமல்ல, அரசுத்துறை, நீதித்துறை, கல்வித்துறை என எங்கும் ஆதிக்கம் செலுத்தத்தான் செய்யும். அதற்காக நாம் அத்துறைகளையே அழித்து விடுவதில்லை. அங்கு இடஒதுக்கீட்டை உருவாக்கி சமூகநீதியை நிலைநாட்டிக் கொள்கிறோம்.

சல்லிக்கட்டென்ன? பார்க்கப் போனால், தமிழகமெங்கும் பரவியுள்ள கிட்டிப் புள், கோலிக்குண்டு, பாண்டி விளையாட்டுகளில் கூடத்தான் சாதியாதிக்கம், வர்க்க ஆதிக்கம் எல்லாம் இருக்கும். விட்டால் கில்லிக்கும், கோலிக்கும் தடை கேட்டுப் புறப்பட வேண்டியதுதானா?

கோயில் கருவறைகளில் ஒற்றைச் சாதி ஆதிக்கம் நிலவும் காரணத்தால் கோயிலையே அழிக்க நாம் கோருவதில்லை. அனைத்துச் சாதியினருக்கும் அர்ச்சகர் பயிற்சி கொடுத்து, அவர்களும் கருவறையில் நுழைவதற்கு உரிமைகோரி தொடர்ந்து போராடி வருகிறோம்.

ஏதோ ஒரு காரணத்தினால் மக்களை முட்டாள்களாக்கும் இந்தக் கோயில்கள் அழிக்கப்பட்டால் அதனை வரவேற்கலாந்தானே எனத் தோன்றலாம். இது எவ்வகையிலும் சமூகநீதியை நிலைநாட்டாது என அன்றாட நடைமுறைகள் நமக்கு உணர்த்துகின்றன.

தலித் மக்கள் கண்டதேவி கோயில் தேர் வடம் பிடித்து இழுக்கக் கூடாதென்ற தீண்டாமைக் கொடுமையை எதிர்த்துப் போராடினோம். நீதிமன்றத்திடம் உரிமையும் பெற்றோம். ஆனால் ஆத்திரமுற்ற ஆதிக்கச் சாதியினர் தேரோட்டத்தை நிறுத்தி விட்டனர். நின்ற தேரால்

மக்களிடம் மூடநம்பிக்கை ஒழியுமே எனக் கருதுவது அப்பட்டமான சமூகஅநீதி! கண்டதேவி தேரை ஓட விட்டு தலித் மக்களின் வழிபாட்டு உரிமையின் பக்கம் நிற்பதுதான் சமூகநீதி!

இதே அடிப்படையில்தான் எங்கெல்லாம் கோயில் நுழைவுக்கு தலித் மக்கள் உரிமை பெறுகிறார்களோ, அக்கோயில்கள் உடனே இழுத்து மூடப்படுகின்றன. இதனால் உடனே மக்களிடம் பகுத்தறிவு வளரும் என நினைப்பது மடமையல்லவா? தலித் மக்கள் போராடிப் பெற்ற உரிமையை நிலைநாட்டிக் காட்டுவதுதானே அறிவுடையாகும்?

இயக்குனர் சுசீந்திரன் அவரது ஜீவா திரைப்படத்தில் தமிழகக் கிரிக்கெட்டில் பார்ப்பனர்களின் ஆதிக்கத்தைத் தெளிவாக வெளிப் படுத்தினார். தமிழ்நாட்டிலிருந்து இந்தியக் கிரிக்கெட் அணியில் இதுவரை பார்ப்பனரல்லாதார் இடம்பெறவில்லை என்றாலும், சுசீந்திரன் கிரிக்கெட்டுக்குத் தடை கோரவில்லை. கிரிக்கெட்டில் ஒற்றைச் சாதியாதிக்கம் ஒழிய வேண்டுமென்றே படத்தை முடித்தார்.

சாதியாதிக்கத்தைக் காரணங்காட்டி சல்லிக்கட்டுக்குத் தடை கேட்கும் முற்போக்குவாதிகள் எவரும் பார்ப்பனர்களின் முழுக் கட்டுப்பாட்டில் உள்ள தமிழகக் கிரிக்கெட்டுக்கு இது வரை தடை கேட்கவில்லையே, ஏன்? அல்லது அப்படித் தடை கேட்டுப் போராட்டமேதும் எவருமறியாது நடந்ததா? தெரியவில்லை.

இந்திய விளையாட்டுகளில் சாதியாதிக்கமும் ஆணாதிக்கமும் உள்ளது போல் ஐரோப்பிய, அமெரிக்க விளையாட்டுகளிலும் ஆதிக்கங்கள் உண்டு. அங்கும் ஆணாதிக்கம் உண்டு. ஆனால் சாதியாதிக்கத்துக்குப் பதிலாகக் கறுப்பின மக்களுக்கு எதிரான வெள்ளையின ஆதிக்கம் உண்டு. ஒரு காலத்தில் ஒலிம்பிக் விளையாட்டுகளைப் பார்ப்பதற்குக் கூட பெண்களுக்குத் தடை இருந்தது. பிறகு விளையாடத் தடை இருந்தது. முதன் முதலாகப் பெண்கள் டென்னிஸ் விளையாட்டின் மூலந்தான் 1900 ஒலிம்பிக்கில் அறிமுகமானார்கள், அதுவும் குட்டைப் பாவாடை அணியக் கூடாது என்ற விதியுடன்! பிறகு ஒவ்வொரு விளையாட்டிலும் அறிமுகமானார்கள். இரண்டு ஒலிம்பிக் முன்புதான் பெண்கள் பளுதூக்கும் போட்டிகளில் காலடி வைத்தார்கள்.

அமெரிக்காவிலும், ஐரோப்பாவிலும் இனப்பாகுபாட்டுக் காலங்களில் கறுப்பின மக்கள் திறமையிருந்தும் விளையாட்டுகளில் இருந்து பெருமளவுக்குப் புறக்கணிக்கப்பட்டார்கள். ஆனால் தொடர்ச்சியான போராட்டங்களுக்குப் பிறகு இன்று அமெரிக்கர்களுக்கு ஒலிம்பிக் போன்ற பன்னாட்டு விளையாட்டுகளில் பெருமை சேர்த்துத் தருவோர் கறுப்பின மக்கள்தான்.

இவ்வளவுக்குப் பின்னும் இன்றுங்கூட கறுப்பர்களுக்கும் பெண்களுக்கும் அரசு தரும் மானியங்கள் சரிவர வந்து சேர்வதில்லை. வங்கிகள் இவர்களுக்கு விளையாட்டுக் கடன்கள் தரத் தயங்குகின்றன. இந்த அநீதிகளுக்கு எதிராகக் கறுப்பின மக்களுடன் சேர்ந்து சமூகநீதி எண்ணம் கொண்ட வெள்ளையர்களும் பெண்களும் தொடர்ந்து போராடி வருகின்றனர். இன்னும் இன்னும் விளையாட்டுப் போட்டிகளை சனநாயகப்படுத்தும் முயற்சிகளில் ஈடுபடுகிறார்களே தவிர, அப்போட்டிகளையே ஒழிக்கக் கோரவில்லை.

தென்னாப்பிரிக்காவில் நிறவெறி உச்சத்தில் இருந்த காலத்தில், திறமைமிக்க கறுப்பின கிரிக்கெட் வீரர்கள் பலரையும் வெள்ளை நிறவெறி அரசு புறக்கணித்தது. அது முழு முழு வெள்ளையர்க் கிரிக்கெட் அணியாகவே விளையாடி வந்தது. எனவே உலகக் கிரிக்கெட் அணிகள் தென்னாப்பிரிக்க அணியோடு விளையாடாமல் தவிர்த்தன. படிப்படியாக நிறவெறியில் மூழ்கியிருந்த அனைத்து தென்னாப்பிரிக்க விளையாட்டுப் போட்டிகளையும் புறக்கணித்தன. தொடர்ச்சியான போராட்டங்களுக்குப் பிறகு இன்று கிரிக்கெட் உள்ளிட்ட தென்னாப்பிரிக்க விளையாட்டு அணிகளில் கறுப்பின மக்கள் இடம்பெறக் காண்கிறோம்.

இதேபோல் தமிழகத்திலும் நமக்குத் தைப் புரட்சி சனநாயக வெளியைத் திறந்து விட்டிருப்பதைச் சல்லிக்கட்டு எதிர்ப்பாளர்களும் மறுக்க முடியாது. சல்லிக்கட்டுக்கு ஆதரவாகச் சென்னை மெரினாவிலும் மற்றத் தமிழக நகரங்களிலும் கூடிய இளைஞர்கள் பக்கத்தில் அமர்ந்திருப்பவரின் சாதி தெரியாமல் தமிழர்களின் உரிமைகளுக்கு ஒன்றாய்க் குரல் கொடுத்தார்கள். ஆண் பெண் தோழமை என்றால் என்ன என்பதை இளைஞர்கள் போராட்டத்தின் வாயிலாகத் தமிழர்க்கு உணர்த்தினர். ஆண் பெண் உறவைக் கொச்சைப்படுத்தி பெண்களின் சுதந்திர வெளியை மறுக்கும் ஆணாதிக்கப் பேதையர்களின் செவிட்டில் அறைந்தனர். இதுசல்லிக்கட்டுப் புரட்சி மூலம் தமிழகம் கண்ட பெரும் பலன்களில் ஒன்று.

இன்று நடைபெற்று வெற்றி பெற்றுள்ள போராட்டம் சல்லிக்கட்டு விளையாட்டை நாளை மெரினா கடற்கரையிலும் அரங்கேற்றும். தமிழக நகரங்களிலும் நடத்திக் காட்டும். அப்போது சல்லிக்கட்டு சாதிகடந்த விளையாட்டாகப் பரிணமிக்கும்.

தமிழீழப் போராட்டம் பெண்களைத் துவக்கு பிடிக்கச் செய்தது என்றால், தமிழகத்தின் சல்லிக்கட்டுப் புரட்சி தமிழச்சிகளையும் காளைகளின் திமில் பிடிக்கச் செய்யும்.

இந்தச் சமத்துவச் சல்லிக்கட்டை நேர்மையுடன் வளர்த்தால், நாளை ஒலிம்பிக்கில் ஐரோப்பியக் குதிரைகளுடன் தமிழர்களின் காளைகளும் சீறிப் பாயும்!

நாம் பகைவரை எதிர்த்து நடத்தும் போராட்டத் தீயில் பொசுங்குவது அவர்கள் நமக்குச் செய்யும் தீமைகள் மட்டுமல்ல, நமது பிற்போக்குப் பண்பாடுகளுந்தான் என்ற மாவோவின் கூற்றை மெய்ப்பித்துக் காட்டியுள்ளது சல்லிக்கட்டுப் புரட்சி!

சல்லிக்கட்டு நடத்தாவிட்டால், தெய்வக் குத்தமாகி விடும், பஞ்சம் உண்டாகும் என்றெல்லாம் கிராம மக்கள் கூறுகிறார்கள். சல்லிக்கட்டுக் காளைகளை வைத்துக் கோயில் வழிபாடு வேறு செய்கிறார்கள். பார்த்தால், இது இந்துக்களின் விளையாட்டு போலல்லவா தெரிகிறது?

சல்லிக்கட்டு என்றல்ல, உலகின் எந்த விளையாட்டுக்கும் இது பொருந்தும்.

மீசோஅமெரிக்கப் பழங்குடியினர் 3000 ஆண்டுகளுக்கு முன் ஒருவகைப் பந்து விளையாட்டை விளையாடினர். அந்தப் பந்தைச் சூரியனாகக் கருதுவர். அந்தப் பந்தை உருட்டி இரு அணிகளும் கோலடித்து விளையாடுவர். இறுதியில் தோற்கும் அணியின் தலைவரைக் கடவுளுக்குப் பலி கொடுப்பர். அப்போதுதான் நாடு செழிக்கும் என்பது அவர்களின் நம்பிக்கை. பந்தை இடுப்பில் தட்டியும், குச்சியால் தட்டியும் அவர்கள் அன்று விளையாடிய விளையாட்டுதான் இன்றைய டென்னிஸ், ஆக்கி, கால்பந்து உள்ளிட்ட பல விளையாட்டுகளுக்கும் அடிப்படையாக அமைந்தது. ஆனால் இன்று இறைவழிபாடோ, பலிகொடுத்தலோ இந்த விளையாட்டுகளில் இல்லை. அதற்குக் காரணம் மனிதச் சமூகத்தில் ஏற்பட்டுள்ள அறிவியல் வளர்ச்சியும், அந்த விளையாட்டுக்கள் உலகெங்குங்கும் பரவியதால் அவற்றில் ஏற்பட்டுள்ள சனநாயகத் தன்மையுமே ஆகும்.

தமிழகத்தில் கபடி விளையோடுவோர் மண்ணைத் தொட்டு வணங்கி கபடி பாடத் தொடங்குவதைக் காணலாம். அதனாலேயே அது ஆத்திகர்களின் விளையாட்டு ஆகி விடாது, அல்லது நாத்திகர்களுக்கு எதிரான விளையாட்டும் ஆகிவிடாது.

பொங்கலைத் தமிழர் திருநாள் என்கிறோம். ஆனால் பொங்கலின் ஒரு பகுதியாகச் சூரிய வழிபாடும் உள்ளது. அதனாலேயே ஒரு குறிப்பிட்ட சமயத்துக்கான பண்டிகையாகப் பொங்கலை எவரும் கருதுவதில்லை. கிறித்துவர்கள் தேவாலயங்களில் கர்த்தரை வணங்கிப் பொங்கல்

படைக்கின்றனர். மசூதிகளில் இசுலாமியர்கள் அல்லாவைத் தொழுது பொங்கல் படைக்கின்றனர். ஆளூர் ஷா நவாஸ் சொல்வது போல், சூரிய வழிபாடு இருப்பதாலேயே இசுலாமியர் பொங்கலைத் தவிர்ப்பது தவறு. இசுலாமிய மார்க்கத்துக்கு உடன்படாத சடங்குகளைத் தவிர்த்துவிட்டு இசுலாமியர்கள் பொங்கல் கொண்டாடி தமிழ்ப் பண்பாட்டில் கலப்பதே தமிழர் ஒற்றுமைக்கு நல்லது என்கிறார். உண்மை முனைப்புடனும் உவகையோடும் கூடிக்களித்துப் பொங்கல் கொண்டாடுவது நாத்திகர்களே.

சல்லிக்கட்டில் கோயில் வழிபாடு உள்ளது என்பதாலேயே அது இந்து விளையாட்டாகி விடாது. பார்க்கப் போனால் கிறித்துவத் தேவாலயங்களில் காளைக்குப் பூசை செய்து சல்லிக்கட்டில் களமிறக்கும் பழக்கமும் உண்டு. ஏர்வாடி, கீழக்கரைப் பகுதிகளில் இசுலாமியர்கள் நடத்தும் சல்லிக்கட்டுகள் உண்டு. எனவே சல்லிக்கட்டுக்கு இந்துச் சாயம் பூசப் பார்ப்பது ஆபத்தானது, நாமே முனைந்து தமித்தேசிய விளையாட்டை இந்துத்துவத்துக்குத் தாரை வார்த்துக் கொடுக்கத் தேவையில்லை.

சல்லிக்கட்டு தமிழகமெங்கும் பரவி பொதுத்தன்மையை அடைய அடைய, அதில் சாதியமும் மதமும் ஆணாதிக்கமும் இயல்பாகக் கரைந்து போகும்.

ஒரு காலத்தில் தமிழ்த் தேசியர்கள் மட்டுமே சல்லிக்கட்டை ஆதரிக்கும் நிலை இருந்தது. இன்று மாணவர்களின் போராட்டம் சல்லிக்கட்டுக்கு அந்தப் பொதுத்தன்மையை ஏற்படுத்திக் கொடுத்துவிட்டது. எனவே சல்லிக்கட்டு மதங்கடந்து, சாதிகடந்து சென்று விட்டதை உணரும் பெரியாரியப் பகுத்தறிவாளர்கள் பலரும் சல்லிக்கட்டின் பக்கம் வரத் தொடங்கியிருப்பது தமிழர் ஓர்மைக்கு அறிகுறி.இந்த ஒற்றுமை மற்றத் தமிழ்த் தேசியக் கோரிக்கைகளுக்கும் தொடரும் என எதிர்பார்ப்போம்.

தமிழ்த் தேசியர்கள் தொடக்கத்திலிருந்தே சல்லிக்கட்டை ஆதரிப்பதாகக் கூறுவது புரிகிறது. ஆனால் அவர்கள் தன் வீட்டுப் பிள்ளைகளை அனுப்பாமல் சல்லிக்கட்டை ஆதரிப்பது புரியவில்லையே?

சல்லிக்கட்டு சாகசம் செய்யும் உரிமை அதை விளையாடும் மாடுபிடி வீரர்களுக்கு உண்டு, அந்த வீரத்துக்குத் தடை போட தில்லிக்கு எந்த உரிமையும் இல்லை என்பதே தமிழ்த் தேசியர்களின் நிலைப்பாடு. தமிழர் ஒவ்வொருவரும் சல்லிக்கட்டில் கலந்து கொண்டே ஆக வேண்டும் எனத் தமிழ்த் தேசியர் எவரும் கூறவில்லை. தமிழர்களின்

பிள்ளைகள் சல்லிக்கட்டு என்றில்லை, அவர்கள் விரும்பும் சாகச விளையாட்டில் முறையான பயிற்சி பெற்றுக் கலந்து கொள்வதில் எத்தடையும் இல்லை. சல்லிக்கட்டுங்கூட நமது போராட்டங்களின் விளைவாய்த் தமிழகம் எங்கும் பரவுகையில் தமிழ்த் தேசியர் உள்ளிட்ட தமிழர் வீட்டுப் பிள்ளைளில் பலரும் கட்டாயம் பங்கேற்பர்.

சல்லிக்கட்டு, சிலம்பாட்டம் உள்ளிட்ட வீர விளையாட்டுகளையும், ஒயிலாட்டம், கரகாட்டம், பறையிசை உள்ளிட்ட நாட்டுப்புறக் கலைகளையும் தமிழக அரசும் தமிழர்களும் போற்றிப் பாதுகாக்க வேண்டும்.

எல்லாவற்றுக்கும் மேல், தமிழ்த் தேசியர்களுக்கு ஏறுதழுவல் குறித்த வரலாற்றுப் பெருமிதம் வேண்டும். நாம் ஐந்தாயிரம் ஆண்டு விளையாட்டு ஒன்றுக்குச் சொந்தக்காரர்கள் என்ற தமிழினச் செருக்கு வேண்டும். வெறும் முந்நூறு நானூறு ஆண்டுப் பழமைகளை, கலைகளைக் காட்டிபெருமைகொள்ளும் உலக நாடுகளின் நடுவில், என் மொழியும் கலையும் விளையாட்டும் வீரமும் காதலும் இவ்வளவு பழமையானவை எனச் சொல்லி நம்மினத்தை உலகில் தூக்கி நிறுத்த வேண்டும். குழலினிது யாழினிது என என் 2000 அகவைக் கிழவன் பாடிய அந்தத் தமிழ்ச் சொற்கள் இன்றும் எனக்குப் புரிகிறது, நாலாயிரம் ஐந்தாயிரம் ஆண்டுமுன் என் முன்னோர் தழுவிய அதே காளைத் திமில்களை நானும் இன்று தழுவி நிற்கிறேன் என்பதெல்லாம் சாதாரணச் செய்திகளா? உலகின் ஒரு சில இனங்களுக்கு மட்டுமே வாய்க்கும் அரும்பேறிது எனத் தமிழர் உணர வேண்டும், மற்றத் தமிழருக்கும் உணர்த்த வேண்டும். தமிழும் காளையும் ஐந்தாயிரம் ஆண்டாய் என் தமிழின வாழ்வோடு கலந்து விட்டன, அவை இன்னும் பல்லாயிரம் ஆண்டுக்கு என் மக்களோடும் மண்ணோடும் கலந்து நிற்கும் என இந்தியத்துக்கும் உலகுக்கும் உரத்துச் சொல்ல வேண்டும்.

அதேநேரத்தில் சல்லிக்கட்டை எதிர்க்கும் சனநாயக உரிமை தமிழ்த் தேசத்தில் யாருக்கும் உண்டு. ஆனால் தமிழ்த் தேசிய அரசியலில் சல்லிக்கட்டு எதிர்ப்பைப் பிழைப் பார்வையாகவே கருத முடியும்.

தமிழகத்தில் காவிரிச் சிக்கல், கல்விக் கொள்ளை, தமிழ் அழிப்பு, இந்தி ஆங்கிலத் திணிப்பு, சாதியக் கொடுமைகள் எனப் பல பிரச்சினைகள் இருக்கையில், சல்லிக்கட்டுக்காக இப்படி முட்டி மோதிப் போராடுவது சரியா?

தொடக்கத்திலேயே கண்டது போல், இது திட்டமிட்டு ஒரு தலைமையின் கீழ் உருவான போராட்டமன்று.

புவியின் அடியாழத்தில் ஓடிக் கொண்டிருக்கும் அக்கினிக் குழம்பு நிலத்தை எப்போது துளைப்பது, எங்கே பீறிட்டெழுவது என்றெல்லாம் திட்டமிட்டுக் கொண்டு வெடித்துச் சிதறுவதில்லை. அது இயற்கையின் தன்னெழுச்சிச் சீற்றம்.

அதேபோல், தமிழகச் சிக்கல்கள் முற்றி வருகின்றனவே என மனம் வெதும்பி தமிழகத்தின் மூலை முடுக்குகளில்அக்கினிக் குஞ்சுகளாய்க் கனன்று கொண்டிருந்த மாணவர்களுக்குப் பீறிட்டெழ ஒரு காரணம் தேவைப்பட்டது. அது சல்லிக்கட்டில் வெடித்தது, அவ்வளவுதான். ஆனால் இந்தச் சல்லிக்கட்டுத் தடைதான் பெப்சி கோக் எதிர்ப்புக்குக் காரணமாயிற்று. சாதி, பாலினம் கடந்து தமிழ் இளைஞர்களைப் பிணைத்துள்ளது. அரசினை எதிர்த்துக் காரியம் முடியும்வரை விடாப்பிடியாகப் போராடக் கற்றுக் கொடுத்துள்ளது. தமிழகம் எங்கும் காவிரி உரிமை, கல்வியுரிமை எனக் கோரிக்கை முழக்கங்கள் வெகுமக்களிடம் நீண்டு சென்றதற்குக் காரணம் சல்லிக்கட்டு என்ற ஒற்றைக் கோரிக்கையே என்பதை மறந்துவிடலாகாது.

மேலும், இந்தத் தமிழ் இளைஞர்கள் தாங்கள் நேரில் அனுபவிக்கும் புதிய கல்விக் கொள்கை முதல் கல்விக் கொள்ளை வரையிலான கல்விச் சிக்கல்கள் எதற்கும் குரல் கொடுக்கவில்லையே என்ற ஏக்கம் இருக்கலாம். ஆனாலும் அவர்கள் அதையும் தாண்டி, தமிழகத்தில் எங்கோ நடக்கும் பாமர மனிதர்களின் விளையாட்டு உரிமைப் பிரச்சினையைத் தங்கள் பிரச்சினையாக வரித்துக்கொண்டு போராடியது பெருஞ்சிறப்பு வாய்ந்ததாகும். இதையும் தாண்டி, சல்லிக்கட்டு எங்கோ ஓரிரு இடங்களில் மட்டும் நடக்கும் நிகழ்வுதானே, இது எப்படி ஒட்டுமொத்தத் தமிழகத்தின் கோரிக்கை யாகும் என்று கேட்டவர்களுக்கும் இந்த மாணவர் போராட்டம் விடையிறுத்துள்ளது. இது வட்டாரப் பிரச்சினை அல்ல, தமிழ்த் தேசியத்தின் பண்பாட்டுப் பிரச்சினை, தமிழர்களின் ஓர்மைப் பிரச்சினை எனத் தெள்ளத் தெளிவாகக் காட்டிவிட்டது.

தமிழ்த் தேசியம், தமிழர் ஓர்மை என்றெல்லாம் கூறுவது மிகைக்கூற்றில்லையா? சல்லிக்கட்டுக்காக மட்டும் நடைபெற்ற போராட்டத்தில் இந்த அதீதக் கருத்துத் திணிப்பெல்லாம் எதற்கு?

சல்லிக்கட்டுப் போராட்டத்தில் எவரும் தமிழ்த் தேசியக் கருத்துக்களைத் திணிக்கவில்லை. அது அங்கு இயற்கையாக முகிழ்ந்தது என்பதே சல்லிக்கட்டுப் புரட்சி உணர்த்தும் அடிப்படைச் செய்தி.

மதுரையில் அஜீத் ரசிகர் மன்றம் சல்லிக்கட்டுக்கு ஆதரவாகப் பட்டினிப் போராட்டம் நடத்தியது. போராட்டப் பந்தலில் அமர்ந்திருந்த இளைஞர் ஒருவரிடம் செய்தியாளர் ஒருவர், சல்லிக்கட்டு எதற்கு வேண்டும் என விரும்புகிறீர்கள் எனக் கேட்டார். சல்லிக்கட்டு ஆதரவு என்பதெல்லாம் பிறகுதான். இது என் சட்டை, நான் கிழித்துக் கொள்வேன், கழற்றி எறிவேன், அதைக் கேட்கமத்திய அரசு யார்? எனத் திருப்பிக் கேட்டார் அவர்.

சென்னை மெரினாவில் ஓர் இளைஞர் பேசினார், பன்னீர் செல்வமே, சல்லிக்கட்டுக்குச் சொந்தமாகச் சட்டமியற்ற அதிகாரமில்லை என்கிறீர்கள், தில்லிக்குக் காவடி எடுக்கிறீர்கள், அப்படியானால் உங்களுக்குச் சட்டமன்றம் எதற்கு, 234 எம்எல்ஏக்கள் எதற்கு?

இந்த எளிய இளைஞர்களின் இத்தகைய கேள்விகளில்தான் தமிழ்த் தேசியத்தின் உண்மைகளும் புதைந்துள்ளன. இதைப் புரிந்துகொள்ள அவர்களுக்கு எந்த இசங்களும் தேவையில்லை. தில்லியின் ஒற்றையாட்சிக் கொடுங்கோண்மை கூடிய விரைவில் தமிழ்த் தேசியப் பாடத்தைத் தமிழ் இளைஞர்களுக்கு நன்றாகவே கற்றுத்தரும். அது தமிழ்த் தேசிய அரசியலுக்கு இளைஞர்களை அணிதிரட்டிக் கொடுக்கும். மாடுபிடிப்பதற்கான போராட்டம் நாடுபிடிப்பதற்கான போராட்டமாக அப்போது மாறும்.

சல்லிக்கட்டுப் போராட்டம் – முழுமைத் தமிழ்த் தேசியப் புரட்சியா? கட்டாயம் இல்லை. ஆனால் உறுதியாக, விடுதலை என்ற தமிழ்த் தேசிய இலக்கு நோக்கிய பயணத்தில் ஒரு படி!

•

(கட்டுரையாசிரியர் ஒரு தமிழியச் சிந்தனையாளர். பல ஆங்கில நூல்களையும் கட்டுரைகளையும் மொழிபெயர்த்திருக்கிறார். தமிழ் வழியாக எளிய முறையில் ஆங்கிலம் கற்றுக்கொடுத்து வருகிறார். இவருடைய சமீபத்திய நூல், 'நலங்கிள்ளியின் ஆங்கில ஆசான்', கிழக்கு பதிப்பகம்.)

மக்கள் எழுச்சியின் மறுபக்கம்

கவிதா முரளிதரன்

மக்கள் எழுச்சி பற்றிய வரலாற்றுப் பக்கங்களில் தமிழ்நாட்டில் நடந்த தைப்புரட்சிக்கும் நிச்சயம் ஓரிடம் இருக்கும். சமூக ஊடகங்கள் காரணமாக இரானில், துனிஷியாவில், எகிப்தில் மக்கள் போராட்டம் வெடித்த போதெல்லாம் இப்படியொரு வரலாற்றுத் தருணம் தமிழகத்தில் சாத்தியமா என்று அந்த ஜனவரி 17 வரையில் எல்லோரையும் போல நானும் நம்பிக்கையற்றுதான் இருந்தேன். தைப்புரட்சி அந்த நம்பிக்கையின்மையைத் தகர்த்தெறிந்தது. ஆனால் இரானில், துனிஷியாவில், எகிப்தில் நிகழ்ந்த மக்கள் எழுச்சி நேரடியாக அந்த நாட்டை ஆள்பவர்களோடும் அவர்கள் மீதிருந்த வெறுப்போடும் தொடர்புடையது. அரசியலற்ற போராட்டம் என்று வரையறுக்கமுடியாது என்னும் போதிலும் தைப்புரட்சி ஒரு கலாசாரக் காரணத்தை அடிப்படையாகக் கொண்டது.

தமிழ்நாட்டின் சில மாவட்டங்களில் மட்டும் விளையாடப்படும் ஒரு கலாசார விளையாட்டுக்கு ஆதரவாக ஒட்டுமொத்த தமிழகமே திரண்டு போராட்டத்தில் குதித்தது. ஒரு வாரம் நீடித்த போராட்டத்தில் ஒரு கட்டத்தில் ஏழு லட்சம் பேர் கலந்து கொண்டிருக்கிறார்கள். அலைபேசி வெளிச்சத்தில் மெரினா மூழ்கிய புகைப்படம் எல்லோரையும் போலவே என்னையும் சிலிர்க்க வைத்தது. அரசியல் நீக்கம் செய்து கொண்ட நடுத்தர வர்க்க, உயர்நடுத்தர வர்க்கத்தினரைக் கூட இந்தப் போராட்டம் விட்டுவைக்கவில்லை. அடுக்குமாடி குடியிருப்புகளில் ஜல்லிக்கட்டுப் போராட்டத்துக்கு ஒரு நாள் சென்று

வந்தது முக்கியமான ஸ்டேட்டஸ் குறியீடானது. கல்லூரிகளிலும் பள்ளிகளிலும் ஜல்லிக்கட்டுப் போராட்டம்தான் பேசுபொருளானது. ஜல்லிக்கட்டை எதிர்த்த அமைப்புகளும் போராட்டத்தில் பங்கெடுத்துக் கொண்டன. சமகால அரசியல் பங்களிப்பின் ஒட்டு மொத்தக் குறியீடாகப் போராட்டமும், தமிழ் கலாசாரத்தின் கிட்டத்தட்ட ஒற்றை அடையாளமாக ஜல்லிகட்டும் மாறியிருந்தது.

போராட்டம் நடந்த நாள்களுள் ஒன்றில் செங்கல்பட்டுக்கு அருகிலிருந்த ஒரு பெண்கள் கல்லூரியில் ஒரு நிகழ்வுக்கு விருந்தினராகச் சென்றிருந்தேன். வளாகத்துக்குள் போராட்டம் நடத்தலாமா வேண்டாமா என்று மாணவிகள் பேசிக்கொண்டிருந் தார்கள். வெளி மாநிலத்திலிருந்து ஒரு மாணவி, 'கிளாஸை கட் பண்ண போராட்டம் நடத்தலாம்னு ஜாலியாதான் சொன்னேன். அதுக்கு என் தோழி உனக்கு தமிழ் கலாசாரத்தைப் பத்தி என்ன தெரியும்? இப்படிப் பேசி அவமானப்படுத்தாதேன்னு சண்டை போடறா' என்று புலம்பினார். ஒரே நாளில் எல்லாத் தளங்களிலும் தமிழ் கலாசார கொடி பட்டொளி வீசிப் பறந்தது.

ஒரு மார்க்சியவாதியாக இந்தப் போராட்டம், இந்த மக்கள் எழுச்சி என்னைப் பரவசப்படுத்தியிருக்க வேண்டும். அரசியல் தொடர்போ ஊடகத் தொடர்போ இல்லாத எல்லாக் குடும்ப உறுப்பினர்களையும் அது பரவசப்படுத்தியிருந்தது. ஆனால் மெரினாவில் போராட்டக் காரர்கள் கைது செய்யப்பட்டுக் கலைக்கப்படுகிறார்கள் என்று இறுதி நாள் தகவல் வரும் வரையில் மெரினாவுக்குச் செல்லவேண்டும் என்று எனக்குத் தோன்றவேயில்லை. அந்தக் காலை கைது செய்யப் படுகிறார்கள் என்று சக ஊடகவியலாளர்கள் தகவல் சொன்ன பிறகே மெரினாவுக்குக் கிளம்பினோம். அன்று 5000 பேர் கடல் ஓரமாக நின்று கொண்டிருந்தார்கள். அப்துல் கலாமின் படத்தையும் கறுப்புக் கொடியையும் சில பதாகைகளையும் ஏந்தியபடி அந்தக் கூட்டம் இருந்தது. மெரினா தவிர சுற்றிலும் எல்லா இடங்களிலும் கலவரம் வெடித்துக்கொண்டிருந்தது. மெரினாவுக்கு வரும் எல்லாப் பாதைகளையும் காவல்துறை அடைத்து வைத்தது. போராட்டக் காரர்கள் மீது அதிகார வர்க்கத்துக்கு இருந்த அத்தனை கோபத்தையும் அன்று நடுக்குப்பம் வாங்கிக்கொண்டது.

மூன்று மணி நேரங்களுக்குப் பிறகு மெரினாவிலிருந்து கிளம்பி வீட்டுக்குப் போகும்போது எவ்வளவுதான் இந்தப் போராட்டத்தின் மீது ஆர்வம் இல்லாமல் இருந்தாலும் இப்படியொரு மக்கள் எழுச்சி இவ்வளவு வலியோடும் அநீதியோடும் முடிந்திருக்கக்கூடாது என்று மட்டும் தோன்றிக் கொண்டே இருந்தது.

•

போராட்டம் தொடங்கிய நாளிலிருந்து இது பற்றிய தீவிரமான விவாதங்கள் பத்திரிக்கையாளர்களுக்கான பல வாட்சப் குழுக்களில் நடந்துகொண்டிருந்தன. போராட்டத்தை முதல் நாளிலிருந்து கவர் செய்துகொண்டிருந்த, தொடர்ந்து அங்கிருந்த சில பத்திரிக்கை யாளர்கள் திரும்பத் திரும்பச் சொன்ன விஷயம் ஒன்றுதான்: இந்தப் போராட்டம் ஜல்லிக்கட்டுக்காக நிகழ்ந்த போராட்டம் மட்டுமல்ல, மக்களுக்குப் பல பிரச்னைகளின் மீதிருந்த கோபத்துக்கான வெளிப்பாடும் வடிகாலும்தான் அப்படி வெடித்திருக்கிறது. அதனால் தான் இப்படியொரு மகத்தான எழுச்சியை அடைய முடிந்திருக்கிறது.

அந்தந்த காலகட்டங்களில் அந்தந்த கோபங்கள் வெளிப்பட்டிருந்தால் இன்னமும் சிறப்பாக இருந்திருக்கும் என்று மட்டுமே எனக்கு அப்போது தோன்றியது. பண மதிப்பிழப்பின் மீதான ஒரு சாராரின் கோபம் ஜல்லிக்கட்டுப் போராட்டத்தில் வெளிப்பட்டிருந்தால் அதனால் என்ன பயன் இருக்கமுடியும்? உழைத்துச் சம்பாதித்த பணத்தைப் பெற நீண்ட வரிசையில் எந்த எதிர்ப்புணர்வும் இன்றி நிற்கும் நாம்தான் ஜல்லிக்கட்டுப் போராட்டத்தில் அந்தக் கோபத்தை வெளிப்படுத்தினோம் என்று மார்தட்டிக் கொள்கிறோம். தீவிரமான அரசியல் பிரச்னைகளில் நமது கோபம் வெளிப்படாத வகையில் எது நம்மைத் தடுக்கிறது என்பதை ஒரு சமூகமாகச் சுய பரிசோதனை செய்து கொள்ள வேண்டிய தேவை இருக்கிறது. மௌனத்தைப் போல அதிகாரத்தைப் பலப்படுத்துவது வேறொன்றும் இல்லை என்கிறார் லியனார்டோ டா வின்ச்சி. நாம் வாய்ப்பைத் தவறவிடும் ஒவ்வொரு நேரத்திலும் அதிகாரம் சற்றே கூடுதலாகத் தன்னை வலுப்படுத்திக்கொள்கிறது. பின்னர் ஜல்லிக்கட்டுப் போராட்டம் போன்ற ஒன்று நிகழும்போது அதன் மீது அதிகாரத்தின் நச்சுக் கரங்களைக் கூடுதல் அழுத்தத்தோடு பரவவிடுகின்றன.

ஜல்லிக்கட்டுப் போராட்டத்தைத் தொடர்ந்து கவனித்து வந்த, கிட்டத்தட்ட எல்லா நாட்களும் பங்கெடுத்து வந்த ஒரு தோழர் சொன்ன விஷயம் மிகவும் தொந்திரவு செய்தது. போராட்டம் நடந்த அத்தனை நாட்களிலும் கெட்ட வார்த்தைகளை, குறிப்பாகப் பெண்களை இழிவாகச் சுட்டும் கெட்ட வார்த்தைகளைப் போராடிய வர்களில் ஒரு சாரார்ச் சகஜமாக பயன்படுத்தினார்கள் என்பதுதான் அந்தச் செய்தி. கெட்ட வார்த்தைகள் எழுதிய பதாகைகளை ஏந்தினார்கள். கெட்ட வார்த்தைகளாலான கோஷங்களை எழுப்பினார் கள். அந்தக் கோஷங்களை அங்கிருந்த குழந்தைகளும் எழுப்பின. தமிழ் கலாசாரத்தின் அடையாளம் காக்கும் ஒரு போராட்டத்தில் எந்தப் பிரச்னையும் இல்லாமல் பெண்களை இழிவுபடுத்தும் கெட்ட

வார்த்தைகளைப் பேச முடியுமென்றால் நாம் உண்மையில் தமிழ் கலாசாரம் என்று எதை அடையாளம் காட்டுகிறோம்?

•

ஜல்லிக்கட்டு ஒரு பாரம்பரிய விளையாட்டு. 2000களின் ஆரம்பத்தில் தான் நான் அலங்காநல்லூரில் ஜல்லிக்கட்டைப் பார்த்தேன். அதற்குமுன்பு எனக்கு அந்த விளையாட்டைப் பற்றிய எல்லா மனப்பதிவுகளும் திரைப்படங்கள் மூலமாகவே உருவாகின. வீரபாண்டிய கட்டபொம்மனில் யாருமே அடக்க முடியாத பத்மினியின் காளையை அடக்கி அவரது காதலனாகிறார் ஜெமினி கணேசன். முரட்டுக் காளையில் மாட்டை அடக்கி தனது வீரத்தைக் காட்டுகிறார் ரஜினிகாந்த். பிறகு விருமாண்டியில் மாட்டை அடக்குவதன்மூலம் அன்னலட்சுமியின் மனதில் இடம்பிடிக்கிறார் கமல்ஹாசன்.

இந்தப் படங்களிலெல்லாம் ஜல்லிக்கட்டு என்பது வீரத்தின், ஆண்மையின் அடையாளமாக இருந்தது. மாட்டை அடக்குவதன் மூலம் அந்த மாட்டுக்கு உரிமையாளரான பெண்ணின் 'திமிரை' அடக்கி அவளைக் காதலியாக்கும் ஆண்களின் வீரத்தின் அடையாள மாகத்தான் ஜல்லிக்கட்டு பெரும்பாலான திரைப்படங்களில் இருந்திருக்கிறது.

சிங்காரவேலன் என்றொரு கமல் படம். அதில் முரண்டு பிடிக்கும் மாடுகளிடத்தில் சொன்னபடி கேளு என்றொரு பாட்டைப் பாடுவார் கமல்ஹாசன். படத்தின் இறுதியில் நடக்கும் முதலிரவு காட்சியில் கொஞ்ச நேரம் பேசிக்கொண்டிருக்கலாமே என்று கேட்கும் குஷ்புவிடமும் அதே பாட்டைதான் பாடுவார். கையில் மாட்டை அடக்கும் சாட்டையும் இருக்கும். மாட்டைக் கையாள்வது போலவே ஒரு பெண்ணையும் கையாண்டு, அதற்குப் பிரியம் என்று பேர் சொல்வது எத்தனை பெரிய நகைமுரண்? இந்தப் பெண் வெறுப்பை எப்படிப் புரிந்துகொள்வது?

ஜல்லிக்கட்டு என்பது ஆண்மை, வீரத்தின் வெளிப்பாடு என்றால் அதை எல்லோருக்குமான தமிழ் அடையாளமாக எப்படிச் சொல்லமுடியும்? சங்க இலக்கியத்தில் ஜல்லிக்கட்டு பற்றி சில பாடல்கள் உள்ளன. அதைவிட அதிகமாகக் காதல் பற்றிய பாடல்கள் உள்ளன என்பது நம் எல்லோருக்குமே தெரியும். ஆனால் ஜல்லிக்கட்டைத் தமிழ் கலாசார மாகக் கொண்டாடும் நாம் ஏன் காதலைத் தமிழ் அடையாளமாக ஏற்றுக்கொள்ள மறுக்கிறோம்? தமிழ் கலாசாரத்தைக் காக்க மெரினாவில் களம் கண்டவர்களில் பெரும்பாலானவர்கள் ஏன்

தொடர்ந்து தமிழ்நாட்டில் நடக்கும் ஆணவக் கொலைகளை மௌனத்துடனேயே கடக்கிறார்கள்?

ஜல்லிக்கட்டில் சாதி இல்லை என்று நம்மில் எத்தனை பேர் உறுதியாகச் சொல்ல முடியும்? அலங்காநல்லூர், பாலமேடு, அவனியாபுரம் என்று அரசே பொறுப்பெடுத்து நடத்தும் ஜல்லிக்கட்டுகளைத் தவிர ஏனைய இடங்களில் நடக்கும் விளையாட்டுகளில் சாதியின் கோர முகம் எப்படித் தலைவிரித்தாடுகிறது என்பதைத் தெரிந்துகொள்ள அந்தப் பகுதிகளுக்கு ஒரு முறை சென்று வந்தாலே போதும்.

கடந்த 40 வருடங்களாக ஜல்லிக்கட்டில் பங்கெடுப்பதில்லை என்று முடிவு செய்திருக்கிறார்கள் மதுரை அருகில் உள்ள ஜீவா நகரைச் சேர்ந்த தலித் மக்கள். அதற்கு அவர்கள் சொல்லும் காரணம், எப்போதாவது ஆதிக்கச் சாதியினரைச் சேர்ந்தவர்களின் மாடுகளை தலித் இளைஞர்கள் அடக்கிவிட்டால் அதன் பிறகு வெடிக்கும் வன்முறையை அவர்களால் கையாள முடிவதில்லை என்பதுதான்.

1983ல் பாலமேட்டில் ஜல்லிக்கட்டு நடந்த நாளன்று மாணிக்கம் பட்டியைச் சேர்ந்த காட்டுராஜா என்கிற தலித் இளைஞர் கொல்லப் பட்டார். 1995ல் ஜல்லிகட்டு நடந்த நாளில் அம்பேத்கர் பாடல்களை ஒலிபரப்பியதற்காக ஏரம்பட்டி சேரி அடித்து நொறுக்கப்பட்டது. பொதுவாக ஜல்லிக்கட்டு விழாக்களின்போது மேளம் கொட்டுவது போன்ற பணிகளுக்குத்தான் தலித் மக்கள் பயன்படுத்தப்படுகிறார்கள். சமயங்களில் சாமி காரியம் என்று அதற்கும் அவர்களுக்குக் கூலி மறுக்கப்படுகிறது. மெரினாவில் கடைசி நாளன்று நான் பார்த்த ஒரு பதாகையில் அடக்கி ஆண்ட கூட்டம், அடங்கிப் போகமாட்டோம் என்று எழுதப்பட்டிருந்தது. எதன் வெளிப்பாடு இது?

ஒரு பத்திரிக்கையாளராகப் பல முறை ஜல்லிகட்டுக் காளை வளர்ப்பவர் களைப் பேட்டி எடுத்திருக்கிறேன். குழந்தையைப் போலவும் கடவுளைப் போலவும் அவர்கள் அந்த மாடுகளைக் கொண்டாடு கிறார்கள். அதனால் மாடுகள் துன்புறுத்தப்படுகின்றன என்று உண்மையில் நான் நினைக்கவில்லை. ஆனால் ஆணாதிக்கத்தின், சாதி மேலாதிக்கத்தின் கூறுகளை ஜல்லிகட்டு கொண்டிருக்கிறது என்பது மறுக்கமுடியாத உண்மை.

தமிழ் கலாசாரம் என்பது ஆணாதிக்கத்தின், சாதிய மேலாதிக்கத்தின் கூறுகளைக் கொண்ட ஒரு விளையாட்டா என்றொரு கேள்வி ஏன் நம்முள் பெரும்பாலானவர்களுக்கு தோன்றவேயில்லை? தமிழ் கலாசாரம் என்ற பெயரில் பெண் வெறுப்பை உமிழும், பெண்ணை அடக்குவதைப் பணியாக முன்னெடுக்கும் எண்ணற்ற சாதனங்களோடு

ஜல்லிக்கட்டும் சேர்ந்துகொள்ளுமா என்கிற கேள்வி இப்போது வரையில் என்னைக் குடைந்துகொண்டிருக்கிறது. ஆனால் அதைப் பற்றிப் பேசிக்கொண்டிருந்தவர்களை மக்கள் எழுச்சிக்கு எதிரானவர்கள் என்று நாம் எவ்வளவு எளிதாகக் குற்றம் சாட்டி ஒதுக்கிவிட்டோம்?

எதன் மீதும் தடை என்பதைக் கருத்தளவில் நான் ஏற்றுக்கொள்ள வில்லை. ஒரு விளையாட்டாக ஜல்லிக்கட்டு நடத்தப்படுவதில் எந்தப் பிரச்னையும் இல்லை. ஆனால் தமிழ் கலாசாரத்தின் அடையாள மாகவும் அரசியல் எழுச்சியின் குறியீடாகவும் ஒரு விளையாட்டு முன்னிறுத்தப்படும்போது அது இந்தக் கேள்விகளை எதிர்கொள்ள வேண்டும். மக்கள் எழுச்சிக்கான சதி என்று புறந்தள்ளப்படாமல் ஆழமான பரிசீலனைகளைச் செய்து சரியான தீர்வுகளை எட்ட வேண்டும்.

•

(கவிதா முரளிதரன் சுமார் 20 ஆண்டுகளாகப் பத்திரிகைத் துறையில் இயங்கிவருபவர். தமிழ், ஆங்கிலம் இரண்டிலும் கட்டுரைகள் எழுதிவருகிறார். தி வீக், இந்தியா டுடே உள்ளிட்ட இதழ்களில் பணிபுரிந்திருக்கிறார். இவருடைய சமீபத்திய மொழிபெயர்ப்பு நூல்,'பற்றி எரியும் பாக்தாத்', ரிவர்பெண்ட், காலச்சுவடு.)

ஜல்லிக்கட்டும் தமிழர் பண்பாடும்

கா. அய்யநாதன்

பொதுவாகச் சிலர் தாங்கள் வாழும் அரை நூற்றாண்டிலோ அல்லது ஒரு நூற்றாண்டிலோ மட்டும் கண்கொண்டு காண்பார்கள். பாரம்பரியமாய், பண்பாடாய் நிகழ்த்தப்பட்ட வண்ணமிருக்கும் அர்த்தம் கொண்ட சிறப்பான வீரியமிக்க வாழ்வியல் முறைகளைத் தொலைநோக்குப் பார்வையில் அவர்களால் பார்க்க இயலாது. எனவே அவர்கள் அதனைப் பழித்துக் கூறுவார்கள், உள்நோக்கம் கற்பிப்பார் கள். இவை தற்குறிச்செயல்களே. எல்லாவற்றுக்கும் ஆதரவு கிடைக்கும் இக்காலச் சூழலில் இதற்கும் ஆதரவு கிடைப்பது சாத்திய மானதே. ஆதரவு கிடைப்பதனால் மட்டும் அதையேற்று சாதகக் கொடி பிடிப்பது ஓர் மேன்மையை இழப்பதாகவே ஆகும்.

பாரம்பரியம் என்றாலே கடைபிடிக்கப்பட்ட மாண்பு. அதற்குப் பழமை எனும் அரிதாரம் பூசுதல், ஒதுக்கப் பார்த்தல் வாழ்வின் அடிப்படை ஆதாரத்தைவிட்டு தூர விலகுதலேயாகும். தங்களுக் குள்ளேயே அடைந்து கிடப்பவர்களுக்குப் பிற மனிதர்களே அந்நியமாய் தெரிவார்கள்; தாம் நேரடியாகக் காணாத எதையும், பங்கேற்க இயலாத எதையும் தேவையற்றது என்றே நினைப்பார்கள். இது மிகச் சராசரியான இயல்பு.

பாரம்பரிய வீரமிக்க, வீரியமிக்க செயலினை விட்டு விலகுகின்ற காலங்களில் வீழ்ச்சியே தலை தூக்கும். எத்தனை காரணங்கள், விளக்கங்கள் கொடுத்தாலும் அடையப்போகின்ற பின்னடைவைத் தடுக்க இயலாது. இச்செயல் தங்களின் வீழ்ச்சி என்பதோடு வருங்காலத்

தலைமுறையினருக்கும் பெரும் முட்டுக்கட்டையாகும்! இவ்வாறாக உருவமைக்கப்படும் முட்டுக்கட்டையைத் தெய்வத்திற்கு எதிரான பகைச் சக்திகள் வசதியாய் கையில் எடுத்துக்கொள்ளும். மானுடத்தின் மேன்மையான துணிச்சலை மடமை, முரட்டுச் செயலென பொய்யுரையும் எழுதும். இதனைத் தகர்ப்பதற்குத் தெய்வம் தன் கருவியாய் பலரை இயக்கும்.

வீர தீரமிக்க மக்கள் சமூகத்திற்கு எதிரான பகை சக்தி நடத்தும் சூதுவாது நிறைந்த மறைமுகப் போராகும் இது. சுகபோக வாழ்வு மனித வாழ்வு என்பது மேம்போக்கு மனம் கொண்டோரின் வாக்கு. உண்மையில் சுக துக்கம் நிறைந்ததே மானுடப் புவி வாழ்வு. எனவே தியாகம் இன்றி முன்னேற்றத்தை, சுகத்தினை காணவியலாது. ஒருவேளை கண்டாலும் தொடர்ச்சியாய் அவற்றினைக் காக்க இயலாது, விளைவு அடக்குமுறை.

யார் மீது அடக்குமுறை திணிக்கப்படுகிறது? பலமற்றவர்கள்மீது. அவர்கள் எப்படி பலமிழந்தார்கள்? தொடர் பயிற்சி இன்மையால். பயிற்சி எங்ஙனம் நடைபெறும்? வீரச் செயல்களால். அது போன்ற சூழல்கள் இல்லாதபோது பயிற்றுவிக்கப்பட்டு உடலையும், மனதையும், உயிராற்றலையும் அதற்குத் தயார் செய்த முறைமைகள் வீர விளையாட்டுகள். அவை சக மனிதனோடும், தங்களிலும் பலம் மிகுந்த மனிதனுடனும் இணைந்து வாழும் விலங்குகளுடனும் நிகழ்ந்தன. இவை இன்றல்ல, நேற்றல்ல புவியில் பிரிக்க முடியாத வாறு நிகழ்ந்துவரும் முறைமைகள். இவையனைத்தும் தங்களின் மூக்கு நுனிக்கு அப்பால் செல்லாதவர்களுக்கு எப்படித் தெரியும்? அக வாழ்வென்றால் என்னென்றே அறிந்திடாத புற மனிதர்களுக்கு எப்படித் தெரியும்? பிறர் எடுத்துக்கூறினாலும் எப்படி விளங்கும்?

•

போர் மூளும் காலத்திலும், அமைதிக் காலத்திலும் போர் வீரர்கள் எப்போதும் பயிற்சி செய்து தயாராக இருக்கவேண்டும். இது போர் வீரனுக்குத்தானே என கேள்விகள் எழலாம். இரு நாட்டினரிடையே நேரடியான போர் இல்லாதிருக்கலாம். வாழ்வியல் போர் என்பது எப்போதும் நிகழ்ந்துகொண்டே இருப்பதேயாகும். இறைவனின் அருளால் மனித வாழ்வில் இவை நிகழாமல் படைக்கப்பட்டுள்ளது. இது எதுவரையில்? மனிதர்கள் மனிதர்களாய் இயங்குகின்ற வரையில் மட்டுமே அல்லவா? உலக வரலாற்றினைக் காண்கையில் தனி மனிதன் மீது தனி மனிதனின் சுரண்டல், ஓர் சமூகத்தின் மீது மற்றோர் சமூகம், ஓர் இனத்தின் மீது வேறோர் இனத்தின் அதிகார துஷ்பிரயோகம், சாமானிய நாட்டின்மீது வல்லரசுகளின் ஆதிக்கச்

செயல் போக்கு ஆகியவை நிகழாத காலங்கள், இடங்கள் எங்கிருக்கின்றன?

இவை யார் மீது திணிக்கப்படுவதில்லை? பலமுடையோர், துணிவுடையோர்மீது. ஏன்? இவருடைய தயார் நிலையின் மீதான அச்ச உணர்ச்சியேயாகும். அஞ்சினால் அடக்கும் உலகு மிஞ்சினால் பணிகின்றது. எனவே அஞ்சாமல் இருப்பதற்கும், சூழல் தோன்றினால் எதிர்த்து முறிப்பதற்கும் வீரம் தவிர்க்க இயலா தேவை அல்லவா? முயற்சியினையும்கூட கோழைகள் ஏன் இந்தத் துன்பம் என்றே வினவுவார்கள்!

எப்படியான தோற்றம் அளிக்கிறோம் என்பது முக்கியமல்ல, உண்மையில் எப்படி இருக்கின்றோம் என்பதே முக்கியம். ஆண் என்பது அடையாளம் ஆயினும் ஆண்மை என்கின்ற தன்மையே செயலினைச் செய்விக்கின்றது, சக்தியின் வடிவமான அடையாளம் பெண் ஆயினும் பெண்மை என்பதே செயலினைச் செய்விக்கின்றது. அடையாளம் மட்டுமே கொண்டு அவற்றின் தன்மை இல்லாதோர் களால் மானுடம் எதிர்கொள்ளும் இன்னல்களும், அவலங்களும் மானுடத்தை உலுக்குவதை என்னென்பது? இந்த அனுபவத்தைக் காணாதோர் நம்மில் எவரும் இல்லையே ஏன்? தன்மைக்கான அடையாளமே வடிவமாகும், வடிவை மட்டுமே கொண்டிருப்பதால் நற்பயன் விளைவதில்லை என்பது திண்ணம்.

அடையாளங்களோடு தன்மையை மேன்மேலும் வளர்ப்பதும், காப்பதும் வீரச்செயல்களே, அது சார்ந்த வீர விளையாட்டுகளே. விளையாட்டு என்றுமே பொதுவானது. தனி மனிதனுக்கோ, ஓர் அமைப்பிற்கோ உரித்தானது அல்ல. வேறுபாட்டினைக் களைவது அன்பு. அதற்கிணையான ஒன்று உண்டென்றால் அது விளையாட்டே யாகும். ஆர்வம் உடைய எவர்க்கும் தன் வாசலை எப்போதும் அது திறந்து வைத்திருக்கும். அதில் சிறந்தோரைச் சிம்மாசனத்தில் அமர வைக்கின்றது. மேன்மையான வீரத்தை விளையாட்டாய் காண்பதல்ல வீர விளையாட்டு, விளையாட்டில் வீரத்தைக் கலப்பதே வீர விளையாட்டாகும். இதில் வதைப்பது, துன்புறுத்துவது என்று கூறுவது தவறாகும். ஐந்தறிவு கொண்டவை என்றாலும் மனிதர்களைக் காட்டிலும் பலமிக்க விலங்குகளை வீர விளையாட்டுகளில் பயன்படுத்துவதில் என்ன தவறு?

விஞ்ஞானம் முன்னேறியதாய் கூறிக்கொள்ளும் நாடுகள் மருத்துவ ஆராய்ச்சிக்குப் பயன்படுத்தப்படாத மிருகங்கள் எவை? நோய்க் கிருமிகளை உருவாக்கி அவற்றினுள் செலுத்தி ஆராய்ச்சி செய்து ஆற்றலைக் குறைக்கச் செய்து சிறிது சிறிதாய் கொல்வதை அறிவுச்

செயலாய் கூறுவதை என்னென்பது? அவர்கள் மருந்தினைக் கண்டுபிடிப்பதற்குள் அவர்கள் கொல்லும் பட்டியலை என்னென்பது? ஆனால் வீர விளையாட்டில் பயன்படுத்தப்படும் விலங்குகளை அதன் உரிமையாளர்கள் மிகுந்த அக்கறையோடு பராமரித்துப் பயிற்சிக் கொடுத்து விளையாட்டுப் போட்டியில் கலந்திட வைத்து வெல்லப் படக்கூடாது எனும் நோக்குடன் தேவையான ஆயத்தப் பயிற்சிகளைச் செய்கிறார்கள். வெல்லப்படாத ஆற்றலோடு அது வலம் வருவதைக் கண்டு பூரிப்படைகின்றார்கள். ஒரு வேளை மனிதனால் வெல்லப் பட்டால் அம்மனிதனின் வீரத்திற்குப் பரிசினைக் கொடுத்து மனதார வாழ்த்துகிறார்கள். இந்நிலையில் கீழ்மைப்படுத்தப்பட்டுள்ள செயல் எங்குள்ளது?

விலங்குகளை இம்சை செய்வதாய் எதிர்க் குரல் கொடுப்பவர்கள் இந்நாட்டின் பாரம்பரிய வாழ்வில் விலங்குகளுக்கு அளிக்கப்பட்ட மேன்மையை அறிந்திருக்கவில்லை. தன் இல்லத்தில் வளர்க்கப்பட்ட காளையை வீரமாய் அடக்கிய வாலிபருக்கு தன் அன்பு மகளைத் திருமணம் செய்து வைத்துள்ளனர். துன்பம் வந்தால் தன் உயிரையும் துச்சமென கருதி தன் மனைவியைக் காக்கக் கூடிய வீரம் இவனிடம் உள்ளது என்பதால்தான். வீரத்தைச் சோதிக்க உட்படுத்தினார்களே அன்றி அதனைச் சாகடிக்க உட்படுத்தவில்லை. காலப்போக்கில் வாழ்வியலில் இருந்து மறைந்து போன அந்த வீரத்தைப் பெயரளவிற்குத் தூசி தட்டி நினைவுறுத்திக் கொள்ளும் நிகழ்வைத் தடுக்க முயல்வது எவ்வகையான அறிவார்ந்த செயல்?

இவ்வீர விளையாட்டை ஊக்கப்படுத்திக் கொண்டாடுபவர்கள் விவசாயிகள். இவர்கள் தங்கள் வாழ்வில் பறவை இனங்களையும் விலங்கினங்களையும் அரவணைத்துச் செல்பவர்கள். அவர்களுக்கும் அவர்களால் வளர்க்கப்படும் விலங்குகளுக்கும் இடையே ஓர் இணக்கம் இருக்கின்றது. அறிவியல் வளர்ச்சி எனும் பெயரில் இயந்திர கதியினை உருவாக்கி மனிதர்களுக்கும் மற்ற உயிரினங் களுக்கும் இருந்த நெருங்கிய தொடர்பினை வேரறுப்பவர்கள் இந்த விவசாயிகளைக் கேள்வி கேட்க அருகதையற்றவர்கள்.

படைப்பை உற்று நோக்க வேண்டும். விலங்குகளின் ஒத்துழைப் போடு விவசாயம் செய்து பெறப்படுவதில் உச்சத்தைத் தாங்கள் எடுத்துக்கொள்கிறார்கள். எச்சமாய் நினைக்கப்படும் தவிட்டையும், புல்லையும், வைக்கோலையும், தழைகளையும் அவற்றுக்குக் கொடுக் கிறார்கள். உழைப்பைப் பெற்றதோடு மட்டுமல்லாது அவற்றின் உச்சமாய் கருதும் மாடுகளின் பாலையும், பறவைகளின் முட்டை களையும், நீரினை இயன்றவரைச் சுத்தமாய் வைத்துக்கொள்ளும்

மீனையும் உணவாய் அதிலும் ஆரோக்கிய உணவாய் எடுத்துக் கொள்கிறார்கள். இவ்வகை மனிதர்கள் அவ்விலங்குகளுக்குப் பாதுகாப்பினையும் உணவினையும் அளிக்கின்றனர். ஆனால் நகரவாசிகளோ எவ்வித தொடர்புமின்றி பணத்தை அளித்து விலங்கு களின் உச்சப் பலனை மட்டும் பெறுகிறார்கள்.

படைப்பின் உணவு சுழற்சி முறையைக் காண வேண்டும். தாவரங் களை உண்டு மென் மிருகங்களும், மென்மிருகங்களை உண்டு வன மிருகங்களும் வாழ்கின்றன. காடுகளும், படைப்பின் உயிரினத் தொடர்ச்சியும் தொடர வைக்கப்படுகின்றது. இதனை ஒன்றை யொன்று அழிக்கின்றது என்ற கோணத்தில் பார்க்கலாமா? இதில் எந்த மிருகங்களும் பறவைகளும் அடியோடு அழிந்திடுவதில்லை. படைப்பின் நோக்கிலிருந்து காண்கையில் மட்டுமே அதன் உண்மை தெரியும். மற்றபடி பல்வேறு கேள்விகள் எழலாம். அக்கேள்விகளை வாழ்வியல் முறைகளாக்க முயல்வது அதிமேதாவித்தனமே அன்றி வேறல்ல. இறைவனின் படைப்புகள் காலப்போக்கில் அழிந்து உயிரின வாழ்விற்கு உரமாகின்றது, அறிவார்ந்து பேசும் மனித இனத்தின் படைப்புகள் பல மானுடத்துடன் சேர்ந்து உயிரினத்தையும் அழிக்கின்றது. இயற்கையோடும், இயற்கையின் படைப்புடனும் ஒத்திசைந்த வாழ்க்கை முறைகளே புவி வாழ்வைச் சிறப்பாக்கு கின்றது. செயற்கை அதிகரிக்கும் அளவிற்கு மானுடத்திற்கு மற்ற உயிரினங்களோடு உள்ள தொடர்பு அறுபடுகின்றது.

மற்ற உயிரினங்களோடு இணைந்து வாழ்கின்றபோதே மனிதனின் பலம், பலவீனம் தெரிய வருகின்றது. வீர விளையாட்டுகளில் காளையுடன் மோதும்போது இவை வெளிப்படுகின்றது. பலம், பலவீனங்களை அறிந்துகொள்ளும் முறைகளில் வீர விளையாட்டுகளும் ஒன்றாகும். இவை பலத்தை வளர்த்துக் கொள்ளவும், பலவீனத்தை நீக்கிக்கொள்ளவும் உதவியாய் அமைகிறது. பயனுள்ள எதையும் பின்பற்றியே ஆகவேண்டும். அதை விட்டுவிடுதல் வாழ்வின் மேன்மையை விட்டுவிடுவதற்கு இணையானது. வீரத்தன்மை உடையவர்களை அறிவற்றவர்கள், முரடர்கள், கொடுமையானவர்கள் என்று கருதுவது அறிவீனம்.

வீரத்துடன் நேருக்கு நேர் மோத இயலாதவர்கள் வீரத்திற்கு எதிராய் பல்பெயர்களைத் தங்கள் வசதிக்கு இடுவது வாடிக்கையான ஒன்றே. தம்மிடம் இல்லா ஆற்றலும், வீரமும் இணை மனிதர்களிடம் இருப்பதைக் கண்டு பெருமிதம் கொள்ளவேண்டும். அப்படியின்றி, அதை மழுங்கடித்தால் அச்சமுதாயம் காலப்போக்கில் மாற்றானிடம் அடிமைப்பட்டுவிடும்.

எப்போதும் பலவீனத்தைப் பலமே ஆட்சி செய்கின்றது. எனவே நம்மை நாம் வீரம், விவேகம் கொண்டு ஆட்சி செய்கையிலேயே பிறர் நம்மீது ஆதிக்கம் செலுத்தாமல் இருப்பார்கள். உயர்வில்லாதவை எவையும் பாரம்பரியமாய் தழைத்தோங்கி வாழவியலாது. சமுதாயத்தில் நிகழும் தீமைகள் எவையும் வெறுக்கப்படுகின்றதே அன்றி மகிழ்ந்து கூட்டமாய் கூடி வெளிப்படையாய் கடைபிடிக்கப் படுவதில்லை. தீமையாக இருந்திருந்தால், காளைகளை அடக்குதல் வீரமாகப் போற்றப்பட்டிருக்காது. எப்போதோ தீவினையாய் தூக்கி வீசப்பட்டிருக்கும்.

நம்மைக் குறுக்கு வழியில் ஆட்சி செய்த வெள்ளையர்கள் இந்தியர் களின் வீரத்தினைக் கண்டு அஞ்சி சூழ்ச்சி செய்து துணிச்சல் மிக்க வீரர்களை இந்நாட்டு மக்களை விட்டு பிரிக்க பொய்யான குற்றஞ்சாட்டி அவர்களைத் தீயவர்கள், கொடுமையானவர்கள் என முத்திரை குத்தினார்கள். ஆழ்ந்த பார்வையற்றோர் அதனை ஏற்றனர். கயவர்கள் மற்றவர்களைக் கயவர்கள் எனக் கூறுவதில் எங்ஙனம் உண்மையிருக்கும்? இந்நாட்டு மக்கள் சிந்திக்காதது ஏன்? இயல்பாக சோம்பித் திரிந்து சிறு விலங்கு போல் ஆனவர்கள் வீரமானவர்களைக் கண்டு அஞ்சினர். எனவே விலகல் ஏற்பட்டது. இதனைச் சாதகமாக்கி வெள்ளையர் அந்த வீரச்சமுதாயத்தினை அடக்கத் தங்களுக்குக் கிடைத்த வாய்ப்பாகப் பயன்படுத்திக்கொண்டார்கள்.

•

'தனக்கே பகைவர்கள் யாருக்கு நட்பாய் இருக்கவியலும்? புற வாழ்வாயினும், அக வாழ்வாயினும் வளர்த்துக்கொள்வதே வாழ்வின் அடிப்படையாகும். இழப்பு ஏதுமின்றி வளர்ந்தவர் யார்? அப்படியொன்று படைப்பிலேயே இல்லையே. ஒன்றை இழந்து ஒன்றைப் பெறுவது மனிதயினம்' என்கிறார் பகவான் ஸ்ரீ கிருஷ்ணர். இழக்காமல் பெற இயலாது என்பது படைப்பின் தத்துவம். ஆக, இழப்பதைவிடப் பெறுவது உயர்வானதாக இருக்கவேண்டும். வீர விளையாட்டில் அச்சத்தை இழக்கின்றோம், தைரியத்தைப் பெறுகின்றோம்.

வீர விளையாட்டில் எப்போதாவது உயிரிழப்பு ஏற்படுகின்றது என்பது உண்மையே. அதிலிருந்து பாதுகாப்புப் பாடம் கற்க வேண்டியதுதானே? ஏன் கொலையால், கொள்ளையால், துரோகத்தால் தேவையற்ற, அநீதியான முறைகளில் உயிரிழப்பு ஏற்படுவதில்லையா? விஞ்ஞானக் கண்டுபிடிப்பான வாகனங்களைத் தேவையற்று வேகமாய் இயக்கி, சாகசமாய் முயன்று உயிரிழப்பு ஏற்படுவதில்லையா?

வீர விளையாட்டுகளில் ஏற்படும் காயங்கள், உயிரிழப்பைக் கண்டு உண்மையில் பதைபதைப்போர்கள் ஆழ்ந்த கண் கொண்டு பாதுகாப்பு வழிமுறைகளைக் கூறவேண்டும். இறைவனை எதிர்ப்பவர்கள் மட்டும் அவனுக்கு எதிரானவர்கள் அல்ல, தங்கள் வசதிக்கு அவனை ஆதரிப்பவர்களும், ஏற்பவர்களும் கூட எதிரானவர்களே. வளர்ச்சிக்கு எதிராய் இறைவன் எப்போது, எங்கே நிற்கின்றான்? கல்லை எடுத்துத் தேவையற்ற பகுதிகளைச் சிதைக்காமல் சிற்பம் எப்படி உருவாகும்? விளைவைக் காணாது செயலைப் பழிப்பது படைப்பிற்கு எதிரான மடமையேயாகும். ஆற்றலைச் செலவிட்டு பன்மடங்கு ஆற்றலை பெறுவது எங்ஙனம் தவறாகும்? ஆற்றல் செலவிடாமல், எதிர் வினையைத் தாங்காமல் மானுடம் வளர்ச்சி பெற்றது எங்கே?

ஜல்லிக்கட்டில் காளைகள் வதைக்கப்படுவதாகக் கூறுகிறார்களே? உலகம் முழுவதும் மற்ற உயிரினங்களை உணவிற்காகக் கொன்று குவிக்கின்றார்களே அதைவிட்டுத் தாவர வகை உணவினைக் கட்டாயம் ஏற்றே ஆக வேண்டுமெனக் கூறினால் பாதிப்பேருக்கு மேல் உயிரையே விட்டுவிடுவார்களே. அதற்கு இவர்கள் கூறும் பதிலென்ன? ஜல்லிக்கட்டு வீர விளையாட்டில் காளைகளின் ஆற்றலையும், வீரர்களின் ஆற்றலையும் வளர்த்துக்கொண்டல்லவா இருக்கிறார்கள்? அதுவும் இதுவும் ஒன்றல்லவே. எதிர்போர்கள் உண்மையில் விலங்கினங்களின்மீது ஆர்வம் கொண்டவர்களா அல்லது வீரத்தின்மீது, வீரத்தின் வளர்ச்சியின்மீது அச்சம் கொண்டவர் களா? கருத்துச் சுதந்திரம் அனைவருக்கும் உண்டு. இருந்தும் தாங்கள் கூறுவதிலுள்ள உண்மையை உணர்ந்து கூறிட வேண்டும்.

•

புவியில் பழமை வாய்ந்த நாடுகள் என்று கூறப்பட்டவைகளில் கடந்த காலங்களில் வழங்கப்பட்ட கொடூரமான தண்டனைகள் இக்கால மக்களால் கற்பனையும் செய்து பார்க்க இயலாதவையாகும். ஆனால் தண்டனையைக் கொடுத்தவர்கள் தாங்கள் அளித்தது நீதி என்றே பறைசாற்றிக்கொண்டனர். இவையனைத்தும் காலப்போக்கில் அறவே நீக்கப்பட்டன. ஏனெனில் தீமை நீண்ட காலம் நீடிக்காது. வீர விளையாட்டுகள் தீமையெனில் இவ்வளவு காலம் நீடித்திருக்காது.

காலத்துக்கு ஏற்ப வாழ்வியல் முறைகள் மாறலாம், மறையலாம். அவற்றைப் பழையன எனக் கூறலாம். காலம் மாறிக்கொண்டே இருப்பதனால் காலம் கடந்தும் வருவனவற்றைப் பழைமை என ஒதுக்கக்கூடாது. காலத்தைக் கடந்து ஒன்று தொடர்கின்றதெனில் படைப்புக்கும் வளர்ச்சிக்கும் அது பொருந்தியுள்ளது என்றே பொருள்.

அதனால்தான் அதன் ஆயுள் நீள்கிறது. அது பழையது அல்ல, உயிரின் வித்து.

இதை இனம் பிரித்துப் பார்க்கத் தெரியாதவர்களே வாழ்வின் மேன்மையை இழந்து மானுட வாழ்வினைச் சூன்யம் ஆக்குகின்றனர். மனிதத்தன்மை மங்கிக்கொண்டே வருகிறது. இயந்திர உருவாக்கத் தால் தனி மனிதத் திறமையோடு மனிதத் தன்மையும் குறைந்தே வருகின்றது. புது யுக வளர்ச்சி எனும் பெயரில் நடைபெற்ற இயந்திரமயமாக்கலில் மனிதனும் இயந்திரமாக மாறிப்போனான். எனவே பண்டைய கால வாழ்வியல் முறைகளை நோக்கி மானுடம் ஏங்கத் தொடங்கியது. ஒவ்வொரு தனி மனிதனின் தனித் திறமை மேம்பாடடைய வேண்டிய இக்கட்டான தருணத்தில் மொத்த மனித குலமும் நிற்கின்றது. மிகக் குறுகிய எண்ணிக்கையில் இருக்கக் கூடியவர்களின் படைப்புகள் புவியின் பெருவாரியான மக்களை ஆள்கின்றதெனில் பெருவாரியானவர்களின் தனித்திறனை மங்கச் செய்துவிட்டது என்பது தெளிவாகின்றதல்லவா?

அனைவரும் அனைத்துத் திறன்களையும் வளர்த்துக்கொள்ள வேண்டும் என்று கூறவில்லை. தங்களைப் பணயம் வைத்துத் தங்களின் தனித் திறனை வளர்த்துக்கொள்வோரை இல்லா, பொல்லா காரணங்களைக் கூறி ஏன் தடுக்கவேண்டும்? சிறுவர்கள் ஓடியாடும் விளையாட்டை இயந்திர கதி உலகம் பிரித்துவிட்டது. ஆற்றலைச் செலவிட்டு ஆற்றலைப் பெறுவது படைப்பின் தத்துவம். அதை இழந்து ஆற்றலற்ற மானுட வருங்காலம் உருவாகிக்கொண்டிருக் கிறது. இதனால் யாருக்கு என்ன பயன்? எவ்வளவோ பாரம்பரிய மிக்க விழாக்கள் கொண்டிருக்கும் இந்நாட்டில் அதன் பொருளை உணர்ந்தோர் எவ்வளவு பேர்?

நீடித்து உழைப்பவர்கள் இடையிடையே கொண்டாடி மகிழ்வதற்கும், உழைப்புக்குப் பலனை விளைத்துக் கொடுத்த தெய்வத்துக்கும், இயற்கைக்கும் நன்றி தெரிவிப்பதற்குமே விழாக்கள் கொண்டாடப் படுகின்றன. அந்தச் சமயங்களில் மக்கள் பல வகையான திறமைகளை வெளிப்படுத்துகிறார்கள். மேலை நாட்டோடு நம் வீர மரபுச் செயல் களை ஒப்பிட்டு இது காட்டுமிராண்டித்தனமான செயல் என்பவர்கள் தங்களுடைய கணவன், மனைவி சார்ந்த தாம்பத்திய வாழ்க்கையை உலகின் பல நாட்டு மக்களின் வாழ்க்கை முறையோடு ஒப்பிட்டு ஏற்க முயல்வார்களா? அப்படிச் செய்தால் எது காட்டுமிராண்டித்தனம் என்பது தெளிவாகும்.

பாரம்பரியமிக்க நம் நாடு உலகுக்கு வாழ்வியலைக் கற்றுக் கொடுத்துள்ளது. உலகின் பல நாடுகள் பிற நாட்டு மக்களின் வாழ்வைச்

சூறையாடியபோது தங்களைத் தற்காத்துக்கொள்ள வரையறை செய்யப்பட்டவற்றில் வீரமும், விவேகமும் முக்கியப் பங்காற்றின. அதன் தொடர்ச்சியே பாரம்பரிய விழாக்கள். எண்ணிக்கையில் மிகக் குறைவாகக் கடைபிடிக்கப்பட்டு வரும் இத்தகைய பாரம்பரிய விழாக்களில் வீரம் செறிந்த விளையாட்டுகளும் இருக்கின்றன.

சமுதாய முன்னேற்றம் ஒரு வழியிலோ ஒரு முறையிலோ மட்டும் நிகழ்வது எவ்வாறு போதுமானதாகும்? பல வகையான செயல் முறைகள் தேவை. எங்கள் வழியே சிறந்தது, மற்றது தேவையற்றது என தடை செய்திட முயல்வது அரைகுறையான முன்னேற்றத்தை நாடுவதேயாகும். அடிப்படையான பொது நியதியே அனைவருக்கும் தேவை. ஆனால் அனைத்து நிலையிலும் ஒரே நியதியை அனை வருக்கும் பொருத்த முயல்வது தேக்கத்தையே உண்டாக்கும். தங்களை அறிவார்ந்தவர்களாக எண்ணுபவர்கள் அநேகமாக ஒன்றையே திணிக்க முயல்கின்றனர்!

படைப்பு எண்ணில் அடங்காதது. அது வெளிப்படும் இயல்பும் எண்ணில் அடங்காதது. தன்னளவில் மட்டும் பொருத்திக் காண்பவர் களுக்குப் புவியில் நிகழும் பெருவாரியானவை தேவையற்றவை எனத் தோன்றுவது சர்வ சாதாரணமான ஒன்றே. தடை கூற, தீர்ப்புக் கூற முயலும் ஒருவர் முதலில் தன்னளவில் இருந்து கூறாமல் பிறரின் நிலையிலிருந்து கண்டு ஆய்ந்து பின்னர் நடுநிலையாகக் கருத்தைத் தெரிவிக்கவேண்டும். ஆனால் நம்மில் இதனைச் செய்வோர் எவ்வளவு பேர்? எடுத்தோம், கவிழ்த்தோம் என்ற பேச்செல்லாம் சமுதாய அமைதியைச் சீர்க்குலைக்கவே வழிவகை செய்யும். தங்களால் பிறரோடு பொருந்த இயலாதபோது பிறர் ஏன் தங்களோடு பொருந்தவேண்டும் என எதிர்பார்க்கவேண்டும்?

இறைவன் எதிரெதிரான வேற்றுமைகளைப் படைத்து அவற்றின் இணைப்பிலேயே படைப்பைத் தொடர வைத்துள்ளான். உதாரண மாக, தகிக்கின்ற சூரிய வெப்பம் வெப்பமேதுமற்ற நீரை எடுத்து மேல் செல்ல மேகமாகி ஈரப்பதமிக்க காற்று அதில் பட மழையாய் உருவாகின்றது. உயிரின உருவாக்கத்தில் எதிரெதிர் உடல் அமைப்பும், இயல்பும், இயக்கத் தன்மையும் கொண்ட பாலினங்கள் காமச் செயலில் ஒன்றிணைய உயிரினப் பெருக்கம் நிகழ்கின்றது. இறைவனின் மாற்ற இயலாத வேற்றுமைகளால் தோன்றியவர்கள் தேவையற்ற வேற்றுமைகளை, வெவ்வேறு செய்கைகளைச் செய்து பிரிவினையை உண்டாக்குவது படைப்பைவிட இவர்கள் பெரியவர் கள் என்ற அறியாமையின் வெளிப்பாடே.

பழமை, புதுமை என்றல்ல, தேவை, தேவையற்றவை என்று பிரித்தாய்ந்து ஏற்கவும் விலக்கவும் வேண்டும். பழையது

என்பதாலேயே ஒன்றைத் தனியாக ஒதுக்கிவிடவேண்டியதில்லை. பயனற்ற நோக்கமே அதை நம்மைவிட்டு விலக்கிவைத்துவிடும். அதற்காக முட்டி மோதி ஆற்றலைச் செலவிடுவானேன்?

தனி மனித மோதலிலிருந்து, இருநாட்டுப் போர் வரை நீளும் கருத்து வேறுபாடுகள்கூட விரைவில் நீங்கிடலாம். ஆனால் உண்டான காயங்கள் நிலையான பிரிவினைகளைத் தோற்றுவிக்கின்றன. சிந்தனையில் மோதல்கள் உண்டானால் அதனைச் சீர்தூக்கிப் பார்த்துக் களையவேண்டும். இல்லையேல் அவை செயல் மோதலாக உருமாறும். இல்லையேல் மோதல்களே சிந்தனையாய் மேலெழும், அதன்பின் வீழ்தலொன்றே சாத்தியமாகும்.

தேவை என்பதற்காகத்தான் எதனையும் நாடவேண்டும். இருக்கிறதே என்பதால் மட்டும் எதனையும் நாடிவிடக்கூடாது. நீதிமன்றத்தை எடுத்துக்கொள்வோம். அங்கே வாதத் திறமையால் தீமைகளும் அநீதிகளும் வலம் வருகின்றன. சட்டங்களுக்குச் சாட்சியங்களே முக்கியம். உண்மை மட்டுமல்ல, போலியான முறையில் உருவாக்கப்படும் சாட்சியங்களும் நீதிமன்றத்தில் ஏற்றுக்கொள்ளப் படுகின்றன. தர்மத்தை ஏற்பவர்களுக்குச் சட்டம் அவசியமற்றது; சட்டத்தை மட்டும் நாடுபவர்களுக்கு தர்மம் அர்த்தமற்றது. மக்களுக் காகத்தான் சட்டமேயன்றி சட்டத்துக்காக மக்களல்ல. உண்மையில் மக்கள் தர்மத்துக்காக வாழவேண்டும். இல்லையேல் வாழ்வு கேள்விக்குறிதான். நீதியை வழங்குபவர்கள் அனைவரும் நீதிமான் களாக இருப்பதில்லை. தாங்கள் விரும்பியதைக் கூறுவதும் அறிந்ததைக் கூறுவதும் தீர்வாகாது. நீதிமன்றங்களின் சாட்சியை ஏற்கும் நாம் வாழ்வின் மீட்சியைச் சாதகமாக ஏற்போம்.

•

(கா. அய்யநாதன் ஒரு மூத்த பத்திரிகையாளர். நடப்பு அரசியல் குறித்தும் பண்பாடு, கலாசாரம், ஈழம், தமிழ்த் தேசியம் போன்றவை குறித்தும் தொடர்ச்சியாக எழுதியும் பேசியும் வருபவர். இவருடைய முந்தைய நூல், 'ஈழம் அமையும்', கிழக்கு பதிப்பகம்.)

அலங்காநல்லூர் ‘வீரர்’களும் அறிக்கை வீரர்களும்

ஞாநி

ஜல்லிக்கட்டு ஒரு வீர விளையாட்டு என்று தமிழகத்தின் பெரிய அரசியல் கட்சிகள் பலவும் முழங்கிக் கொண்டிருக்கின்றன. ஒரு சில தென் மாவட்டங்களின் ஓட்டு வங்கிக்காக குரு பூஜைக்கு எல்லாக் கட்சியினரும் போட்டி போட்டுக்கொண்டு போவது போன்ற அதே அணுகுமுறைதான் ஜல்லிக்கட்டு விஷயத்திலும் பிரதிபலிக்கிறது.

அரசியல்வாதிகளின் உரத்த கூச்சலின் நிர்ப்பந்தத்துக்கு பயந்து உச்ச நீதிமன்றம் ஜல்லிக்கட்டுக்கு விதித்த நியாயமான தடையைத் தளர்த்தினால்கூட அது வருத்தத்துக்குரியதுதான். நான்சென்ஸுக்கு எதிராக பெரியார் வலியுறுத்திய காமன்சென்ஸ் எனப்படும் பகுத்தறிவின்படிப் பார்த்தால் ஜல்லிக்கட்டு வீர விளையாட்டே அல்ல. அதில் வீரமும் இல்லை. விளையாட்டும் இல்லை. விளையாட்டு என்பது உடலையும் உள்ளத்தையும் உரமூட்டி வலுப்படுத்துவதாகும். சடுகுடு முதல் டென்னிஸ் வரை விளையாட்டுகளின் வடிவமைப்பு இத்தகையதுதான். ஜல்லிக்கட்டு என்பது விளையாட்டே அல்ல. விபரீதம். முரட்டுத்தனமான ஒரு மாட்டையும் சில மனிதர்களையும் வெறியைத் தூண்டிவிட்டு மோதவிடுவது விளையாட்டின் எந்த இலக்கணத்தின் கீழும் வராது.

வீரம் இதில் எங்கே இருக்கிறது? ஆறறிவுள்ள மனிதனின் வெற்றி என்பது தன்னைவிட அறிவு குறைந்த விலங்குகளைப் பழக்கிக்

கட்டுப்படுத்தி தனக்குப் பயன்படுத்துவதில்தான் இருக்கிறது. தன்னை விட உடல் வலிமையுடைய மாடுகளை ஏரில் பூட்டவும், வண்டி இழுக்கவும், யானைகளை மரம் சுமக்கவும் பழக்கப்படுத்திய விவேகம்தான் மனிதனின் சிறப்பே ஒழிய, அவற்றுடன் மோதி இருவருக்கும் சேதங்களை ஏற்படுத்திக் கொள்வதில் வீரமும் இல்லை. விவேகமும் இல்லை.

என்றோ ஒரு காலத்தில் முரட்டு மாட்டை அடக்கும் இளைஞனுக்கு அந்த மாட்டின் உரிமையாளர் தன் மகளை மணம் முடித்து வைக்கும் வழக்கம் இருந்தது என்று பெருமை பேசுவதும் அர்த்தமற்றது. மாட்டைப் போலவே பெண்ணும் உடமைப் பொருளாக மட்டுமே நடத்தப்பட்ட பெண்ணடிமைக் காலத்தின் அடையாளமாகவே இந்தச் சடங்கு இருக்கிறது. ஒரு பெண்ணை மணப்பதற்காக முரட்டுக் காளையை அடக்கி வெல்ல ஒருவன் முன்வருவதை வீரம் என்று வாதத்துக்காக வைத்துக்கொண்டு பார்த்தாலும், இன்றைய ஜல்லிக்கட்டுகள் அப்படிப்பட்டவை அல்ல. பெண்ணைப் பரிசாகத் தரும் நிலையும் இல்லை.

அப்படியே புத்தி கெட்டு எவரேனும் ஒருவர் தன் பெண்ணைப் பரிசாக அறிவித்தால், அவளுக்குப் பாஞ்சாலியின் கதிதான் ஏற்படும். தனியொருவனாக மாட்டை வெல்லும் வாய்ப்பு இன்று எவருக்கும் இல்லை. கூட்டம் கூட்டமாகச் சென்று மாட்டை அடக்கவே திணறி உடல் சேதமும் உயிர்ச் சேதமும் அடையும் நிலைதான் இருக்கிறது.

ஜல்லிக்கட்டுகளில் மதுவும் சாதி வெறியும் மேலோங்கி இருப்பதுதான் நடைமுறை யதார்த்தம். உள்ளூர் வட்டார ஜாதி ஆதிக்கங்களும் ஜாதிப் பகைகளும் குடும்ப விரோதங்களும் ஜல்லிக்கட்டு விழா நேரங்களில் அடி இழையாக இயங்கிக் கொண்டே இருக்கின்றன என்பதை யாராலும் மறுக்க முடியாது.

சடங்கு சார்ந்த மூட நம்பிக்கைகளும் இதில் இருக்கின்றன என்பதற்கு உடனடி எடுத்துக்காட்டாக இருக்கின்றன இப்போது ஜல்லிக்கட்டுத் தடையை எதிர்த்துச் சில பொதுமக்கள் தெரிவிக்கும் கருத்துகள்.

ஜல்லிக்கட்டை நிறுத்தினால் தீக்குளிப்பேன் என்று சொல்லியிருக்கும் ஒரு பெண் மேலும் சொல்கிறார்: 'ஜல்லிக்கட்டு நடக்காவிட்டால் தெய்வக் குற்றம் ஏற்பட்டு எங்கள் பகுதியைப் பெரும் நோய்கள் தாக்கும் என்று பயப்படுகிறோம்.'

ஜல்லிக்கட்டுக்குச் சார்பான குரல்களில் திரும்பத் திரும்ப இரு வாதங்கள்தான் ஒலிக்கின்றன.

ஸ்பெயின் தேசத்து 'புல் ஃபைட்'டுடன் ஒப்பிட்டால், ஜல்லிக்கட்டில் மிருக வதை என்பதே இல்லை என்கிறார்கள். அங்கே மிருகத்துடன் மோதும் மனிதன் வேல் கொண்டு அதைக் குத்திக் கொல்வதுதான் 'விளையாட்டின்' வடிவமாகும். இங்கு மனிதர்கள் கையில் ஆயுதங்கள் இல்லை. மிருகம் வதைப்படுவது இல்லை. அதுதான் மனிதர்களைக் காயப்படுத்தும் கூரான கொம்புகளுடன் இருக்கிறது என்றெல்லாம் வாதிடப்படுகிறது. விலங்கினால் மனிதன் பாதிக்கப்பட்டாலும் தவறுதான்; மனிதனால் விலங்கு பாதிக்கப்பட்டாலும் தவறுதான்.

அர்த்தமற்ற முரட்டுத்தனம் எங்கே இருந்தாலும் அது விமர்சிக்கப்பட வேண்டியதுதான். ஸ்பெயினின் தவறு அலங்காநல்லூரை நியாயப் படுத்திவிடாது. கடவுள் நம்பிக்கையைக் கடுமையாக எதிர்த்த பெரியாரிடம் ஒரு முறை கேட்டார்கள்: 'வெளி நாட்டில்கூட சாமி கும்பிடுகிறார்களே?' பெரியார் சொன்னார்: 'முட்டாள்தனம் உனக்கென்ன ஏகபோகச் சொத்தா? உலகத்தில் எல்லா ஊரிலும் முட்டாள்கள் இருப்பார்கள்.'

இரண்டாவது வாதம் இது நம் தமிழ் மரபு என்பது. பாரம்பரியக் கலை. மரபுக் கலை. சாராயமும் மிளகாய்ப் பொடியும் சாதித் திமிரும் குடும்பத் திமிரும் கலந்து வெறியூட்டப்பட்ட மாடுகளும் மனிதர்களும் ரத்தக் களரியில் விழுவதுதான் பாரம்பரியம் என்றால் அந்த பாரம்பரியம் நமக்குத் தேவையற்றது.

சாதி ஏற்றத்தாழ்வுகளும் நம் மரபுதான்; பெண்ணடிமைத்தனமும் நம் மரபுதான்; உடன்கட்டை ஏறுவது முதல் மத விரோதிகளைக் கழுவில் ஏற்றுவது வரை எல்லாமே நம் மரபுகள்தான். நாகரிக வளர்ச்சி அடையும் ஒரு சமூகம், எல்லா மரபுகளையும் கண்மூடித்தனமாக அப்படியே வைத்துக்கொள்ளாது. உதிர்க்க வேண்டியதை உதிர்க்கும். சேர்க்கவேண்டியதைச் சேர்க்கும்.

'பழையன கழிதலும் புதியன புகுதலும் வழுவல கால வகையினானே' என்பதே தமிழ் இலக்கணம். அதாவது பழையவற்றில் கழிக்கப்படவேண்டியவை கழிக்கப்பட்டுத்தான் ஆகவேண்டும். பழையன என்பதற்காக எல்லாவற்றையும் காலம் காலமாகச் சுமந்து நசுங்க முடியாது.

படிப்பறிவற்ற பாமரர்களாக இருக்கும் மக்கள் ஜல்லிக்கட்டு போன்றவற்றுக்காக உணர்ச்சிவசப்படுவதைக்கூடப் புரிந்துகொள்ள முடிகிறது. ஆனால், அவர்களுக்கு வழிகாட்டி அடுத்த கட்டத்துக்கு விரல் பிடித்து இட்டுச் செல்லும் கடமை உடைய அரசியல் தலைவர்கள் எல்லாம், கேவலம் ஓட்டுக்காகத் தாங்களும்

உணர்ச்சிகரமான அறிக்கைகள் வெளியிட்டு, மக்களைத் தொடர் அறியாமையில் ஆழ்த்துவதுதான் எரிச்சலூட்டுகிறது.

ஜல்லிக்கட்டைப் பாதுகாப்பாக நடத்தியே தீரவேண்டும் என்று கருத்து தெரிவித்திருக்கும் அறிக்கை வீரர்கள் திருமாவளவன், விஜய்காந்த், வைகோ, சரத்குமார், பழ.நெடுமாறன் ஆகியோருக்கு ஒரு வேண்டுகோள். தயவுசெய்து அந்தப் பாதுகாப்பான ஜல்லிக்கட்டில் நீங்கள் களம் இறங்கி ஒரே ஒரு மாட்டின் வாலையாவது பிடித்துக் காட்டி தமிழ் மக்களுக்கு வழி காட்டுங்கள். உங்கள் குடும்பத்தினரும் உறவினர்களும் நெருக்கமான நண்பர்களும் ஐ.டி, இண்டர்நெட் என்று புது யுக நவீன வாழ்க்கையில் திளைக்கும்போது, அப்பாவி ஏழைத் தமிழ் இளைஞர்கள் மட்டும் மாடுகளுடன் மோதி, கை கால் உயிர் இழந்து பரிதவிக்கட்டும் என்று அறிக்கை வீரம் காட்டுவது என்ன அரசியல்?

இன்றைய வீரம் மாட்டுடன் மோதுவதில் இல்லை. இரட்டை டம்ளர் டீக்கடைகளுடன் மோதுவதுதான் அசல் வீரம்.

•

(ஞாநி ஒரு பத்திரிகையாளர், எழுத்தாளர், நாடகக் கலைஞர், அரசியல் விமரிசகர். 26 டிசம்பர் 2007 அன்று எழுதப்பட்ட இந்தக் கட்டுரை இன்றைய அரசியல் சூழலின் பொருத்தம் கருதி அவர் அனுமதியுடன் இணைக்கப்பட்டிருக்கிறது).

ஜல்லிக்கட்டுப் போராட்டம்: ஒரு வசதியான பெருமிதம்

ஹரன் பிரசன்னா

ஜல்லிக்கட்டு அல்லது ஏறு தழுவுதல் என்னும் வீர விளையாட்டு இந்தியா முழுமைக்குமான பண்பாடாகத் தொன்றுதொட்டே இருந்து வந்துள்ளது. ஏறு தழுவுதல் பற்றிய குறிப்பு பாகவதத்தில் இடம் பெற்றுள்ளது. சிந்துச் சமவெளி நாகரிகத்தில் ஏறு தழுவுதல் நடைபெற்றதற்கான சான்றுகள் உள்ளன. பன்னெடுங்காலமாக பாரதம் முழுக்க இருந்த பண்பாட்டை அடியொற்றி, அதைப் பாதுகாத்துப் போற்றும் விதமாக ஏறு தழுவுதல் தமிழர்களின் பண்பாட்டிலும் இடம்பெற்றிருந்தது. எனவே, ஜல்லிக்கட்டு தமிழ் இந்துக்களின் பாரம்பரிய விழா. பெண்ணை மனம் முடிக்க ஏறு தழுவுதலைச் செய்வது மணமகன் தன் வீரத்தைப் பறை சாற்றும் ஒன்றாக அமைந்திருக்கிறது. இடையர்கள் அதிகம் வாழும் பகுதியில் இந்த வழக்கம் அதிகமாகக் காணப்பட்டிருக்கிறது. இதற்கு இலக்கியங்களில் சங்ககாலம் முதலே ஏகப்பட்ட குறிப்புகள் காணப்படுகின்றன.

> ‘எளியவோ ஆய் மகள் தோள்?
> விலை வேண்டார் , எம் -இனத்து ஆயர் மகளிர் -
> கொலை ஏற்றுக் கோட்டிடைத்-தாம் வீழ்வார்
> மார்பின் முலை இடைப் போலப் புகின்,
> ஆங்கு குரவை தழீஇ யாம், மரபுளி பாடி’ *(கலித்தொகை 103)*

ஏறு தழுவினால்தான் ஆயர் மகள் முலை தழுவமுடியும் என்பதை இப்பாடல் சொல்கிறது. ஆயர் குல துவாரகைத் தலைவன் கண்ணன் நப்பின்னையைக் கண்டு விரும்பி அவளை அடைய குல வழக்கப்படி ஏறு தழுவியிருக்கவேண்டும்.

கொல்லேற்றுக் கோடஞ்சுவானை மறுமையும்
புல்லாளே ஆய மகள் (கலித்தொகை : 103 (63-64))

இந்தக் கலித்தொகைப் பாடலுக்கு உரை எழுதிய நச்சினாற்கினியர், 'கூடிக் கொல்லுகின்ற ஏற்றினுடைய (காளையினுடைய) கோட்டிற்கு (கொம்புக்கு) அஞ்சும் பொதுவனை மறு பிறப்பினும் ஆயர் மகள் தழுவாள்' என்கிறார்.

இதைத் தவிர தழுவப்படும் ஏறு பற்றியும், அதன் சீற்றம் பற்றியும், அடக்க முன்வரும் வீரர்கள் பற்றியும் குறிப்புகள் கலித்தொகையின் 103ம் பாடலில் இடம்பெற்றுள்ளன. மலைபடுகடாம், பட்டினப் பாலை, சிலப்பதிகாரத்திலும் ஏறு தழுவுதல் பற்றிய பல குறிப்புகள் காணப்படுகின்றன.

இன்றும் ஏறு தழுவுதல் நடைபெறும்போது முதலில் கோவில் காளையை வாடிவாசலில் இருந்து திறந்துவிடுவதும், அதை யாரும் அடக்காமல் இருப்பதும் மரபாக இருந்து வருகிறது. கோவில் காளை என்பதைப் பற்றிய வெகுஜனச் சொல்லாடல்கள் இதைப் பின்பற்றியே அமைந்திருக்கின்றன. ஜல்லிக்கட்டு சட்டரீதியாக அனுமதிக்கப்பட்ட பிறகு, தற்போது அலங்காநல்லூர் உள்ளிட்ட பகுதிகளில் நடைபெற்ற ஜல்லிக்கட்டுகளுக்கான விளம்பரங்களில் (பிட் நோட்டிஸ்கள்) அது நடைபெறும் கோவிலைப் பற்றிய குறிப்புகள் இடம்பெற்றிருந்தன.

•

ஜல்லிக்கட்டு நடத்தப்படவேண்டும் என்பதை வலியுறுத்தி மாணவர்கள் நடத்திய போராட்டம் மெரினா கடற்கரையையே குலுங்க வைத்தது. சமீப காலங்களில் பல பத்து வருடங்களில் தமிழ்நாடு இப்படி ஒரு மாணவர் போராட்டத்தை சந்தித்ததில்லை என்பதாலேயே இக்கூடுகை அதிக முக்கியத்துவம் பெற்றது. அதனாலேயே இதை எப்படிப் புரிந்துகொள்வது என்பதிலும் குழப்பங்கள் இருந்தன. புரட்சி சமீபத்துவிட்டது என்று எப்போதும் புரட்சியை எதிர்நோக்கிக் காத்திருந்தவர்கள் இந்தப் போலி உச்சத்தைப் புரட்சி என்றே நம்பினார்கள். இதனால் இப்போராட்டம் திக்குத் திசை இன்றி எல்லா இடங்களிலும் பாய்ந்து பரவியது.

இப்போராட்டம் நடைபெற்ற காலம் மிக முக்கியமானது. ஜெயலலிதாவின் மறைவுக்குப் பின்னர் ஏற்பட்ட ஓர் அரசியல்

வெற்றிடத்தில் மாணவர்களின் இப்புரட்சி நடைபெற்றது. ஜெயலலிதாவோ கருணாநிதியோ முதல்வராக இருந்திருந்தால் இப்படி ஒரு கூட்டத்தைக் கூடவே விட்டிருக்கமாட்டார்கள் என்ற கருத்து புறந்தள்ளப்படக்கூடியது அல்ல. இந்தக் கூட்டம் என்பது இத்தனை நாள் மக்களின் மனத்தில் அழுத்தி வைக்கப்பட்டிருந்த பல குமுறல்களின் வெளிப்பாடு என்றே பலரும் கருத்துச் சொன்னார்கள். தமிழ்நாடு முழுவதும் உள்ள ஊர்களில் இருந்து மக்கள் சாரை சாரையாகச் சென்று இப்போராட்டத்தில் கலந்துகொண்டு செல்ஃபி எடுத்து சமூக வலைத்தளங்களில் பரவவிட்டார்கள். தெருவெங்கும் கூட்டம் கூட்டமாகச் சிலர் நின்று பீட்டா அமைப்பைத் தடை செய்ய முழக்கமிட்டார்கள். தொடர்ச்சியாக ஆறு நாள் நடைபெற்ற போராட்டம் போராட்டக்காரர்களாலேயே ஒரு முடிவுக்குக் கொண்டு வரப்பட்டது.

தன்னெழுச்சியாக நடைபெற்ற போராட்டம் என்று அரசியல்வாதிகளாலும் கொள்கையாளர்களாலும் உயர்த்திப் பிடிக்கப்பட்ட இப்போராட்டத்துக்குள் புற்றுநோய் போலப் புகுந்தது இந்திய வெறுப்பு. ஏறு தழுவுதலை நடத்தவேண்டும் என்று தொடங்கிய போராட்டம் பீட்டாவைத் தடை செய்யும் போராட்டமாக மாறியதை ஏற்றுக்கொள்ள முடியாது என்றாலும் புரிந்துகொள்ளவாவது முடிகிறது. ஆனால் அப்போராட்டம் தமிழ்நாட்டை இந்தியாவிலிருந்து பிரிக்க தங்கள் கோஷங்களை எழுப்பும் போராட்டமாக தமிழ்ப் பிரிவினைவாதிகளால் திறம்படப் பயன்படுத்திக் கொள்ளப்பட்டது. பாஜகவைத் தடை செய்யக் கோரும் கோஷங்கள் எழுந்தன. பாஜக தடை ஏன்? இது ஜனநாயகத்துக்கு எதிரானது என்று போராட்டக்கூட்டத்தில் யாரும் முணுமுணுக்கக்கூட இல்லை. வெளியில் இருந்து முணுமுணுத்த சிலரின் குரல்கள், போலி முற்போக்குக் கருத்துகளாலும் கூச்சல்களாலும் அமுக்கப்பட்டன.

வரலாற்றின் போக்கில், தமிழ்நாட்டில் இன்று ஜல்லிக்கட்டு நடத்தப்பட்டதற்கு சட்டரீதியான ஆதரவைப் பெற என்ன காரணம் என்று விருப்பு வெறுப்பு இல்லாமல் யோசித்தால் இப்படிச் சொல்லலாம். மாணவர்களின் போராட்டம், முதல்வர் ஓ. பன்னீர்செல்வத்தின் நடவடிக்கைகள், பிரதமர் மோடியின் ஆதரவு. இந்த மூன்றுமே முக்கியக் காரணங்கள். மாணவர்களின் போராட்டம் பின்னர் பிரிவினைவாதிகளால் பிளக்கப்பட்டாலும்கூட, சில ஆண்டுகளாகத் தமிழர்களால் வைக்கப்பட்டுக்கொண்டிருந்த கோரிக்கை நிறைவேற்றப்படத் தேவையான வேகத்தைக் கொடுத்த உடனடிக் காரணம், மாணவர்களின் மெரினா கூடுகையே.

கடந்த ஆண்டிலேயே பாஜக நிச்சயம் ஜல்லிக்கட்டை நடத்திக் காண்பிக்கும் என்று மத்திய இணை அமைச்சர் பொன்.ராதாகிருஷ்ணன் சொன்னபோது அவர் தீவிரமாகக் கிண்டலடிக்கப்பட்டார். உண்மையில் இப்பிரச்சினையில் பொறுப்பாகச் செயல்பட்ட ஒரே கட்சி பாஜக மட்டுமே. காட்சிப்படுத்தப்படக்கூடாத விலங்குகள் பிரிவில் காளையைச் சேர்த்தது காங்கிரஸ் அரசு. அன்று திராவிட முன்னேற்றக் கழகம் இதை ஆதரித்தது. பின்னர் மோடி தலைமையிலான பாரதிய ஜனதாவின் அரசு இதை நீக்க அவசரச் சட்டம் நிறைவேற்றியது. அதற்கு பீட்டா அமைப்பு தடை வாங்கியது. அதற்குப் பின்னால் பாஜக அரசால் நேரடியாகச் செய்ய ஒன்று மில்லாமல் போனது.

அந்த நிலையில் ஒரு வருடத்துக்கு முன்பே மாநில அரசு சட்டமியற்றி ஜல்லிக்கட்டு நடத்தலாம் என்ற யோசனையை பாரதிய ஜனதாவைச் சேர்ந்த மத்திய இணை அமைச்சர் நிர்மலா சீதாராமன் தெரிவித்தார். அன்று இதை யாரும் பொருட்படுத்தவில்லை. இதன் போதாமை களைப் பற்றிப் பேசினார்கள். மத்திய அரசு தன் கையிலிருந்து ஜல்லிக்கட்டுப் பிரச்சினையை மாநில அரசுக்குத் தள்ளிவிடுவதிலேயே குறியாக இருக்கிறது என்று கண்டுபிடித்தார்கள். ஆனால் நிர்மலா சீதாராமன் என்ன சொன்னாரோ அதுவே நடந்திருக்கிறது. இது சிக்கலின்றி நடக்கக் காரணம், சந்தேகமே இன்றி, பிரதமர் மோடியின் ஆதரவுதான். முதல்வர் ஓ.பன்னீர்செல்வத்தின் துரிதமான நடவடிக்கை களுக்குப் பக்கபலமாக நின்றிருந்தவர்கள் பிரதமர் மோடியும் மத்திய அரசும். இதைத் தெளிவாகவே பலமுறை பல இடங்களில் உறுதி செய்தார் முதல்வர் ஓ.பன்னீர்செல்வம். ஓ.பன்னீர்செல்வத்தை ஆர்.எஸ்.எஸ் பின்னால் இருந்து இயக்குகிறது என்று போலி முற்போக்காளர்கள் பதறினார்கள். பல்வேறு வகையில் ஓ.பன்னீர்செல்வம் அவமானப்படுத்தப்பட்டார். இதெல்லாம் பொருட்படுத்தத்தகுந்தது அல்ல, தனக்குத் தேவை ஜல்லிக்கட்டு நடத்தும் உரிமையைப் பெறுவதுதான் என்று தெளிவாகவும் உறுதியாகவும் செயல்பட்டார் ஓ.பன்னீர்செல்வம்.

ஆனால் மெரினாவில் மாணவர்களின் போராட்டக்களத்தில் நடந்தது என்ன? தமிழ்த் தேசியவாதிகள் மற்றும் நக்ஸல் ஆதரவாளர்களின் அரசியல்தான் அங்கே முதலிடம் பெற்றது. தங்களுக்கென ஒரு கூட்டம் கூடப்போவதில்லை என்பதை உறுதியாக உணர்ந்தவர்கள் இவர்கள். என்றுமே தமிழ்நாடு இந்தியத் திருநாட்டின் ஓர் அங்கம் என்றே தன்னை உணர்ந்து வந்திருக்கிறது. இதிலிருந்து நூலிழைகூட பெரும்பான்மையான தமிழர்கள் விலகியதில்லை. தனித்தமிழ்நாடு கோஷம் என்பது இன்றைய நிலையில் பொருட்படுத்தத் தகாத,

வலுவற்ற, அடிப்படையற்ற ஒரு வெற்றுக் கூச்சல் மட்டுமே. இத்தனை பிரச்சினைகளுக்கு இடையிலும் காஷ்மிர் இந்தியாவின் பகுதியே என்று, இந்தியாவை ஆண்ட அனைத்துக் கட்சிகளும் ஒரே குரலில் சொல்லி அதை உறுதி செய்துவந்துள்ளன. இந்நிலையில் தனித்தமிழ்நாடு என்ற கோஷம் உள்ளீடற்றது என்பதைக் குழந்தைகூடப் புரிந்துகொள்ளும். இதனால், இப்படிக் கூட்டம் கூடியிருப்பதைத் தங்கள் பிரிவினைக் கோஷங்களுக்குப் பயன்படுத்திக் கொண்டார்கள் தமிழ்த்தேசியவாதிகளும் பிரிவினைவாதிகளும்.

எடுபடாது என்று தெரிந்தாலும், தமிழ்ப்பிரிவினைவாதிகள் தொடர்ந்து இக்கோஷத்தை முன்வைக்கக் காரணம், இவர்களால் வேறு அரசியல் செய்யமுடியாது என்ற ஒற்றைக் காரணமே ஆகும். இந்திய நாட்டின் அங்கமாக ஒரு மாநிலம் இருக்கும்போது, அம்மாநிலத்துக்கு ஏற்படும் சில அசௌகரியங்கள் புரிந்துகொள்ளக்கூடிவையே. அதை நோக்கிப் பேசுவதும் தீர்வை நோக்கிப் போவதுமே ஒருங்கிணைந்த இந்தியாவின் செயல்பாடாக இருக்கவேண்டும். அதேபோல் ஒரு மாநிலம் இந்தியாவின் ஒருபகுதியாக இருப்பதால் கிடைக்கும் நலன்களையும் நாம் யோசிக்கவேண்டும். ஆனால் தமிழ்ப்பிரிவினை வாதிகளுக்கு உள்ளார்ந்த விவாதமெல்லாம் ஒரு பொருட்டே அல்ல. அவர்களது ஒரே குறிக்கோள் தமிழ்நாட்டைத் தனி மாநிலம் ஆக்குவதன்மூலம் இந்தியாவை உடைப்பதும், அதன் விளைவாக தமிழ்நாட்டில் நிலையற்ற தன்மையை உருவாக்குவதும் குழப்பத்தை உருவாக்குவதும்தான்.

தலைமையற்ற போராட்டம் என்பது ஒரு வெற்றுக்கனவு மட்டுமே. ஒரு போராட்டம் தலைமை இன்றி நடக்குமெனில் அது எப்படித் திசைமாற்றப்படலாம் என்பதற்கு இந்த ஜல்லிக்கட்டுப் போராட்டம் ஓர் உதாரணம். முதலில் ஜல்லிக்கட்டு நடத்தப்படவேண்டும் என்று தொடங்கப்பட்ட போராட்டத்தில், மெல்ல மெல்ல இந்தியாவுக்கு எதிரான குரல்கள் வலுப்பட்டன. பிரதமர் மோடிக்கு எதிரான ஆபாசக் குரல்கள் வலுப்பட்டன. மேனகா காந்தியின் பெயரில் திட்டமிட்டுப் பொய்ச் செய்தியைப் பரப்பி அதை பாஜகவுக்கு எதிராகப் பயன்படுத்திக்கொண்டார்கள். வக்கிரமான நாடகங்கள் பிரதமர் மோடி மீதும் முதல்வர் ஓ.பன்னீர்செல்வம் மீதும் புனையப்பட்டன. பீட்டாவின் ஆதரவாளர்கள் ஆபாசமான வார்த்தைகளால் வசைபாடப் பட்டார்கள். பீட்டா என்பது ஜல்லிக்கட்டுக்கு எதிராகச் செயல்படும் அமைப்பு என்ற ஒற்றைப் பிம்பம் திட்டமிட்டுப் பரப்பப்பட்டது. எல்லாவகையான விலங்குகளின் நலனுக்காகவும் செயல்படும் பீட்டாவின் பல்வேறு வகையான செயல்பாடுகள் காரணத்தோடு மறைக்கப்பட்டன. மத்திய அரசும் மாநில அரசும் தந்த

உறுதிமொழிகள் தொடர்ச்சியாகப் புறக்கணிக்கப்பட்டன. கடைசியில் இவர்கள் காவல்துறை தன் நடவடிக்கையைச் செய்ய வேண்டிய நிலைக்குத் தள்ளினார்கள்.

காவல்துறை தன் லாத்தியைக் கையில் எடுக்கும்வரை இது தன்னெழுச்சியான போராட்டம் என்ற கதையே தமிழ்நாடு முழுவதும் பரப்பப்பட்டிருந்தது. காவல்துறை களத்தில் இறங்கவும் மக்களுக்குச் சில உண்மைகள் புரிய ஆரம்பித்தன. ஜல்லிக்கட்டு நடத்தத் தேவையான சட்டரீதியான நடவடிக்கைகள் அனைத்தும் எடுக்கப் பட்ட பின்பும் ஏன் இப்போராட்டம் தொடரவேண்டும் என்ற கேள்விகள் எழுந்தன. இப்படிக் கேள்வி கேட்டவர்கள் அத்தனை பேரும் துரோகிகள் என்று முத்திரை குத்தப்பட்டார்கள். போராட்டத்தை பல வருடங்களாக பிரதிபலன் பாராமல் நடத்திக் கொண்டிருந்தவர்கள் திடீரென ஒரே நாளில் துரோகிகள் ஆனார்கள். மக்கள் இதைப் புரிந்துகொண்டார்கள் என்பதைப் பிரிவினைவாதிகள் உணரவில்லை.

ஒரு கட்டுக்கடங்காத கூட்டத்தை இதைவிட மென்மையாகக் கையாளமுடியாது என்ற வகையில் காவல்துறை தொடக்கத்தில் பொறுப்பாக நடந்துகொண்டது. இதுவரை கண்டிராத வகையில் போராட்டக்காரர்களை ஒவ்வொருவராகப் பிடித்து அப்புறப்படுத்தி னார்கள். எவ்விதத்திலும் போராட்டக்காரர்கள் தாக்கப்பட்டுவிடக் கூடாது என்பதில் காவல்துறை உறுதியாக இருந்தது. பின்னர் காவல்துறையினர் தாக்கப்பட்டதும், காவல்துறை தனக்கு தெரிந்த மொழியைப் பேசத் துவங்கியது. காவல்துறைக்கு எதிராக நடத்தப் பட்ட தாக்குதல்களெல்லாம் வேண்டுமென்றே மறைக்கப்பட்டு, காவல்துறையைச் சேர்ந்த சிலரால் செய்யப்பட்ட அராஜகங்கள் முன்னிறுத்தப்பட்டன. உண்மையில் காவல்துறையே முன்னின்று செய்யும் அராஜகம், போராட்டக்காரர்கள் செய்யும் அராஜகத்தைவிட அதிகம் கண்டிக்கப்படவேண்டியது என்பதில் மாற்றுக்கருத்தே இல்லை.

அதேசமயம், காவல்துறை செய்த ஒரு சில அராஜகங்களின் பின்னால் ஒளிந்துகொண்டு, மாணவர்கள் என்ற போர்வையில் தமிழ்ப்பிரிவினை வாதிகள் நடத்திய பல கல்லெறிதல், தீ வைப்புச் சம்பவங்களை நியாயப்படுத்துவது ஏற்கமுடியாதது. இச்சம்பவங்கள் வரிசையாக நடந்தபோதுதான் இது தன்னெழுச்சியான போராட்டம் என்ற போர்வையில் இந்திய வெறுப்பாளர்கள் நடத்திய போராட்டம் என்பதை மக்கள் உணர்ந்தார்கள். ஆனால் இதையும் தாங்கிக்கொண்டு பிரதமர் மோடியும் முதல்வர் ஓ.பன்னீர்செல்வமும் தங்கள் செயலைப் பொறுப்போடு முன்னெடுத்தார்கள். உண்மையில் போராட்டக்

காரர்களின் நோக்கம், அடுத்து சில நாள்களில் வரவிருந்த இந்தியக் குடியரசு தினத்தைக் கறுப்பு நாளாக அறிவித்துப் போராடுவதுதான். அதுவரை இப்போராட்டம் நீளும் என்பதே அவர்களது கனவாக இருந்தது. ஆனால் மத்திய அரசும் மாநில அரசும் இத்தனை விரைந்து செயல்பட்டு இப்பிரச்சினைக்கு ஒரு முடிவைக் கொண்டுவரும் என்று அவர்கள் கனவிலும் எதிர்பார்க்கவில்லை. அதிலும் அந்த முடிவு ஒட்டுமொத்த தமிழ் மக்களின் எண்ணத்தைப் பிரதிபலிப்பதாக இருக்கிறது என்பதை அவர்களால் ஜீரணித்துக்கொள்ளவே முடியவில்லை.

தன்னெழுச்சியான போராட்டம் ஒன்றை எதிர்நோக்கிப் பல்லாண்டுகளாகக் காத்திருக்கிறார்கள் கம்யூனிஸ்டுகள். எனவே இப்போராட்டம் தங்களுக்கானது என்று அவர்களாகவே நினைத்துக்கொண்டார்கள். ஊர்களில் கூட்டம் கூட்டமாக மக்கள் வந்து கலந்துகொண்டபோதே அவர்கள் இது தங்கள் புரட்சி அல்ல என்பதை உணர்ந்து மனம் திரும்பியிருக்கவேண்டும். ஆனால் அவர்கள் இதுதான் எழுச்சி என்று கருதினார்கள். ஒரு போராட்டம் கொண்டாட்ட மனநிலையில் நடைபெறும்போதே நமக்குச் சில விஷயங்கள் தெளிவாகின்றன. ஒன்று, இது மக்களைப் பொருத்தவரையில், திரைப்படத்துக்குச் செல்வது போலக் கொண்டாட்டம் மட்டுமே, போராட்டம் அல்ல. இரண்டு, போராட்டம் நடத்த இத்தனை நாள் ஏன் காத்திருந்தார்கள்? இவர்களை அழுத்தும் வேறு பிரச்சினைகளே இல்லையா? மூன்று, அரசுக்கு எதிரான போராட்டம் என்பதுதான் உண்மையான போராட்டம். அரசு ஆதரவுடன் நடத்தப்படும் போராட்டம் என்பது ஒருவகையில் எளிதானது, இலகுவானது, பயன்படுத்த மகிழ்ச்சி தருவது. இதில் வலியே இல்லை. இது அரசு ஸ்பான்ஸர் செய்த போராட்டம். அரசு ஒருநாள், ஒரே ஒருநாள் இப்போராட்டத்தை எதிர்க்கவும் போராட்டக்காரர்களில் பலர் காணாமல் போனார்கள். இதுதான் யதார்த்தம்.

நான்கு, இந்தியா போன்ற வலுவான ஜனநாயக நாட்டில் ஒட்டுமொத்த மக்களும் எழுச்சியுடன் பங்குகொள்ளும் போராட்டம் என்பது நடைபெற வாய்ப்பே இல்லை. ஏனென்றால் அதற்கான தேவை இல்லை. ஐந்து, எத்தனையோ பிரச்சினைகள் நம்மைப் பீடித்திருக்க, ஏன் மக்கள் ஒன்றுகூடிப் போராட ஜல்லிக்கட்டைத் தேர்ந்தெடுத்தார்கள்? ஏனென்றால் இதில் செலவில்லை. கொள்கைக்குப் பங்கமில்லை. போராட்டத்தில் கலந்துகொண்டால் தமிழ் உணர்வாளர் பட்டம் இலவசம். மாணவர்களுக்குப் போராட்டம் நடக்கும் காலம்வரை விடுமுறை கிடைக்கும். படிக்கவேண்டியதில்லை. அதாவது வசதியான பெருமிதம் இது. அதனால்தான் ஜல்லிக்கட்டைத்

தேர்ந்தெடுத்தார்களே அன்றி, தங்களைப் பன்னெடுங்காலமாக வருத்திக்கொண்டிருக்கும் தமிழ் உணர்வற்ற நிலை நீங்கவேண்டும் என்பதற்காக அல்ல. கடைசி வரை போராடும் உணர்வாளர்கள் மிகக் குறைவானவர்களே இப்போராட்டத்தில் இருந்தார்கள். மீதிப்பேர்கள் எல்லாம் ஒரு கொண்டாட்டத்தில் கலந்துகொள்ள வந்த வெகுஜனங்களே. வசதியான பெருமிதமான இப்போராட்டத்தை, ஜல்லிக்கட்டை நடத்திக்காட்டியதன் மூலம், உண்மையான பெருமித மாக மாற்றிக் காட்டியவர்கள் பிரதமர் மோடி தலைமையிலான மத்திய அரசும், முதல்வர் ஓ.பன்னீர்செல்வமும்தான்.

•

இப்போராட்டத்தில் வழக்கம்போல இந்து மதம் தள்ளி வைக்கப் பட்டது. ஜல்லிக்கட்டு என்பதை மீண்டும் மீண்டும் தமிழர் பண்பாடு என்றவர்கள் மறந்தும் அதை இந்தியர்களின் தொன்மையான விளையாட்டு என்றோ இந்துக்களின் பாரம்பரியம் என்றோ சொல்லவே இல்லை. ஏனென்றால் இதை இவர்கள் ஒரு மதச்சார்பற்ற விழாவாக வளர்த்தெடுக்கப் பாடுபட்டார்கள். இந்துப் பண்பாடு மட்டும் குறிவைத்து இப்படித் தொடர்ச்சியாகச் சிதைக்கப்படுவது முதல்முறை அல்ல. நீதிமன்றங்களில்கூட இந்து மத நம்பிக்கைகளும் அதை ஒட்டிய பண்பாட்டுக் கொண்டாட்டங்களும் விமர்சிக்கப் படுகின்றன. இந்து மதப் பண்பாட்டுக்கும் இந்துக் கோவில்களுக்கும் எதிரான தீர்ப்புகள் வழங்கப்படுகின்றன. ஜல்லிக்கட்டுக்கு ஆதரவான அவசரச்சட்டம் தடை செய்யப்பட்டது. கிருஷ்ண ஜெயந்தியின் போது கொண்டாடப்படும் உறியடிக்குத் தடை விதிக்கப்பட்டது. ஹோலி விழாவில் பயன்படுத்தப்படும் வண்ணப்பொடிகள் தொடர்பான சர்ச்சை மெல்ல இப்போது ஆரம்பித்து வைக்கப்பட்டிருக்கிறது.

மதத்தையும் பண்பாட்டையும் ஒட்டுமொத்தமாகப் புறக்கணித்து விட்டு, இன்றைய நிலையை மட்டுமே கருத்தில் கொண்டு வழங்கப்படும் நீதி நியாயமானதல்ல. பண்பாட்டுக்கும் இன்றைய நிலைக்கும் நியாயம் செய்யும் ஒரு பொதுவான வழியைக் கண்டெடுப்பதுதான் நீதி. ஜல்லிக்கட்டைப் பொருத்தவரை அந்த நீதியை நமக்கு நம் மாநில அரசு இந்திய அரசியின் ஆதரவுடன் வழங்கியுள்ளது. பண்பாட்டைக் காத்ததோடு, மாடுகளுக்கு நிகழ்த்தப் படும் கொடுமைகளைக் களையத் தேவையான விதிகளையும் வகுத்துள்ளது. இவ்விதிகளைக் கடுமையாகக் கடைப்பிடிப்பதன் மூலம் மாடுகள் வதையிலிருந்து காக்கப்படுவதோடு நம் பண்பாடும் காப்பாற்றப்படும். இதைச் செய்திருக்கவேண்டியது நீதிமன்றம். ஆனால் அதை ஓர் அரசு செய்திருக்கிறது.

ஒட்டுமொத்த இந்தியாவின் ஊடகங்களும் இந்து மதத்தை எப்போதும் புறக்கணித்தே வந்துள்ளன. ஜல்லிக்கட்டு பிரச்சினைக்கு இந்தியாவில் உள்ள அனைத்து இந்து மத அமைப்புகளும் தங்கள் ஆதரவை வழங்கியபோது, மோடி எதிர்ப்பைப் பிரதானமாக வைத்துச் செயல் படும் ஆங்கில ஊடகங்கள் அத்தனையும் ஜல்லிக்கட்டு எதிராக நின்றன. ஒரு மத விழாவை மதச்சார்பற்ற முறையில் அனைவரும் கொண்டாடுவது என்பது வேறு. இதைத்தான் இந்துக்கள் பெரும் பான்மையாக வாழும் பாரதத் திருநாடு பல நூற்றாண்டு காலமாகச் செய்து வருகிறது. முஸ்லிம்கள் தங்கள் மதப்பண்டிகைகளை மாற்று மதச் சகோதரர்களுடன் கொண்டாடுகிறார்கள். கிறிஸ்தவர்களும் இப்படியே. ஆனால் ரம்ஜானையோ கிறிஸ்துமஸ்ஸையோ முறையே இஸ்லாத்திலிருந்தும் கிறிஸ்தவத்திலிருந்தும் யாரும் பிரிப்பதில்லை. இஸ்லாம் மற்றும் கிறித்துவ மதத்தின் ஒரு பண்டிகை அனைத்து மதக்காரர்களாலும் கொண்டாடப்படுகிறது. ஆனால் போலி மதச்சார்பின்மை இந்து மதத்துக்கு மட்டும் தனியே உரை எழுதும் என்பது நமக்குத் தெரியும். இந்து மத விளையாட்டு அனைத்து மதக்காரர்களாலும் கொண்டாடப்படலாம் என்று பேசத் துவங்காமல், விழாவே மதச்சார்பு கொண்டது என்று சொல்லத் தலைப்பட்டார்கள். ஆனால் வரலாற்றில் இது செல்லுபடியாகாது. பொங்கல் எப்படி இந்துக்களின் விழாவோ, இந்துத் தமிழர்களின் விழாவோ அதுபோலவே ஜல்லிக்கட்டு என்பதும் இந்துக்களின் இந்துத் தமிழர்களின் பண்பாடுதான். ஒட்டுமொத்த இந்தியாவுக்குமான பண்பாடும்கூட.

ஜல்லிக்கட்டு விளையாட்டில் பங்கேற்பதிலும் காளைகளை வளர்ப்பதிலும் உள்ள ஜாதியப் பிரச்சினைகளும் முக்கியமானவை தான். இதையும் இந்து மதத்தால் மட்டுமே தீர்க்கமுடியும். இப்பிரச்சினைக்கு இந்து மதமும் இந்துத்துவமுமே தீர்வு. இதையும் நாம் வரலாற்றில் பார்க்கத்தான் போகிறோம். ஜல்லிக்கட்டு முதன்முதலாகத் தடைசெய்யப்பட்டபோது போராட்டக்காரர்கள் சந்தித்தது சுவாமி தயானந்த சரஸ்வதி அவர்களைத்தான். தன் உடல்நிலை நலிவுற்றிருந்தபோதிலும் அவர்களுடன் விரிவாக விவாதித்து, ஜல்லிக்கட்டுக்குத் தன் ஆதரவை வழங்கினார். இதைத் தொடர்ந்து, அந்தச் சமயத்தில் சென்னையில் நடைபெற்ற இந்து ஆன்மிக மற்றும் சேவை அமைப்புகளின் கண்காட்சியில் ஜல்லிக்கட்டுக்குத் தனி அரங்கு அமைக்கப்பட்டது. இதை கம்யூனிஸ ஆதரவாளர்கள் எதிர்த்ததோடு, இது நிலவுடைமையை நிலை கொள்ளச் செய்யும் விளையாட்டு என்றும் மாடுகள் இதில் சித்திரவதை செய்யப்படுகின்றன என்றும் எழுதினார்கள். இன்று இப்பிரச்சினைக்கு

ஒரு நிரந்தரத் தீர்வு, மத்திய, மாநில அரசுகள் மூலம் கொண்டு வரப்பட்டிருக்கிறது.

வாடிவாசலில் இருந்து அவிழ்த்துவிடப்பட்ட கோவில் காளை தன்னை யாரும் தொடமாட்டார்கள் என்ற செருக்குடன் சீறிப்பாய்ந்து செல்வதில் நம் பாரம்பரியம் உள்ளது. கோவில்களை ஒட்டியே இவ்விளையாட்டு நடத்தப்படுவதில் நம் மரபு குடிகொண்டிருக்கிறது. இதில் பங்குபெறும் மாடுகளுக்கு எவ்விதத் தீங்கும் செய்யக்கூடாது என்பதில், மாடுகளின் மீதான நம் அன்பும் பரிவும் உள்ளன. மாடுகளைத் தங்கள் குழந்தைகளைப் போல வளர்க்கும் நம் மரபு தொடர்கிறது.

அசைவ உணவு உண்ணும் சகோதரர்களை, அவர்கள் மாட்டை உண்பதைக் காரணம் காட்டிப் பிரிக்கும் வேலையை சில இந்துத்துவ உணர்வாளர்கள்கூடச் செய்கிறார்கள். பசு நம் தெய்வம். அதில் மாற்றமில்லை. அதேசமயம் மாட்டை உண்ணும் நம் சகோதர்களும் நமக்கு முக்கியமே. உணவுக் கலாசாரம் வேறு, பசுவதை வேறு. ஆய்வாளர் மற்றும் எழுத்தாளர் அரவிந்தன் நீலண்டனின் ஒரு குறிப்போடு இதை இப்படி முடிக்கலாம்.

‘மாட்டிறைச்சி சாப்பிடுகிறவர் மாட்டைப் பாதுகாக்கக் குரல் கொடுப்பாரா எனச் சிலர் கேட்கிறார்கள். மாட்டிறைச்சி சாப்பிடுவதாலேயே ஒருவர் மாட்டைப் பாதுகாக்க முன்வர மாட்டார் என்பது தவறு. மாட்டிறைச்சி சாப்பிடுவது வேறு. பசுவதை வேறு. பசுவதை என்பது இந்துக்களை அவமானப்படுத்த வேண்டுமென்பதற் காகவே அனைவருக்கும் இருக்கும் பொதுவெளியில் செய்யப்படும் ஒரு வெறுப்பு நிகழ்வு. அதை எதிர்ப்பது இயல்பானது. ஆனால் மாட்டிறைச்சி என்பது அவ்வாறல்ல. இந்தியாவில் மாட்டின் விவசாயச் சூழலியல் முக்கியத்துவத்தால் மாட்டிறைச்சி உண்பது பண்பாட்டுக் கட்டுப்பாடுகளால் குறைக்கப்பட்டுள்ளது. வர்த்தக ரீதியில் இறைச்சிக்காகவே மாடு வளர்ப்பதும் இங்கு இல்லை. எனவே இந்திய மாட்டிறைச்சி பிற நாடுகளின் மாட்டிறைச்சியைக் காட்டிலும் சூழலியல் விலை குறைவானது. மேலும் அதற்கான உள்நாட்டுச் சந்தை பெரியதுமல்ல. எனவே இந்தியா மாட்டிறைச்சியை வெளிநாடுகளுக்கு அதிக அளவில் ஏற்றுமதி செய்வது ஒருவிதத்தில் இந்தியப் பண்பாட்டின் மாட்டிறைச்சி மட்டுப்படுத்தும் தன்மையால் நிகழும் நிகழ்வு. உலக அளவில் அது சூழலியலுக்கும் உகந்தது. ஆகவே மாட்டிறைச்சி உண்பவர் எப்படி மாட்டைப் பாதுகாக்க வருவார் என்கிற கேள்வி சரியானதல்ல. நாட்டு மாடுகளைச் சொந்த

குழந்தைகளாக நினைத்து வளர்க்கும் முஸ்லிம்களை நான் அறிவேன். அதுபோல தமிழ்நாட்டிலிருந்து அடிமாடுகளாக கேரளாவுக்குக் கடத்தப்படும் மாடுகளை இரவில் கூடச் சென்று போராடிக் காப்பாற்றும் ஓர் இஸ்லாமிய சகோதரியையும் அறிவேன். நிற்க. இந்தப் போராட்டத்தைப் பொருத்தவரையில் தமிழ் இஸ்லாமிய சமூகத்துக்குக் கிடைத்த ஒரு நல்ல வாய்ப்பு, வகாபிய அரசியல் அமைப்புகளால் இல்லாமல் போய்விட்டது. தமிழ் மண் சார்ந்த இஸ்லாமியப் பண்பாட்டு அடையாளங்களை அவர்கள் முன்வைத்திருக்க முடியும். ஷிர்க் ஒழிப்பு மாநாடு போன்ற சவூதி அடிப்படைவாத இயக்கங்களைத் தாண்டி அவர்கள் தங்கள் சொந்தப் பண்பாட்டைப் பாதுகாக்க, முன்னிறுத்த, ஜல்லிக்கட்டுப் போராட்டம் நடந்த ஆறு நாட்கள் அவர்களுக்கு ஒரு பெரும் வாய்ப்பை அளித்தது. ஆனால், மோடி எதிர்ப்பு மட்டுமே முன்வைக்கப்பட்டு, இஸ்லாமிய அரசியல் இயக்கங்களும் தனித்தமிழ் இயக்கங்களும் இந்த ஆறு நாட்களை பயன்படுத்திக் கொண்டன.'

•

(ஹரன் பிரசன்னா ஏராளமான சிறுகதைகள், கவிதைகள் எழுதியிருக்கிறார். வலம் இதழின் ஆசிரியர்களில் ஒருவர். சமீபத்திய சிறுகதைத் தொகுப்பு, 'புகைப்படங்களின் கதைகள்', நூல்வனம்.)

நவீனத்துவத்தின் அடிப்படைவாதங்கள்

ஷிவ் விஸ்வநாதன், தமிழில்: பூ.கொ. சரவணன்

நான் வெள்ளிக்கிழமை நாளிதழ்களை ஆச்சரியம் அடங்காமல் வாசித்தேன். தி டைம்ஸ் ஆஃப் இந்தியா நாளிதழ் கிரிக்கெட்டை விட அதிகப் பக்கங்களை ஜல்லிக்கட்டுக்கு ஒதுக்கியிருந்தது. வியாழக் கிழமை நடந்த இங்கிலாந்துக்கு எதிரான ஒரு நாள் போட்டியில் தோனியும், யுவராஜ் சிங்கும் அடித்த சதங்கள் பற்றிய செய்தி ஒரு மூலைக்குத் தள்ளப்பட்டுப் பரபரப்புச் செய்தியாக ஜல்லிக்கட்டுச் செய்தித்தாளை அலங்கரித்துக் கொண்டிருந்தது.

எனக்கு இந்தத் தலைகீழ் மாற்றத்தைக் கண்டு அளவில்லாத ஆனந்தம் பெருக்கெடுத்தது. இப்பொழுதாவது தெற்கை வடக்கு ஒரு பொருட்டாக மதிக்கத் தொடங்கியிருக்கிறதே!

என்னதான் நடக்கிறது என்று நண்பர்களிடம் விசாரித்தேன். ஜல்லிக்கட்டை முன்வைத்து உச்ச நீதிமன்றமும் விலங்குநல ஆர்வலர் களும் நீண்டகாலமாகச் செய்துவரும் நாட்டாமை அல்ல இது. நாம் காண்பது முற்றிலும் புதிதானது. ஒரு முன்னணி வழக்கறிஞர் சொன்னதுபோல, இவ்விரு தரப்புமே இது அல்லது அது என்று இருமையில் யோசிப்பதே வழக்கம். நீதி x அநீதி, சுற்றுச்சூழல் x கலாசாரம், கொடுமை x விளையாட்டு, பண்பாடு x நவீனம் என்றே நீதிமன்றம் யோசிப்பது வருத்தத்துக்குரியது என்றும் அவர் குறிப்பிட்டார். இப்படி இருமையில் மட்டுமே பார்ப்பது ஒரு

நெகிழ்வுத் தன்மையோடு சிந்திக்கவிடாமல் உங்களைத் தடுக்கிறது. புதிய பரிசோதனைகளை முயற்சித்துப் பார்க்கவோ, சமரசம் செய்து கொள்ளவோ இவை அனுமதிப்பதில்லை.

இருமைகள் அரசியல் சரித்தன்மையை, அடிப்படைவாதத்தைத் தோற்றுவிக்கின்றன. நகைச்சுவையுணர்வைக் கொன்று, ஒரு நிகழ்வை வேறொரு புதிய கண்ணோட்டத்தில் அணுகவிடாமல் தடுக்கவும் செய்கின்றன. ஜல்லிக்கட்டுக்கும் ஸ்பானிஷ் காளைச் சண்டைக்கும் தொடர்பில்லை. வேளாண்மையை வாழ்க்கையாகக் கொண்டவர்கள் அறுவடைக்கான காலம் கனிந்துவிட்டதை விழாவாகக் கொண்டாடித் தீர்க்கும் தருணம்தான் ஜல்லிக்கட்டு. இது ஒருவகை சடங்கு. இங்கே மனிதனுக்கும் விலங்குக்கும் இடையில் சமமான மோதல் நடைபெறுகிறது. மேற்படி ஆய்வாளரின் பார்வையில், 'ரோமானிய விளையாட்டுகளைப் போல ரத்த வெறி பிடித்த கூட்டங்களாலும், விலங்குகளை விரட்டிச்செல்லும் சர்க்கஸ்களாலும் நிரம்பிய கேளிக்கை அல்ல ஜல்லிக்கட்டு.'

மற்றொரு நண்பரை அழைத்தேன். அவர் ஒரு மானுடவியலாளர். அவரும் நீதிமன்றத்துக்கு எதிராகப் பொரிந்து தள்ளிவிட்டார். 'நீதிமன்றம் ஒரு வரையறையை உண்டாக்கிக்கொண்டு அதைப் பிரதியெடுக்க முயற்சிக்கிறது. வரையறைகள் காலத்தில் உறைந்து நிற்பவை. ஜல்லிக்கட்டு வணிகமயமான பின்பு விலங்குகள் ஓரளவு கொடுமைப்படுத்தப்படுகிறது என்பதை மறுப்பதற்கில்லை. எனினும், அது புதியது. சமகாலத்தில் ஜல்லிக்கட்டில் சேர்ந்துகொண்ட விஷயம் அது. அசலான ஜல்லிக்கட்டில் இப்படிப்பட்ட வழக்கம் இல்லை' என்றார். மேலும், 'உச்ச நீதிமன்றம் வரையறைகள் என்கிற பெயரில் வலிந்து தலையிடுகிறது. அவர்களின் விளக்கங்கள் இறுக்கமானதாக இருக்கின்றன. ஆனால் நிஜத்தில் நிகழ்வுகள் பயன்பாட்டில் மாற்றமடைந்துகொண்டே இருக்கின்றன. சொற்களுக்கும் இது பொருந்தும்.' அதிகாரத்தின் கண் கொண்டு இந்த நிகழ்வை அணுகுவதை விடுத்து, பல வண்ணக் காட்சிக் கருவி (கலைடாஸ்கோப்) போல அனைத்துத் தரப்பினரின் கண்ணோட்டத்தையும் உள்வாங்கி அணுகவேண்டும் என்றார் அவர்.

இது முழுக்க முழுக்க உண்மை. மக்களிடம் உரையாடியதன்மூலமும் செய்திகளை வாசித்ததன்மூலம், ஜல்லிக்கட்டு வெறுமனே ஓர் அடையாளம் அல்ல என்பது தெளிவாகிறது. ஒரு கலாசாரத்தை, மக்களை ஒரு குறிப்பிட்ட வரையறைக்குள் அடக்க முயலும்போது எழும் எதிர்ப்பின் அறிகுறி அது. 'ஜல்லிக்கட்டு ஒரு உருவகம். அது களமிறங்கி காளையோடு மல்லுக்கட்டுவதற்கான ஒரு வாய்ப்பு.

காளையும் மனிதனும் சரிக்குச் சமமாக மோதிக்கொள்ளும் ஆட்டம் அது. தமிழ்நாடு வடக்குக்கு எதிராக மல்லுக்கட்டுவதன் அடையாளம் அது. நீதி, அறம் ஆகியவற்றை வரையறுக்கும் ஏகபோக உரிமையைக் கொண்டிருப்பதாகக் கருதிக்கொண்டிருக்கும் அரசியல்வாதிகளை எதிர்த்துப் போராடவும் ஜல்லிக்கட்டு ஒரு உருவகம்' என்று இன்னொரு நண்பர் விளக்கினார்.

அந்த நண்பர் சொன்னது முழுக்க முழுக்க உண்மை என்பதை நான் வெகுவிரைவில் உணர்ந்தேன். மெரினா கடற்கரையில் நடந்த எழுச்சி அமைதியானது. அது ஜல்லிக்கட்டின் வன்முறையற்ற பண்பை எதிரொலிப்பதாக இருந்தது. அந்தப் போராட்டம் மாணவர்களால் நடத்தப்பட்ட ஒன்று. அரசியல்வாதிகளுக்கு இங்கே வேலையில்லை என்பதில் அவர்கள் தெளிவாக இருந்தார்கள். இந்தப் போராட்டங்கள் ஆம் ஆத்மி கட்சிக்கு முன்னோடியான ஊழலுக்கு எதிரான இந்தியா இயக்கத்தின் புது டெல்லி போராட்டத்தை நினைவுபடுத்தின. அந்தப் போராட்டத்தைப் போலவே இந்தப் போராட்டமும் புதிய நம்பிக்கையை எங்கும் பாய்ச்சியது. அரசியல்வாதிகள் அழையா விருந்தாளிகள் என்பது தெளிவாகத் தெரிந்தது.

திமுகவின் மு.க.ஸ்டாலின் இந்த ஜல்லிக்கட்டுப் பிரச்சினையை முதன்முதலில் பொதுவெளியில் எழுப்பினார். அதன்மூலம் மோடியை நோக்கிச் சவால் விடவும், பன்னீர்செல்வத்தை விளாசவும் செய்தார். ஆனால், அவர் போராட்டத்தில் கலந்துகொள்ள மெரினா சென்ற போது அங்கு அவர் கண்டது வேறு வகையான 'முரட்டுக் காளை' என்பது புரிந்துபோனது. அவர் சத்தமில்லாமல் ஓரங்கட்டப்பட்டார்.

தை பிறந்தால் வழிபிறக்கும் எனப் பழையன கழிந்து, புதியன புகுவதைக் கொண்டாடுவதே பொங்கல். இந்தப் போராட்டமும் அதைப் போன்றதுதான். அதற்குக் கூடிய கூட்டம் இது பிற்படுத்தப் பட்டோர் வாக்கு வங்கி அரசியலைத் தாண்டிய ஒன்று என்பதைப் புலப்படுத்தியது.

பலப்பரிட்சை

ஜல்லிக்கட்டுக்குக் குவிந்த ஆதரவும், திரண்டு வந்த மக்கள் கூட்டமும் தேர்தல் அரசியலின் குறுகலான நோக்கங்களைக் கடந்தவையாக இருந்தன. ஜல்லிக்கட்டின் கலாசார வேர்கள் எப்படித் தவறாகப் புரிந்து கொள்ளப்படுகின்றன என்று சத்குரு ஜக்கி வாசுதேவும், சதுரங்க கிராண்ட்மாஸ்டர் விஸ்வநாதன் ஆனந்தும் பொறுமையாக விளக்கினார்கள். ஜல்லிக்கட்டு ஒரு ஆண் பிள்ளையின் வீரத்தைச் சோதிக்கும் வீர விளையாட்டு என்பதை விளக்கிய ஜக்கி,

முத்தாய்ப்பாக,'இந்த வீர விளையாட்டைத் தடை செய்துவிட்டால் எப்படிச் சிறுவர்கள் ஆண்களாக மாறுவார்கள்? முகநூலுக்குப் போவதால் யாரும் ஆம்பிளையாக ஆவதில்லை' என்று குறிப்பிட்டார்.

ஜக்கி வாசுதேவின் கருத்துகள் ட்விட்டரில் ஒரு நமட்டுச் சிரிப்பைக் கிளப்பலாம். தவிரவும், முகநூல் பற்றிய அவருடைய கருத்து சற்று காட்டமானதுதான். முகநூல்தான் அரபு வசந்தம் தொடங்கி மெரினா எழுச்சி வரை பல்வேறு போராட்டங்களுக்குத் தூண்டுகோலாக இருந்திருக்கிறது. ஆனால், அவருடைய வாதத்தின் மையக்கருத்து நியாயமானது. நகரமயமான ஒரு சமூகம், ஆண்மையை வெளிப் படுத்தும் (ஜல்லிக்கட்டு போன்ற) சடங்குகளின் மூலம் வன்முறைக்கு அணை போடுவதைச் சாதிக்கமுடியும்.

தமிழக மக்கள் தங்களுடைய கலாசாரத்தைத் திரித்துப் பொருள் கொள்ளும் அநீதிக்கு எதிராக எழுந்திருக்கிறார்கள் என்பதைப் பலரிடம் உரையாடியதன்மூலம் உணரமுடிந்தது. ஜல்லிக்கட்டு அநீதி, கரிசனம் எனும் இருமைக்குள் சிக்கிக்கொண்டு இருப்பதை அழுத்தமாகக் கவனப்படுத்தியது. ஒரு சமூகம் தன்னுடைய பிராணிகளைக் கனிவோடு நடத்த முடியும் என்பதை விளக்க முயன்றது. கிரிக்கெட்டை போலச் சமத்துவத்தை ஜல்லிக்கட்டுச் சாதிக்கிறது. மிதமிஞ்சிய விமர்சனம் ஒரு விளையாட்டை மட்டுமல்லாமல், ஒரு வாழ்க்கைமுறையை அழித்து ஒழிக்கிறது. தமிழகத்தின் சமூக அறிஞர்கள் கலாசாரத்தை மேலும் நியாய உணர்வோடும், விளையாட்டின் கண்கொண்டும் காணவேண்டும் என்று கோருகிறார்கள்.

பலருக்கு நவீனத்துவத்தின் அடிபணியாத அடிப்படைவாதங்களால் ஜல்லிக்கட்டு முக்கியமான பிரச்னையாக மாறியது. நிலப்பிரபுத்துவக் கால விளையாட்டாக நீதிமன்றத்தாலும், பீட்டாவாலும் பார்க்கப்பட்ட ஜல்லிக்கட்டு, காளைகளைக் கொடுமைப்படுத்தும் நிகழ்வு என வரையறுக்கப்பட்டது. ஆனால் தமிழ்ச் சமூகமோ கலாசாரத்தை இன்னமும் நுண்மையாகப் புரிந்து கொள்ளுங்கள் என்று கேட்கிறது. கலாசாரத்தைத் தவறாகப் புரிந்து கொண்ட சட்டம், வீரம் மிகுந்த விளையாட்டைத் தப்பர்த்தம் பண்ணிக்கொண்ட விலங்கு நல ஆர்வலர்கள், இவை இரண்டையும் விளங்கிக்கொள்ளாத வடக்கு ஆகிய அனைத்துக்கும் எதிராகப் பொங்கிப் பிரவாகம் எடுத்ததே மெரினா எழுச்சி. கலாசாரத்தை அதன் அகவயமான கூறுகளோடு புரிந்து கொள்ள முடியாமல், ஒற்றைப்படையாக ஒருமையை வலிந்து திணிக்கிற பார்வையோடு சமூகத்தை அறிஞர்கள் அணுகக்கூடாது என்கிற பாடம் இந்த எழுச்சியின் மூலம் கிடைத்திருக்கிறது.

நீதிமன்றத்துக்கு மெரினாவில் நடந்த நிகழ்வுகளைச் செவிமடுக்கக் காது கொடுத்துக் கேட்கும் கருவி கிடைக்கும் என்றோ, இல்லை புரிந்துகொள்ளத் தேர்ந்த மொழிபெயர்ப்பாளர் கிடைப்பார் என்றோ நம்புவோம்.

•

(ஷிவ் விஸ்வநாதன் ஒரு சமூக அறிவியலாளர். இவருடைய கட்டுரைகள் அனைத்து முன்னணி இதழ்களிலும் வெளிவந்துகொண்டிருக்கின்றன. ஜிண்டால் குளோபல் சட்டப் பள்ளியின் பேராசிரியராக இருக்கிறார். ஸ்க்ரால் இணைய இதழில் வெளிவந்த Fundamentalisms of Modernity என்னும் இவருடைய கட்டுரையின் அனுமதி பெற்ற தமிழாக்கம்.)

www.ingramcontent.com/pod-product-compliance
Lightning Source LLC
LaVergne TN
LVHW090400051026
849518LV00006B/2188